பாலா... லீலா... விநோதினி

பரமஹம்ச
ஸ்ரீ பரத்வாஜ் ஸ்வாமிகள்

சங்கர் பதிப்பகம்
15/21, டீச்சர்ஸ் கில்டு காலனி,
2வது தெரு, இராஜாஜி நகர் விரிவு,
வில்லிவாக்கம், சென்னை – 600 049
தொலைபேசி : 044 – 2 6 5 0 2 0 8 6 / 9444191256
email: shankar_pathippagam@yahoo.com
www.shankarpathippagam.com
www.bookthagam.com

பாலா... லீலா...
விநோதினி : by Sri Bharathwaj Swamigal

பதிப்பு : 2017

விலை : ₹ 200/–

மொத்தப் பக்கங்கள் : 216

வெளியிட்டோர் : சங்கர் பதிப்பகம்,
15/21, டீச்சர்ஸ் கில்டு காலனி,
2–வது தெரு, இராஜாஜி நகர் விரிவு,
வில்லிவாக்கம்,
சென்னை – 600 049.
தொலைபேசி : 044 – 26502086
செல் : 9444191256

ஒளி அச்சு : ஸ்ரீ விக்னேஸ்வரா கிராஃபிக்ஸ்,
9884513164

முன் அட்டை : N. ரமேஷ், 9840676513

அச்சிட்டோர் : எம்.கே.கிராபிக்ஸ்,
சென்னை – 600 021.
செல்: 98408 28213

★★★

இரண்டு வார்த்தை

ஈரேழு பதினான்கு லோகங்களுக்கும் அன்னையாகிய ஆதிபராசக்தியே சிறு பெண் வடிவில் பாலாவாகத் தோன்றியிருக்கிறாள். பய உணர்ச்சியை அகற்றிடவே அன்னை சிறு பெண்ணாக வடிவெடுத்திருக்கிறாள்.

ஆகவே பாலம்பிகையைப் பூஜித்து நாம் வெகு விரைவில் சகல சித்திகளையும் பெற்று விடலாம். அந்த லட்சிய நோக்கில் "பாலா.... லீலா..... வினோதினி" என்ற தலைப்பில் இந்நூல் உதயமாகியுள்ளது. நாம் எவ்வளவு தெய்வீக நூல்களை எழுதினாலும், படித்தாலும் ஒரு விஷயத்தை நினைவில் கொள்ள வேண்டும். தேவி நமக்குள்ளேயே ஆத்ம ஜோதி வடிவில் இருக்கிறாள். அவளை நாம் நேருக்கு நேராகக் காண வேண்டும்.

அதற்காகவே நமக்கு உடல்..... புத்தி.... சிந்தனை ஆகிய கருவிகள் தரப்பட்டுள்ளன. இதை மறந்துவிட்டு எத்தனை தெய்வீக நூல்களை இயற்றினாலும், படித்தாலும் அதனால் பலன் இல்லை. அஸ்திவாரம் உறுதியாக இருக்க வேண்டும். அப்போது தான் கட்டிடம் உறுதியாக நிற்கும். அதேபோல் ஆன்மீகத்தில் தெளிவான அஸ்திவாரத்தை அமைத்துக் கொள்ளுங்கள் அப்போது பாலா.... லீலா.... வினோதினியின் அருள் தாமாகவே உங்களிடம் சேர்வதை அனுபவரீதியாகவே அறிந்து கொள்வீர்கள். ஐம்...... க்லீம்.... ஸௌ என்பது பாலா மந்திரம். இது மிகவும் ஆற்றல் வாய்ந்தது. இதனை குருவருள் துணைகொண்டு உச்சரித்து எல்லா ஐஸ்வர்யங்களையும் பெற்று வாழ்வாங்கு வாழ எம்பெருமானார் புவனேஸ்வரி ஸ்வாமிகளின் திருவடிகளைச் சிந்திக்கின்றேன்.

பரமஹம்ச ஸ்ரீமத் பரத்வாஜ் சுவாமிகள்

★★★

நூலின் உள்ளே

★★★

1

பாலா... லீலா... வினோதினி பொருள் என்ன?

ஈரேழு பதினான்கு லோகங்களுக்கும் அன்னையாகிய ஆதிபராசக்தி தானே விரும்பி சிறு பெண் ணாக வடிவம் கொண்டாள். அதனால் அம்பிகைக்கு 'பாலா' என்ற திருப்பெயர் தோன்றியது. சிறு பெண்ணாக அவள் வடிவெடுக்க என்ன காரணம்? குழந்தைகளிடம் நாம் எப்போதும் அதிக உரிமை எடுத்துக் கொள்ள முடியும். முரட்டுக் குணம் படைத்தவர்கள் கூட குழந்தையைக் கண்டால் தூக்கி வைத்துக் கொஞ்சுவார்கள். குழந்தைகளிடம் உள்ள ஆற்றல் வயது ஏற, ஏற அவ்வளவாக இருப்பதில்லை. ஞாபக சக்தி, உறுதி ஆகிய ஆற்றல்கள் குழந்தை பருவத்தில் சிறப்பாக இருக்கும். ஒரு செயலை முடிக்கும் வரை குழந்தையின் ஸ்திரத் தன்மை மாறாது.

அப்படிப்பட்ட குழந்தை தெய்வ வடிவில் காட்சியளித்தால் எல்லோரும் ஈர்க்கப்படுவார்கள் அல்லவா.....? அப்படி ஈர்க்கப்பட வேண்டும் என்ற கருணை திருவுளத்தில் தான் அம்பிகை சிறு பெண்ணாக... பாலாம்பிகையாக வடிவம் தாங்கியிருக்கிறாள். அம்பிகையே விருப்பத்துடன் ஏற்றுக்கொண்ட திருக்கோலம் தான் பாலாம்பிகை திருக்கோலம். தன்னுடைய பிள்ளைகளைக் கரை சேர்க்கும் பேரன்புதான் அன்னையை பாலாம்பிகை வடிவம் ஏற்க வைத்திருக்கிறது. அன்னை காளிதேவி கையில் சூலத்துடன் பயங்கர தோற்றத்துடன் காட்சியளிக்கிறாள். அவளைக் காணும் போது பயம் வரலாம். சக்தி..... சாமுண்டி என்ற பெயர்களிலும் அன்னை காட்சியளிக்கிறாள். சூலத்தால் அசுரரை அழிப்பது போன்ற காட்சிகளும் கூட பலருக்குப் பயத்தை ஏற்படுத்தலாம். மனம் பக்குவமடைந்தவர்கள் அன்னையின் இத்திருக் காட்சிகளைக் கண்டு பயம் கொள்வதில்லை. ஆனால் பெரும்பாலான மனிதர்கள் பயத்தாலும், அச்சத்தாலும் தங்கள் வாழ்க்கையை விரயம் செய்து கொண்டிருக்கிறார்கள்.

பயமும் அச்சமும் ஏன் வருகிறது? போலீஸ்காரரைக் கண்டு யார் பயப்படுகிறார்கள்? குற்றம் செய்தவன்தான் பயப்படுகிறான். மற்றவர்கள் பயப்பட வேண்டிய அவசியம் இல்லை. ஒரு மனிதனுக்கு அச்சம் தான் முதல் விரோதி. இந்த அச்சம்தான் அவனைக் கீழ்நிலைக்குத் தள்ளிக் கொண்டே இருக்கிறது. இந்த அச்சத்தைப் போக்கவே அம்பிகை சிறுபெண்ணாகக் காட்சி தருகிறாள். இத்திருக்கோலம் எவருக்கும் அச்சத்தைத் தராது. அதனால் உரிமையுடன் குழந்தையைத் தூக்க வருவது போல் பக்தர்கள் பாலாவை நெருங்கி வருவார்கள். இப்படி பக்தர்களை அச்சத்திலிருந்து நீக்கவே அம்பிகை சிறு பெண்ணாக 'பாலா' என்ற திருப்பெயரை ஏற்றிருக்கிறாள்.

அடுத்து அம்பிகையை லீலா என்று அழைக்கிறோம். கண்ணபிரான் கோகுலத்தில் பல லீலைகள் புரிந்தார்.

கோபியர்களின் சேலைகளை ஒளித்து வைத்து விளையாடினார் என்றெல்லாம் புராணங்கள் கூறுகின்றன.

இந்த லீலைகளை அவர் ஏன் புரிந்தார்......? கோபியர்கள் வேறு யாருமல்ல. அவர்கள் தேவர்கள். கண்ணன் பூலோகத்தில் திரு அவதாரம் செய்தபோது தங்களைப் பிரிந்து எப்படி வாழ்வோம்? என்று அவர்கள் வருந்தினார்கள். அதற்கு பகவான் நான் கண்ணனாக அவதாரம் செய்யும் போது நீங்கள் கோபியர்களாகத் தோன்றி என்னுடனேயே இருப்பீர்கள் என்று அருளினார். பற்றற்ற நிலையை உணர்த்துவதற்காக அவர் சேலைகளை ஒளித்து வைத்தார். ஆத்மாவுக்கு ஆண், பெண் என்ற வேறுபாடு கிடையாது. கிருஷ்ண கோபியர்களின் அன்பு பரிசுத்தமானது. ஆண் பெண் சேர்க்கை என்ற கீழான அன்பல்ல அது. ஆத்மாவுடன் ஆத்மா ஐக்கியமாகும் பேரன்பு அது. இவைகளை தத்துவ ரீதியாகப் புரிந்து கொள்ள வேண்டும். கண்ணன் செய்தவை லீலைகள். அற்புத லீலைகள். அதேபோல் அம்பிகையும் அற்புத லீலைகளைப் புரிவதால் அவளுக்கு லீலா என்ற பெயர் தோன்றியிருக்கிறது.

இந்த உலகத்தில் மனிதர்கள் செல்வம் என்ற மாய வலையில் சிக்கியிருக்கிறார்கள். பெண்மோகம் என்ற மாய வலையில் சிக்கியிருக்கிறார்கள். சொந்தம்..... பந்தம் என்ற மாய வலைகளில் கண்டுண்டு உழல்கிறார்கள். இந்த மாயைகளுக்குக் காரணமானவள் அம்பிகைதான். ஆகவே அவளுக்கு மாயா என்ற பெயரும் உண்டு. மனிதர்களை அவள் மயக்கி பந்தங்களில் உழலும்படிச் செய்கிறாள். அதே சமயம் அந்தப்

பந்தங்களை யெல்லாம் நீக்கி முக்திப் பேற்றினையும் அளிக்கிறாள். மாயையை ஏற்படுத்துபவளும் அவளே..... மாயையை நீக்குபவளும் அவளே. இதுவே அவளுடைய லீலை. இந்த லீலை எதற்கு.....? உலக இயக்கம் என்பது நடந்து கொண்டே இருக்க வேண்டும் என்பதே அவள் திருவுளம். ஆனால் இந்த உலகம் ஒரு விளையாட்டு மேடை. இங்கு வாழ்பவர்கள் அனைவரும் ஒவ்வொரு வேடங்களைத் தாங்கி நடித்துக் கொண்டிருக்கிறார்கள்.

ஒருவனுக்கு பிச்சைக்காரன் வேடம். மற்றவனுக்கு குபேர சம்பத்துடன் வாழும் ராஜபோக வேடம். ஒருவன் படிக்காத பாமரன்; மற்றவனோ கவிச் சக்கரவர்த்தி. ஒருவன் சந்யாசி..... ஒருவன் சம்சாரி. ஒருவன் குடிகாரன். மற்றவன் ஒழுக்கத்தின் விளக்கமாக இருப்பவன். ஒருவன் மீன்காரன். மற்றவன் நெசவாளி. ஒருவன் திருடன். மற்றவன் போலீஸ்காரன். ஒருவன் நீதிபதி. மற்றவன் வக்கீல். ஒருவன் விவசாயி. மற்றவன் செருப்பு தைப்பவன். ஒருவன் ராஜ்ஜியத்தை ஆள்பவன். மற்றொருவன் சேவகன். இப்படி பல்வேறு லீலைகளை நடத்துகிறாள் பாலாம்பிகை. அதனால் அவளுக்கு லீலா என்ற பெயர். இந்த லீலைகளை அவள் ஏன் புரிகிறாள்......? ஒருவனை பிச்சை எடுக்கும்படியும், மற்றொருவனை குபேர சம்பத்துடன் இருக்கச் செய்வது எதனால்? ஏன் இந்தப் பாரபட்சம்? என்று பலர் கேட்கிறார்கள். ஐஸ்வர்யம் நிறைந்த கோடீஸ்வரன் நாடகத்தில் பிச்சைக்காரன் வேடம் போட்டால் உண்மையிலேயே அவன் பிச்சைக்காரனாகி விடுவானா.....? ஒரு போதும் இல்லை. அவன் உள் மனதுக்கு மிக நன்றாகத் தெரியும். தான் மிகப் பெரிய பணக்காரன். நாடகத்திற்காக பிச்சைக்காரன் வேடம் போட்டிருக்கிறோம் என்று.

அதேபோல் நாம் மனித உடல்கள் அல்ல..... அழியாத ஆத்மாக்கள். மரணத்தை வெல்லக்கூடிய ஆற்றல் படைத்தவர்கள். நமக்கு மரணம் என்பதே இல்லை என்பதை உணர்த்துவதற்காகவே பாலா இப்படி பல லீலைகளைப் புரிகிறாள். மற்றொரு விஷயமும் நீங்கள் அறிய வேண்டும். அம்பிகையின் திருவுளத்தை தேவர்களாலும் அறிய முடியாது.

சித்தர்கள், முக்தர்கள் யாரும் அவள் லீலைகளை அறிய முடியாது. பூலோகத்தில் வாழும் மனிதர்கள் முழுவதுமாக அவள் லீலைகளை அறிய முடியாது.

எதற்கு இந்த நாடகம் நடக்கிறது.....? பேரின்பம் என்ற ஒன்று இருந்தால் மரணமில்லாப் பெருவாழ்வு என்று ஒன்று இருந்தால் அனைவருக்கும் வழங்கிவிடலாமே...... என்றெல்லாம் சிலர் கேட்கலாம். அதாவது இருப்பது ஒன்றுதான். வேறுபாடு இங்கே இல்லை. பாரபட்சம் எதுவும் இல்லை. ஆனால் இந்த நாடகம் ஏன் நடைபெற வேண்டும்? என்பதெல்லாம் நாம் அறியாத ஒன்றுதான். ஆனால் இதிலேயே மனதைச் செலுத்தி குழம்ப வேண்டியதில்லை. மனிதப்பிறவியை நாமாகப் பெறவில்லை.

உலக அன்னைதான் நமக்கு உடலையும் உயிரையும் கொடுத்திருக்கிறாள். நானே உடலையும், உயிரையும் படைத்துக்கொண்டு வந்தேன் என்று எந்த மனிதனாவது சொல்ல முடியுமா.....? ஆகவே தெய்வம் காட்டிய வழியில், தெய்வத்தின் தூதுவர்களாக விளங்கும் அவதார புருஷர்கள் காட்டிய வழியில் நம் வாழ்க்கைப் பயணத்தை நடத்திச் செல்வதே இப்போது நாம் செய்ய வேண்டிய காரியமாகும்.

அடுத்து பாலாம்பிகைக்கு வினோதினி என்ற பெயர் உண்டு. வினோதம் என்றால் எதிர்பாராத செயல்களை செய்வது. குழந்தையானது தன் கையிலிருக்கும் மாணிக்கத்தை கெஞ்சி கேட்பவர்களுக்குக் கொடுக்காது. அதைப் பற்றிக் கவலைப்படாமல் இருக்கும்.

ஒருவனுக்கு வலுக்கட்டாயமாக அதைக் கொடுத்துவிடும். இதுதான் விநோதம். ஒரு மனிதன் பதவியில் அமர்வதற்காக கடும் பிரயத்தனங்கள் எடுத்துக் கொள்வான். ஆனால் பாலா அதை அவனுக்குத் தரமாட்டாள். அதைப் பற்றி சிந்திக்காத ஒருவனை வலுக்கட்டாயமாக அரியணையில் அமர வைத்துவிடுவாள். இதுதான் அவள் செய்யும் விநோதம். ஒருவன் நன்கு படித்து பல பட்டங்கள் படித்திருப்பான். ஆனால் கவிதை எழுதும் ஆற்றல் அவனுக்கு இருக்காது, ஆனால் ஆரம்பப் படிப்பு மட்டுமே படித்த ஒருவனை கவிசக்கரவர்த்தியாகி விடுவாள். இதுதான் பாலா செய்யும் விநோதம்.

நாரதர் தேவ முனிவர் என்பது உங்களுக்குத் தெரியும். மனிதர்களிடையே பெரிய யோகிகளான முனிவர்கள் இருப்பதுபோல் தேவர்களிலும் யோகிகள் உள்ளனர். நாரதர் மிகப்பெரிய யோகி. அவர் எங்கும் சஞ்சரிப்பார். ஒருநாள் அவர் காட்டின் வழியாகச் செல்லும் போது ஒருவனைக் கண்டார். வெகுகாலம் ஓரிடத்திலேயே அமர்ந்து தியானித்து தவம்செய்ததால் அவனது உடலைச் சுற்றி கரையான்கள் புற்றுகட்டிவிட்டன. அவன் நாரதரை அழைத்து எங்கே போகிறீர்கள்? என்று கேட்டார். நான் சொர்க்கத்துக்குச் செல்கிறேன் என்றார் நாரதர். அப்படியானால் அம்பிகை எனக்கு எப்போது அருள்புரிவாள்? எப்போது முக்தி அளிப்பாள்? என்று நீங்கள் தெரிந்து வரவேண்டும் என்று கேட்டுக் கொண்டாள் அவன்..... நாரதர் சிறிது தூரம் சென்றார். அங்கே ஒருவன் பாடிக் குதித்து நடனமாடிக் கொண்டிருந்தான். அவன் நாரதரைக் கண்டு எங்கே செல்கிறீர் என்று கேட்டான். அவனது குரலும், செயலும் சாந்தமாக இல்லை. நான் சொர்க்கத்திற்குப் போகிறேன் என்றார். அப்படியானால் எனக்கு எப்போது முக்தி கிடைக்கும் என்று கேட்டு வாருங்கள் என்றான் அவன்.

நாரதர் சென்றுவிட்டார். சிறிது காலத்திற்கு பிறகு நாரதர் அந்தக் காட்டின் வழியாகத் திரும்பி வந்தார். உடலைச்

சுற்றி புற்று வளர்ந்திருந்த மனிதன் நாரதரே..... என்னைப் பற்றி அம்பிகையிடம் கேட்டீர்களா? என்றான்.

ஆம் என்றார் நாரதர்.

அம்பிகை என்ன கூறினாள்? என்று கேட்டான் அவன்.

நீ இன்னும் நான்கு பிறவிகளுக்குப் பின்னர் முக்தி அடைவாய் என்று அம்பிகை கூறினாள் என்றார் நாரதர். அதைக் கேட்டதும் அவன் அழுது புலம்பி என்னைச் சுற்றி புற்று மூடும் வரை இவ்வளவு காலம் தியானித்தேன். இன்னும் நான்கு பிறவிகளா? என்றான் அவன். நாரதர் மற்ற மனிதனிடம் சென்றார்.

அம்பிகையிடம் கேட்டீரா நாரதரே என்றான் அவன். ஆம் கேட்டேன். அந்தப் புளிய மரத்தைப் பார். அதில் எத்தனை இலைகள் உள்ளனவோ அத்தனை பிறவிகளுக்குப் பிறகு உனக்கு முக்தி கிட்டும் என்றார். அதைக் கேட்டதும் அவன் மகிழ்ச்சியால் குதித்தபடி இவ்வளவு விரைவாக எனக்கு

முக்தி கிடைக்கப் போகிறதா.....? என்று மகிழ்ந்தான். அப்போது அம்பிகையின் குரல் ஒலித்தது.

மகனே..... இந்தக்கணமே உனக்கு முக்தி அளிக்கிறேன் என்று கூறியது. இதுதான் பாலாம்பிகை நிகழ்த்தும் வினோதம். இரண்டாவது மனிதன் எத்தனை பிறவிகள் வேண்டுமானாலும் பாடுபடத் தயாராக இருந்தான். எதுவும் அவனைத் தளரச் செய்யவில்லை. ஆகவே உடனே முக்தி அவனுக்குக் கிடைத்தது. இதுவே பாலா செய்யும் விநோதம். பாலா..... லீலா..... விநோதினி என்ற திருப்பெயருக்கு இதுவே பொருள்.

+++

2

பாலா மந்திரத்தில் மலரும் மலர் (ஐம்.. க்லீம்... ஸௌ)

மேலை நாட்டினர் முன்னேறுவதில்தான் அக்கறை காட்டுகிறார்கள். சத்தியத்தை அறிவதில் அவர்களுக்குச் சிரத்தை இல்லை. இந்த வாழ்க்கையில் சுகபோகங்களை அனுபவிப் பதற்கு என்னவெல்லாம் செய்ய வேண்டுமோ அதிலேயே அவர்கள் அக்கறைக் காட்டுகிறார்கள். இந்த உலக வாழ்க்கையோடு எல்லாமே முடிந்து போகிறது என்பதை அவர்கள் குறிக்கோள்களாகக் கொண்டிருக்கிறார்கள் போலும். அதனால்தான் எல்லாவற்றையும் அவசர, அவசரமாக அனுபவித்து விடத் துடிக்கிறார்கள்.

ஆனால் அவசர கதியில் எடுக்கின்ற முடிவுகள் எதுவுமே சரியானதல்ல என்பதை உணர வேண்டும். நம் பாரத தேசத்து

மகரிஷிகள் சத்தியத்தை அறிய விரும்பினார்கள். சுகபோகத்திலோ, மற்ற செல்வ செழிப்புகளிலோ எந்தச் சாரமும் இல்லை என்பதை அவர்கள் அறிந்து கொண்டார்கள். ஆகவே அவர்கள் சிந்தனை புறநோக்கில் செல்லாமல் அக நோக்கில் சென்றது. அதன் பலனாக மனித உடலுக்குள்ளே உறையும் மகா சக்தியை நேருக்கு நேர் அவர்கள் கண்டார்கள். மரணத்தை வெல்லும் உபாயத்தையும் அறிந்தார்கள். அந்த மகாசக்திதான் பாலாம்பிகை. அவளே திரிபுர சுந்தரி. அவளே ஆதிபராசக்தி. அவளே புவனேஸ்வரி. உலக அன்னையாகிய அம்பிகை ஒவ்வொரு மனிதனுக்குள்ளும் ஆத்ம ஜோதியாய் ஜொலித்துக் கொண்டிருக்கிறார். இதனை உலகம் முழுவதும் பிரகடனம் செய்யும் கடமை நம் பாரத தேசத்திற்கே உண்டு. வேதங்கள் மகரிஷிகளின் தோத்திரப் பாடல்கள் மூலமாக நமக்குக் கிடைத்திருக்கிறது. சிவசக்தியே அம்மகரிஷிகளுக்கே வேதங்களை உணர்த்தி நமக்குக் கிடைக்கச் செய்தது. அந்த வேதத்திற்கே நாயகியாக இருப்பவள்தான் பாலாம்பிகை. இவளை இவளுக்குரிய மந்திரங்கள் கூறி ஜெபிப்பதால் தரிசிக்கலாம்

ஐம்
க்லீம்
ஸௌ

இதுவே பாலா மந்திரம். லலிதா பரமேஸ்வரி தானே விரும்பி ஏற்றுக்கொண்ட பாலாம்பிகையின் மந்திரம் இது.

ஐம் என்றால் வாக்தேவி சரஸ்வதி
க்லீம் என்றால் மாயையான காளி
ஸௌ என்றால் சௌபாக்கியம்

அருளும் லலிதா பரமேஸ்வரி. இந்த மந்திரத்தை பக்தி சிரத்தையுடன் உச்சரிப்பவர்கள் சகல சௌபாக்கியங்களையும் பெறுவார்கள். அவர்களை எதிரிகள் வெற்றி கொள்ள முடியாது. தோல்வி என்பது அவர்களைத் தொட முடியாது. அவர்களைச் சுற்றி ஒளிவட்டம் பிரகாசித்துக் கொண்டே

இருக்கும். தேஜஸ் நிரம்பிய வர்களாக அவர்கள் காணப் படுவார்கள். சரஸ்வதி தேவியும், காளியும், பாலாம் பிகையும் ஒன்று சேர்ந்த மந்திரம் இது.

ஞானத்தைத் தருபவள் சரஸ்வதி.

மாயைக்கு அதிபதி காளி.

பேரானந்த நிலையான வாழ்வைத் தருபவள்.

பாலாம்பிகையாகிய லலிதா பரமேஸ்வரி.

தமஸ்.... ரஜஸ்... சாத்வீகம் என்ற மூன்று குணங்களின் கலவைகளாகவே உலகில் உள்ள எல்லா மனிதர்களும் இருக்கிறார்கள். சேறுயுடன் கூடிய வலையில் சிக்கிக் கொண்ட மீன் தான் மிகவும் பாதுகாப்பாக இருப்பதாக தனக்குத்தானே நினைத்துக் கொள்கிறது. ஆனால் சற்று நேரத்தில் தன் உயிர் போகப் போகிறது, மற்றவர்களுக்கு உணவாகப் போகிறோம் என்பதை அது அறிவதில்லை. இந்த உலகம் முழுவதுமே பெரும்பாலும் தமஸ் குணத்திலேயே மூழ்கியிருக்கிறது. வலியவன் எளியவனைக் கொடுமைப் படுத்துகிறான். போகங்களிலேயே வாழ்நாளைக் கழிக்கும் அவலம் தொடர்ந்து கொண்டிருக்கிறது.

செல்வத்தை அடைவதற்காக எந்த வழியிலும் செல்லலாம் என்ற கீழான குணம் ஒவ்வொரு மனிதனையும் ஆட்டிப் படைக்கிறது. இந்த வாழ்க்கை மரணப் படுகுழியில் தள்ளக் காத்திருக்கிறது. ஆனாலும் அந்தப் பாதையின் வழியிலேயே உலக மாந்தர் பயணம் செய்கின்றனர் இதுதான் மாயை. அதாவது தாங்கள் தவறான பாதையில் போகிறோம் என்பதை அறியாமல் சரியான பாதையில் செல்வதாக

நினைத்துக் கொண்டு பயணம் செய்வது. இந்தக் குணம் முழுக்க, முழுக்க தமஸ் குணத்தின் அடையாளமே ஆகும். இந்த மாயையில் ஆழ்த்துபவள் காளி. பாலா மந்திரத்தில் க்லீம் என்பது காளியைக் குறிக்கிறது. இந்த ஐம் – க்லீம் – ஸெள மந்திரத்தை உச்சரிக்க, உச்சரிக்க காளி கருணை திருவுளத்தோடு மாயைகளை நீக்குகிறாள்.

இந்த மந்திரத்தை உச்சரிக்கும் வாய்ப்பு எல்லோருக்கும் கிடைப்பதில்லை. தீயகர்மாக்கள் நீங்கிய ஒரு மனிதன் தான் பாலாம்பிகையைப் பற்றியும், அவள் மந்திரத்தையும் அறியும் வாய்ப்பினைப் பெறுகிறான். “பாலா.... லீலா..... விநோதினி” என்ற நூலை வாசிக்கும் வாய்ப்பு பெற்ற நீங்கள் தீயகர்மாக்களைத் தாண்டிக் கொண்டிருக்கிறீர்கள் என்பதுதான் உண்மை. ராவணன் படைகளை இழக்கிறான். தன் புத்திரர்களை இழக்கிறான். தம்பியை இழக்கிறான் தனி ஒருவனாக நிற்கும் சூழல் வருகிறது. அப்போது அவன் துர்க்கா தேவியைத் தியானம் செய்கிறான். அம்மா.... எல்லோரும் என்னை விட்டுப் போய்விட்டார்கள். நீ எங்கே இருக்கிறாய்......? என்று வேண்டுகிறான். அவன் மீது இரக்கம் கொண்ட துர்க்கா தேவி ராவணனுக்கு சாரதியாக வந்து அமர்கிறாள். அதைக்கண்ட ராவணன் பெருமகிழ்ச்சி கொள்கிறான். இனி ஆயிரம் ராமன்கள் என் எதிரே வந்தாலும் என்னை வெற்றி கொள்ள முடியாது என்று ஆர்ப்பரிக்கிறான். ராவணனின் தேரில் துர்க்காதேவி அமர்ந்ததைக் கண்ட ஸ்ரீராமச்சந்திர மூர்த்தி கலங்குகிறார். அவருடைய கரங்கள் தளர்ச்சி அடைகின்றன.

அந்தச் சமயம் அவரும் துர்க்கா தேவியைத் தியானிக்கிறார். ஒரு கணம் தேவி யோசிக்கிறாள். இருவரையும் மனதளவில் எடை போடுகிறாள். ஸ்ரீராமரின் பக்கமே தருமம் இருக்கிறது என்பதை அறிகிறாள். உடனே ராவணனின் தேரை விட்டு நீங்குகிறாள். மறுகணம் ஸ்ரீராம பாணம் ராவணனை பூமியில் தள்ளுகிறது. இருவருமே துர்க்கா தேவியைத் துதித்தார்கள். ஆனால் துர்க்கா தேவி ஸ்ரீராம பிரானுக்கே சகாயம் செய்தாள். ஏன்....? ஸ்ரீராமச்சந்திர மூர்த்தி தருமமே

வடிவானவர். ஆனால் ராவணன் அதர்ம காரியங்களைச் செய்தவன். விரும்பாத சீதையை வலுக்கட்டாயமாக சிறை வைத்தவன். அறிவுரை கூறிய தருமாத்மா விபீஷ்ணனை அவமதித்து விரட்டியவன். பெரியோர்களின் அறிவுரையை மதிக்காமல் தான் செய்வதே சரி என்று மூர்க்கத்தனமாக தரும நெறிகளை மீறியவன். அதனால் உதவி செய்ய வந்த துர்க்கா தேவி தன் மனதை மாற்றிக் கொண்டு அவனைக் கைவிட்டாள். ஆகவே ஒரு மனிதனின் வெற்றிக்கும், மற்றொரு மனிதனின் தோல்விக்கும் வேறு யாரோ காரணமாக இருப்பதில்லை.

அவரவர்களின் வினைகளே முடிவுகளைத் தீர்மானிக்கின்றன. தாயால் படைக்கப்பட்ட உயிர்களைத் துன்புறுத்திவிட்டு தாயை வணங்கிப் போற்றினால் எந்தத் தாயும் அதை ஏற்றுக் கொள்ளமாட்டாள். ஐம் க்லீம் ஸௌ மந்திரத்தில் க்லீம் என்பது மாயைக்கு அதிபதியான காளியைக் குறிக்கிறது. அதர்மகாரர்களுக்குத்தான் இந்த மாயவலையை காளி வீசுகிறாள். சத்துவ குணம் படைத்த நல்லோர்கள் இந்த மாய வலையில் சிக்குவதில்லை. தீயவர்கள் ஒரு அளவுக்கு மேல் இந்த உலகத்தில் ஆட்டம் போட முடியாமல் இருப்பதற்கு இதுவே காரணம். முதலில் தாய் கண்டிக்கிறாள். திருந்தாவிடில் தண்டிக்கிறாள்.

அளவுக்கு மீறி ஆர்ப்பாட்டம் செய்கிறவர்களைக் காளி தண்டிப்பதால் தான் இந்த உலக இயக்கம் சீராக இயங்கி வருகிறது. மனிதர்களை ஏமாற்றுவதுபோல் அன்னையை ஏமாற்ற முடியாது. தீய கர்மாக்களைச் செய்கிறவர்கள் எவரும் தண்டனையிலிருந்து தப்பமுடியாது. எவராக இருந்தாலும் ஒரு செயலைச் செய்யும் போது அதற்கான பலனை அனுபவிக்காத வரை அந்தக் கர்ம வினையை அழிக்க முடியாது. நல்ல செயல்களாக இருந்தாலும் சரி.... தீயசெயல்களாக இருந்தாலும் சரி.... அதற்கான பலனை அனுபவித்தே ஆக வேண்டும். 'க்லீம்' மந்திரத்திற்குரிய தெய்வமாகிய காளி வழிவிடாமல் எவரும் மாயையை வெல்ல முடியாது. தீய கர்மங்களில் இருந்து விடுபட வேண்டுமானால் ஒரே ஒரு வழி தான் இருக்கிறது. இக்கணத்திலிருந்து தீயகர்மாக்களைச் செய்வதில்லை என்று வைராக்கியம் கொள்ள வேண்டும்.

நல்ல செயல்களை மலைபோல் குவிக்க வேண்டும். அப்படி செய்தால் தீயகர்மாக்களின் வலிமை வீரியத்தை இழக்கும். ஒரு குவளையில் நீர் இருக்கிறது. அதில் நஞ்சினைக் கலக்கிறீர்கள். அதை ஒரு மனிதன் குடிக்கும் போது இறந்து போகிறான். அதே அளவு நஞ்சினை சமுத்திரத்தில் கலக்கிறீர்கள். அந்த சமுத்திர நீரைக் குடிப்பவன் மரணம் அடைவதில்லை. ஏன்? சமுத்திர நீர் அளவில்லாதது. ஆகவே நஞ்சு அங்கே வீரியத்தை இழந்து விடுகிறது. அதனால் அதைக் குடிக்கும் மனிதன் இறப்பதில்லை. இதுவே ரகசியம். நீங்கள்

நல்ல செயல்களை மலைபோல் குவிக்கும் போது தீயகர்மாக்களின் வலிமை அழிக்கிறது. அதன் விளைவாக காளி தேவி தன் மாயத் திரையை விலக்கி விடுகிறாள். அதன் காரணமாக ஞானத்தை அவளும் சரஸ்வதி தேவியின் கடாக்ஷம் வருகிறது. அதனைத் தொடர்ந்து சகல சௌபாக்கியங்களையும் அருளும் லலிதா பரமேஸ்வரியின் அனுக்கிரகம் கிட்டுகிறது. அதனால்தான் ஐம்.... க்ரீம்..... ஸௌ என்கிற மந்திரத்தில் 'ஞானமலர்' பூக்கிறது. ஆகவே கொளுந்து விட்டெரியும் ஆர்வத்தை நாலா புறங்களிலும் பரப்புங்கள். செயலாற்றுங்கள். வேலை செய்யும் போது ஒரு வேலைக்காரனைப் போல் இருங்கள்.

சுயநலம் அற்றவர்களாக இருங்கள். ஒரு நண்பன் மற்றொருவனைத் தனிமையில் தூற்றுவதை ஒரு போதும் கேட்டுக் கொண்டிருக்காதீர்கள். எல்லையற்ற பொறுமையை எல்லாவற்றிலும் கடைபிடியுங்கள். வெற்றி உங்களுடையதே. கவனமாக இருங்கள். உண்மை அல்லாதவற்றில் மிக எச்சரிக்கையாக இருங்கள். உண்மையில் பிடிப்புள்ளவர்களாக இருங்கள். மெதுவாகவே என்றாலும் நிச்சயமாக நீங்கள் வெற்றி பெறப்போவது உறுதி. முழு வேலையும் உங்களையே பொறுத்திருப்பதாக நினைத்து வேலையில் ஈடுபடுங்கள். சுயநலம் என்ற சாத்தான் இருக்கும் வரை நீங்கள் மாயவலையில் தான் கட்டுண்டிருப்பீர்கள். ஒரு மனிதனை விடுவிப்பதற்காக உங்கள் வாழ்க்கையைத் தியாகம் செய்யுங்கள். அப்படி செய்தால் ஐம்.... க்ரீம்.... ஸௌ என்னும் மந்திரத்தின் பலன் விரைந்து வருவதைக் காண்பீர்கள்.

ஆம்..... பாலா மந்திரத்தில் மலரும் மலர் ஞானமலர்.

✦✦✦

3

பாலா தரிசனம் பெறுவது எப்படி?

எல்லா லோகங்களுக்கும் தலைவியும், அன்னையுமாகிய ஆதிபராசக்தியே பாலாவாக வடிவம் கொண்டிருக்கிறாள். தேவாதி தேவர்களாலும் காண முடியாத அவளுடைய தரிசனத்தை நாம் பெற முடியுமா.....? நிச்சயமாக முடியும். தேவர்கள் சுக போகத்தில் திளைத்துக் கொண்டிருப்பவர்கள். சொர்க்கமே அவர்களுடைய இருப்பிடம். ஆனால் மண்ணுலகில் பிறந்துள்ள மனிதர்கள் சிரமங்களை அடைகிறவர்கள். இன்ப..... துன்பங்களில் சிக்கி மாறி மாறி உழல்கிறவர்கள். ஆனால் தெய்வீகப் பாதை இவர்களுக்குத் தான் சுலபமாகத் திறந்து வைக்கப் பட்டிருக்கிறது. ஒரு மனிதன் கொள்ளைக்காரனாக இருக்கலாம். கொலைகார

ஸ்ரீ பாலா திரிபுரசுந்தரி

னாகக் கூட இருக்கலாம். ஆனால் அவன் தன்னை மாற்றியமைத்துக் கொள்வதன் மூலம் தெய்வ வடிவைப் பெற முடியும். ஒரு சுவர் ஒரு போதும் பொய் சொல்வதில்லை. ஆனால் அது கடைசிவரை சுவராகவே இருக்கிறது. மனிதன் பல பொய்களைப் பேசுகிறான். பல தவறுகளைச் செய்கிறான். ஆனால் தன்னைத் தூய்மைப்படுத்திக் கொள்வதன் மூலம் அவன் தெய்வச் சாயலைப் பெறுகிறான். மரணத்தை வெல்லும் ஆற்றலைப் பெறுகிறான்.

ஆகவே தேவர்களைக் காட்டிலும் மனிதர்களே சிறந்தவர்கள். அம்பிகையின் அருளைப் பெறும் வாய்ப்பு மனிதர்களுக்கே அதிகம் இருக்கிறது. அப்படியென்றால் பாலாவின் தரிசனம் ஏன் உங்களுக்குக் கிடைக்கவில்லை.....? நீங்கள் மனதில் தேவையற்ற குப்பைகளைத் திணித்து வைத்திருக்கிறீர்கள். அந்த குப்பையை முதலில் அகற்றுங்கள். ஒரு கிராமத்தில் பத்மலோசனன் என்ற பெயர் கொண்ட ஒருவன் இருந்தான். அவன் எந்த வேலையும் செய்யாமல் ஊரைச் சுற்றிக் கொண்டிருந்தான். அவ்வூரின் ஒதுக்குப்புறத்தில் அம்பிகையின் திருக்கோயில் ஒன்று இருக்கிறது. ஆனால் வெகுகாலமாக அது பராமரிக்கப்படாததால் பாழடைந்து காணப்பட்டது.

ஒருநாள் அக்கோயிலிருந்து மணி சத்தம் பலமாகக் கேட்டது. ஊர் மக்கள் ஆச்சர்யம் அடைந்தனர். திருக்கோயிலிலிருந்து மணி அடிக்கும் சப்தம் கேட்கிறது. அம்பிகையை வணங்கலாம் என்று அனைவரும் திருக்கோவிலை நோக்கிச் சென்றனர். அங்கே அவர்கள் கண்ட காட்சி ஏமாற்றத்தையே கொடுத்தது. அந்த ஊரில் வேலை எதுவும் செய்யாமல் சுற்றிக் கொண்டிருந்த பத்மலோசனன் வெறுமனே மணியை மட்டும் அடித்துக் கொண்டிருந்தான். திருக்கோயில் பாழடைந்த நிலையிலேயே இருந்தது. அசுத்தங்கள் அகற்றப்படவில்லை. முறையாக ஆராதனை செய்ய எந்த ஆயத்தமும் செய்யப்படவில்லை. ஆனால் மணியை மட்டும் அந்த மனிதன் அடித்துக் கொண்டிருந்தான். ஊர் மக்கள் ஏமாற்றத்துடன் திரும்பினார்கள். அதேபோல் நமக்குள்ளே பாலாம்பிகை வாசம் செய்கிறாள். இது சத்தியம். ஆனால் உடல் என்னும் திருக்கோயிலை முதலில் நாம்

சுத்தமாக்க வேண்டும். சுயநலம், வெறுப்பு, கோபம், நன்றி மறத்தல், துரோகம், தெய்வ நிந்தனை போன்ற அசுத்தக் குப்பைகளை வெளியேற்ற வேண்டும்.

அவ்வாறு வெளியேற்றினால் பாலாவின் தரிசனத்தை நீங்கள் காணலாம். தூய்மை என்பது இரும்பாலான சுவற்றையும் ஊடுருவிச் செல்ல வல்லது. தூய்மைதான் மனிதனுக்கு உண்மையான பலத்தையும், ஆற்றலையும் தருகிறது. மனதைக் கண்ட இடங்களில் அலைய விட்டுக் கொண்டிருந்தால் குப்பைகள் தான் அதில் சேரும் என்பதை மறவாதீர்கள். மனதை முழுமையாக பாலாவிடம் சமர்ப்பணம் செய்ய வேண்டும். மற்ற எல்லாவற்றையும் புறக்கணிக்க வேண்டும். ஆடு மேய்க்கும் ஒருவன் தனி இரண்டு ஆடுகளை செழுமையாக இருந்த புல்வெளியில் மேய விட்டான். அந்த இரு ஆடுகளில் ஒன்று மிகவும் பொறுமை குணம் கொண்டது. மற்றது ஆத்திரமும், அவசரமும், பேராசையும் கொண்ட குணம் கொண்டது. இரு ஆடுகளையும் மேயவிட்டான் ஆட்டுக்குச் சொந்தக்காரன். பொறுமை குணம் கொண்ட ஆடு ஓரிடத்திலேயே நிலையாக நின்று புற்களை மேய்ந்தபடி இருந்தது.

ஆத்திரப் புத்தியுள்ள ஆடோ அவ்வாறு செய்யவில்லை. செழிப்பாக இருந்த புல்வெளிகளைக் கண்ட அந்த ஆடு எல்லாவற்றையும் மேய்ந்து விட வேண்டும் என்று அவசரப்பட்டது. இங்கொன்றும் அங்கொன்றுமாக புற்களை கடித்துக் கொண்டு அது அலைந்தபடியே இருந்தது. குறிப்பிட்ட காலம் கழிந்ததும் ஆட்டுக்குச் சொந்தக்காரன் வந்தான். இரு ஆடுகளையும் பிடித்துக்கொண்டு வீடு சென்றான். இரு ஆடுகளையும் கட்டிப் போட்டான். பொறுமை குணம் கொண்ட ஆடு அமைதியாக புற்களை மேய்ந்ததால் பசி நீங்கி அது நிம்மதியாக உறங்கியது. ஆனால் ஆத்திர புத்தியுள்ள ஆடு அவசரத்தில் அங்கொன்றும், இங்கொன்றுமாகப் புற்களை கடித்ததே ஒழிய நிறைவாக அது மேய முடியவில்லை. அதன் காரணமாக அது பசியால் வருந்தியது.

மனிதர்களின் நிலமையும் இப்படித்தான் இருக்கிறது. பேராசையின் பிடியில் சிக்கியிருக்கும் மனிதர்கள் செல்வத்தைக்

குவித்து விடவேண்டும். பல வீடுகளை வாங்கி விடவேண்டும். ஆடம்பர வசதிகளையெல்லாம் பெற்றுவிட வேண்டும் என அவசர கதியில் செயல்பட்டுக் கொண்டிருக்கிறார்கள். ஆனால் அதில் பலருக்கு தோல்வியே கிடைக்கிறது. ஆத்திரமும், ஆவேசமும் உள்ள அவர்கள் எந்தத் தொழிலையும் உருப்படியாகச் செய்யாமல் தோல்விகளைச் சந்திக்கிறார்கள். அப்படியே சிலர் வெற்றி கண்டாலும் செல்வ போகத்தையும், மற்றவற்றையும் அனுபவிக்கும் தகுதியை இழந்து விடுகிறார்கள்.

ஒருகட்டத்தில் மரணம் திடீரென்று அவர்கள் வாழ்வில் குறுக்கிடுகிறது. அதோடு வாழ்க்கை முடிந்து போகிறது. இவ்வாறு முடித்தவர்களின் வாழ்க்கை மறுபிறவியிலும் அப்பொருள்களை அடையும் அவசர குணங்களையே பெற்றிருக்கிறது. பிறவி என்னும் பிணியில் சிக்கி மாறி, மாறி உழலும் அவல நிலைதான் அவர்களுக்கு ஏற்படுகிறது. ஆனால் சாத்வீக குணம் படைத்த மனிதன் செல்வங்களை ஒரு அளவோடு பெறுகிறான். அடிப்படை வாழ்வாதாரத்திற்குத் தேவையான செல்வத்தைப் பெற்று அவன் அம்பிகையின் நினைவிலேயே (தியான நிலையிலே) காலத்தை அழிக்கிறான்.

அவனே பாலாவின் தரிசனத்தைப் பெறுவதற்கு தகுதியுடையவனாகிறான். தேவாதி தேவர்களுக்கும் தரிசனம் தராத பாலாம்பிகை எளிமையான, தூய்மையான பக்தனுக்கு உடனடியாகத் தரிசனம் தந்து விடுகிறாள். அத்தகைய அற்புதகுணம் கொண்டவளே பாலா..... லீலா.... வினோதினி. ஆகவே பாலாவின் தரிசனம் பெறவேண்டுமானால் பொறுமை குணம் கொண்ட ஆடு மனத்தை அலைய விடாமல் ஓரே இடத்தில் நின்று புற்களை மேய்ந்து பசியை போக்கிக் கொண்டதைப் போல் மனதை திடமாக பாலாவிடம் செலுத்தி அவள் தரிசனத்தைப் பெறலாம்.

பாலாவின் தரிசனத்தை எப்படி பெறுவது என்பதை அறிந்து கொண்டீர்கள் அல்லவா.....?

✦✦✦

4

ஸித்திகள் அருளும் பாலாம்பிகை

பிள்ளைகள் எதைக் கேட்டாலும் அதைத் தருவது தாய் ஒருத்திதான். தாய்தான் சகிப்புத்தன்மை கொண்டவள். பிள்ளைகளின் குற்றம் குறைகளை அவள் பொருட்படுத்துவதில்லை. தன் குழந்தை எத்தனை முறை மண்ணில் விழுந்து தன்னை அசுத்தப்படுத்திக் கொண்டு வந்தாலும் சளைக்காமல் அந்த அசுத்தங்களை நீக்கி அழகு பார்ப்பவளே தாய். அத்தகைய அன்புத் தாயாக விளங்குபவளே பாலா..... லீலா...... வினோதினி.

ஸித்தி என்றால் வெற்றி என்பது பொருள். ஆனால் இந்த மண்ணுலகில் வெற்றிகளைச் சந்திக்கிறவர் மிகக் குறைவாக இருக்கிறார்கள். தோல்விகளைச் சந்தித்து

வாடுபவர்களே மிக அதிகமாக இருக்கிறார்கள். இதற்கு என்ன காரணம்? தவம் செய்கிறவர்கள் இவ்வுலகில் மிகவும் சொற்பம்.

தவம் செய்யாதவர்கள் தான் மிக அதிகம். இதுவே வெற்றியின் ரகசியமாக இருக்கிறது. தவம் என்பதற்குப் பொருள் வெறுமனே கண்களை மூடிக்கொண்டு அமர்ந்திருப்பது அல்ல. எவ்வுயிருக்கும் தீமைச் செய்யாதிருப்பதே தவத்திற்கு அடிப்படை. நம்மை சுற்றியுள்ள சகோதர மக்களுக்குத் தீமை செய்துவிட்டு அம்பிகையைத் தியானம் செய்தால் அந்தத் தவம் பலனைத் தருவதில்லை. இந்த உண்மையைப் புரிந்து கொள்ள வேண்டும். புரையோடிய இடத்தில் பட்டுத் துணியைப் போட்டு மூடாதீர்கள். அப்படி மூடுவதில் மேல் புரையோடத்தான் செய்யும். புரையோடிய பகுதியை வெட்டி எறிந்தால்தான் புரை உடல் முழுவதும் பரவுவதைத் தடுக்க முடியும். ஆகவே எதையும் மூடி மறைக்க வேண்டாம். தூய்மையைப் பெற முடியவில்லை என்றால் அதை மனப்பூர்வமாக ஒப்புக்கொள்ளுங்கள். இந்த நேர்மைதான் உங்களை ஒரு கட்டத்தில் தூய்மையாக்கும். சத்தியமே வெற்றியைக் கொடுக்கிறது. போலித்தனங்கள் தேவையற்றது. போலித்தனம் என்பது தன்னைத்தானே ஏமாற்றிக் கொள்வதுதான்.

ஆகவே முதலில் தருமத்தை நாடுங்கள். ஒழுக்கத்தை நாடுங்கள். சுயநலத்தை வெட்டி எறியுங்கள். பாலாம்பிகை மீது தூய அன்பைப் பொழியுங்கள். ஐம்.... க்ரீம்..... ஸௌ மந்திரத்தின் மகிமை அப்போது உங்களுக்குப் புரியும். அம்மா..... பாலா..... என்னிடத்தில் இருக்கும் அழுக்குகளைப் போக்குவாயாக. என்னைச் சுத்தப்படுத்துவாயாக..... அன்பு என்னும் அமுதத்தை எனக்கு வழங்குவாயாக. பக்தி என்னும் கடலில் என்னை மூழ்கடிப்பாயாக. இப்படி வேண்டிக் கொண்டு ஐம்.... க்லீம்.... ஸௌ மந்திரத்தை இடைவிடாமல் பக்திபூர்வமாக உச்சரியுங்கள். அப்போது சரஸ்வதியாக வந்து ஸித்திகளைத் தருவாள் பாலா.... லீலா..... விநோதினி. காளியாக வந்து ஸித்திகளைத் தருவாள் பாலா.... லீலா..... விநோதினி. லலிதா பரமேஸ்வரியாக வந்து நிலையான

சௌபாக்கிய வாழ்வைத் தருவாள். பாலா.... லீலா..... வினோதினி. இதுவே தராக மந்திரம். இதுவே ஸித்திகளை அடையும் ரகசியம்.

உங்கள் தவறுகளுக்குப் பிறரைப் பழி சொல்லாதீர்கள். சொந்தக் காலிலேயே நில்லுங்கள். பொறுப்பை ஏற்றுக் கொள்ளுங்கள். நான் அனுபவிக்கும் இந்தத் துன்பத்திற்கு நானே காரணம். ஆகவே நானே தான் இதற்கும் பரிகாரமும் தேடிக் கொள்ள வேண்டும் என்று உறுதிபடுத்திக் கொள்ளுங்கள். நான் படைத்ததை நானே அழிக்க முடியும். மற்றவர்கள் படைத்ததை என்னால் அழிக்க முடியாது. ஆகவே எழுந்திருங்கள். உறுதியுடனும், தைரியத்துடனும் இருங்கள். பொறுப்பு முழுவதையும் உங்கள் தோளிலேயே சுமந்து கொள்ளுங்கள். உங்கள் விதிக்கு நீங்களே காரணம் என்பதைப் புரிந்து கொள்ளுங்கள். நீங்கள் விரும்புகின்ற வலிமையும், உதவியும் உங்களுக்குள்ளேயே இருக்கின்றன. உங்கள் எதிர்காலத்தை நீங்களே உருவாக்கிக் கொள்ளுங்கள். போனது போகட்டும். எல்லையற்ற எதிர்காலம் உங்கள் முன்னே இருக்கிறது.

உங்களுடைய ஒவ்வொரு வார்த்தையும், ஒவ்வொரு எண்ணமும், ஒவ்வொரு செயலும் அதற்கு ஏற்ற பலன்களை உண்டாக்கும் என்பதை எப்போதும் நினைவில் கொள்ளுங்கள். தீய செயல்களும், தீய எண்ணங்களும் புலிகளைப் போல் உங்கள் மீது பாயத்தயாராக இருப்பது உண்மைதான். ஆனால் அதோடு கூடவே நல்ல எண்ணங்களும், நற்செயல்களும் பல்லாயிரக்கணக்கான தேவ தூதர்களைப் போல் உங்களைக் காப்பாற்ற எப்போதும் தயாராகவே இருக்கின்றன. இதை உறுதியுடன் நம்புங்கள். உத்வேகத்துடன் செயல்படுங்கள். அற்ப புத்தி கொண்ட மனிதர்கள் மனிதர்களின் சிறிய குறைகளை பூதாகரமாக்கி அவனைக் கீழே தள்ளிவிட முயல்கிறார்கள். ஆனால் சான்றோர்கள் ஒரு மனிதனிடம் இருக்கும் மிகச்சிறிய நல்ல குணத்தையே மிகப்பெரியதாகும்படி செய்து அவனை சிகரத்தில் ஏற்றி விடுவார்கள். பாலா.... லீலா..... வினோதினி அதே பாசத்துடன் நம்மைச் சிகரத்தில் ஏற்றக் காத்திருக்கிறாள்.

எந்த விதத்திலாவது நம்மைக் கரை சேர்க்க வேண்டும் என்பதே அவளுடைய திருவுளமாக உள்ளது.

ஆகவே நீங்கள் நல்ல குணத்தைப் பெறுங்கள். நல்ல செயல்களைச் செய்யுங்கள். குற்றம் குறைகளைப் பொருட்படுத்தாமல் நல்ல குணத்தையும் நல்ல செயல்களையும் உறுதியாகப் பற்றிக் கொள்ளுங்கள். அப்போது பாலா.... லீலா..... விநோதினி எல்லா வெற்றிகளையும் உங்களுக்குப் பரிசாக அளிப்பதை அனுபவ ரீதியாகவே காண்பீர்கள். இங்கே இன்னொரு விஷயத்தையும் நீங்கள் அறிய வேண்டும். பிற சூழ்நிலைகள் எல்லாவற்றையும் வெற்றி கொள்வது என்பது இயலாத ஒன்று தான். அது நம்மால் முடியாத காரியம் தான். மீன் நீரிலுள்ள தன் எதிரிகளிடமிருந்து தப்பிக்க விரும்புகிறது. அது எப்படி தன் விருப்பத்தை நிறைவேற்றிக் கொள்கிறது? இறக்கையை வளர்த்துக் கொண்டு ஒரு பறவையாவதன் மூலமே..... நீரையோ..... காற்றையோ அது அந்த மீன் மாற்றவில்லை. மாற்றம் அதனிடமே உண்டாகிறது. மாற்றம் எப்போதும் அகச் சார்புடையது. பரிணாம வளர்ச்சியைப் பார்த்தால் எல்லா உயிர்களும் தங்களை மாற்றிக் கொள்வதன் மூலமே இயற்கையை வெல்கின்றன என்பதை அறிகிறோம்.

இந்த உண்மையை மத உணர்வுக்கும், ஒழுக்கக் கோட்பாட்டிற்கும் பொருத்திப் பார்த்தால் தன்னை மாற்றிக் கொள்வதன் மூலம் மட்டுமே தீமையை வெல்ல முடியும் என்பதாகிறது. மனிதனின் அகச்சார்பிலிருந்து தான் அத்வைத நெறிக்கு அதனுடைய முழு சக்தியும் கிடைக்கிறது. துன்பமும், தீமையும் வெளியே இல்லை. ஆகவே அவற்றைப் பற்றிப் பேசுவது பொருளற்றது. பௌதீக விஞ்ஞானம் மற்றும் ஒழுக்கக் கோட்பாடு ஆகியவற்றின் தற்கால ஆராய்ச்சிகளுடன் ஒத்துப்போவது மட்டுமல்லாமல், அவற்றிற்கு ஒருபடி மேலேயும் போயிருக்கும் ஒரே நெறி அத்வைதம்தான். இருப்பது அம்பிகை ஒருத்தியே. வேறுபாடு இல்லை. இதை மூடத்தனமாக நீங்கள் ஏற்க வேண்டாம்.

உங்கள் மனச் சான்றை சோதித்துப்பாருங்கள். பிறகு ஏற்றுக் கொள்ளுங்கள். உங்களை மாற்றிக் கொள்ளாத வரை கடைசிவரை அற்ப மனிதர்கள் மரணப் படுகுழியில் விழுவதைப் போலத்தான் நீங்களும் விழ நேரும். உங்களைத் தூய்மையாக்கிக் கொள்வதே நீங்கள் செய்யும் மாற்றம். இந்த மாற்றத்தை நீங்களே பெறவேண்டும். அதைப் பெற்றுவிட்டால் ஸகல ஸித்திகளும் விரைவில் கை கூடும். தூய்மை அடைந்த மனிதன் அதிக சிரத்தை எடுக்காமலேயே எல்லா ஸித்திகளையும் பெற்றுவிடுவாள். பாலா.... லீலா..... வினோதினிதான் இந்த ஸித்திகளை விரைவாகத் தருபவள்.

+++

5

நீங்கள் நினைக்கும் உருவில் வருவாள் பாலா... லீலா... வினோதினி

அம்பிகை எல்லோருக்கும் தாய். அகில லோகங்களுக்கும் அவளே தாய். ஆனால் அவள் பிள்ளைகளின் மனநிலை என்பது ஒரே மாதிரி இருப்பதில்லை. சட்டை அணிவதில் கூட ஒரு பிள்ளைக்கு வெள்ளை நிறம் பிடிக்கிறது. மற்றொரு பிள்ளைக்கு பச்சை நிறம் பிடிக்கிறது. இனியொரு பிள்ளைக்கு சிவப்பு நிறம். இப்படி மஞ்சள், கறுப்பு என்று ஒவ்வொருவரும் ஒவ்வொரு வித நிறச் சட்டைகளை அணியத்தான் விரும்புகிறார்கள். அதேபோல் உண்ணும் உணவிலும் ஒவ்வொருவரும் ஒவ்வொரு விதம். ஒருவர் விரும்பிச் சாப்பிடுவதை மற்றொருவர் விரும்புவதில்லை. இதேபோல் எல்லாவற்றிலும் வேறுபாடு இருக்கிறது.

தெய்வ வழிபாடு விஷயமும் அப்படியே. ஒருவர் அம்பிகையைத் தவிர வேறு தெய்வத்தை வணங்குவதில்லை ஒருவர் காமாட்சியை இஷ்ட தெய்வமாகக் கொண்டிருப்பார். மற்றொருவர் மீனாட்சியம்மையை இஷ்ட தெய்வமாகக் கொண்டிருப்பார். இன்னுமொருவர் விசாலாட்சியை இஷ்ட தெய்வமாகக் கொண்டிருப்பார். அந்த வரிசையில் காளி, மாரி, சாமுண்டி, சங்கரி, பார்வதி, பவானி, அகிலாண்டேஸ்வரி, பரமேஸ்வரி, இப்படி பல அம்பிகை வடிவங்களை இஷ்ட தெய்வங்களாகப் பக்த கோடிகள் வழிபட்டு வருகிறார்கள். பல ஆறுகள் பல்வேறு திசைகளிலிருந்து ஓடி வந்தாலும் அவை இறுதியில் சமுத்திரத்திலேயே கலக்கின்றன. அதேபோல் பல பெயர்களில் இருந்தாலும் தேவி ஒருத்திதான். பாலாம்பிகையை வழிபடுகிறவர்கள் அவளை பாலாவாகவே காண்பார்கள். வேறு பெயர்களில், வேறு வடிவங்களில் வணங்குபவர்களுக்கு அதே காட்சியை பாலாம்பிகை அருள்வாள்.

பாலாவின் திருக்காட்சியை ஒருவர் கண்டு விட்டால் அவருடைய வாழ்க்கையின் லட்சியம் அக்கணமே நிறைவேறி விடுகிறது. நமக்குள்ளே இருக்கும் பாலா.... லீலா..... வினோதினியை நீங்கள் எந்த வடிவத்திலும் உபாசிக்கலாம். நமக்குள்ளே தேடும் பழக்கத்தை நீங்கள் ஆரம்பிக்க வேண்டும். மனத்தைப் புறத்தில் செலுத்துவதால் உங்கள் சக்தி விரயமாகிறது. உடலுக்கு உண்மையை அறியும் ஆற்றல் இல்லை. அது புறக் கூடு, அவ்வளவுதான். அதற்கு சுய ஒளி இல்லை என்பதை அறியுங்கள். ஆகவே அதனால் அது தன்னையே அறிந்து கொள்ள முடியாது. மனத்தின் விஷயமும் இதுதான். ஏன்? ஏனெனில் மனம் வளரவும், தேயவும் செய்கிறது. சில வேளைகளில் உற்சாகமாகவும், சில வேளைகளில் பலவீனமாகவும் இருக்கிறது. எது வேண்டுமானாலும் மனத்தைப் பாதிக்க முடியும். ஆகவே மனத்தின் மூலம் வீசும் ஒளி அதன் சொந்த ஒளி அல்ல. அப்படியானால் அந்த ஒலி யாருடையது? சாட்சாத்

பாலாவினுடையதுதான். அந்த ஒளியுருவான ஒன்றிலிருந்துதான் அது வரவேண்டும்.

அந்தப் பொருள் தேய்வோ, அழிவோ இல்லாததாக, பிரகாசத்தில் கூடுதல், குறைதல் இல்லாததாக, சொந்த ஒளி உள்ளதாக, ஒளியே உருவானதாகத்தான் இருக்க வேண்டும். ஆத்மாவுக்கு அறிவு இருப்பதாகச் சொல்வது சரியல்ல. ஆத்மாவே அறிவின் வடிவம்தான். பாலா ஆத்ம ஒளியாக இருக்கிறாள். ஆத்மாவுக்கு இருப்பு உண்டு என்று சொல்ல முடியாது. ஆத்மா தான் இருப்பு. ஆத்மா ஆனந்தம் அடைகிறது என்று சொல்ல முடியாது. ஆத்மா தான் ஆனந்தம். ஆனந்தம் அடைவது எதுவுமே அந்த ஆனந்தத்தை வேறு எங்கோ தான் பெற்றிருக்க வேண்டும். அறிவு உடைய எதுவும், அதை வேறு எங்கோ தான் பெற்றிருக்க வேண்டும். இப்படி யோசிக்க கற்றுக் கொள்ளுங்கள்.

இவையெல்லாம் பாலாவிடமிருந்தே வருகின்றன என்ற தெளிவு ஏற்படும். மற்றவற்றை சார்ந்திருக்கும் எதற்குமே இருப்பு இல்லை. எங்கே குணங்கள் இருக்கின்றனவோ அவை உண்மைப் பொருளின் மீது பிரதிபலிக்கப்பட்டவை. ஆத்மாவின் சாரமே அவை அறிவு, இருப்பு, ஆனந்தம் என்பவற்றை ஆத்மா குணங்களாகப் பெற்றிருக்கவில்லை. இது இப்படித்தான் இருக்க வேண்டும் என்று ஏன் நாம் முடிவு செய்ய வேண்டும்? அறிவு, இருப்பு, ஆனந்தம் எல்லாம் ஆத்மாவின் சாரம். இவற்றை அது வேறு எங்கிருந்தும் பெறவில்லை என்பதை நாம் ஒப்புக் கொள்ள வேண்டும். உடலின் ஒளி மனத்திலிருந்து பெறப்பட்டது போல் ஆத்மாவின் ஒளி, ஆத்மாவின் ஆனந்தம் ஆத்மாவின் அறிவு எல்லாம் வேறு எங்கோ பெறப்பட்டது என்று ஏன் சொல்லக்கூடாது. பாலா.... லீலா..... விநோதினி ஆத்ம ஒளியாக இருக்கிறாள்.

அந்த சக்தி மூலமாகவே எல்லாம் வருகின்றன. ஆத்மா தனது குணங்களை வேறு ஓரிடத்திலிருந்து பெறுகிறது

என்றால் அது எங்கிருந்து அது பெறுகிறது? சுய ஒளியுள்ள ஒரு பொருளில் போய்தான் இந்த வாதம் முடிந்தாக வேண்டும். ஒரே சக்திதான் பல பெயர்கள் இட்டு அழைக்கப்படுகிறது என்ற பேருண்மையை அறிந்து கொண்டால் குழப்பத்திற்கு முடிவு கட்டிவிடலாம்.

மனிதன் என்பவன் முதலில் வெளிப் போர்வையாகிய தூய உடல், இரண்டாவது மனம், புத்தி, நான் என்ற உணர்வு இவற்றைக் கொண்ட சூட்சும உடல் இவற்றால் ஆக்கப்பட்டவன் என்று காண்கிறோம். இவற்றிற்கு பின்னனியில்தான் மனிதனின் உண்மையான ஆத்மா உள்ளது. அந்த ஆத்ம ஒளியே பாலா. அவளே பல லீலைகளைப் புரிகிறாள். பல வினோதங்களை நிகழ்த்துகிறாள். அதனால்தான் அவளை பாலா.... லீலா..... விநோதினி என்று அழைக்கிறோம். தூய உடலின் குணங்களும், சக்திகளும் மனத்திலிருந்து பெறப்பட்டவை. மனம் அதாவது சூட்சும உடல் சக்திகளையும், ஒளியையும் அதன் பின்னால் இருக்கும் ஆத்மாவிடமிருந்து பெறுகிறது.

இந்த ஆத்மாவின் இயல்பை பற்றிய பல கேள்விகள் இப்போது எழுகின்றன. ஆத்மா சுய ஒளி பெற்றது. அறிவு, இருப்பு, ஆனந்தம் இவற்றைச் சாரமாகக் கொண்டது. அதாவது சக்திதானந்த இயல்புடையது என்ற வாதத்திலிருந்து ஆத்மாவின் இருப்பு நிரூபிக்கப்பட்டால் ஆத்மா படைக்கப்பட்டதாக இருக்க முடியாது என்பது உறுதியாகிறது. செந்நிற ஒளி உள்ள பிற எதையும் சாராத எந்தப் பொருளும் வேறு எதிலிருந்தும் தோன்றியதாக இருக்க முடியாது. அது எப்போதும் இருந்தது. அது இல்லாத காலமே இல்லை. ஆத்மா இல்லையென்றால் காலம் எப்படி இருக்க முடியும்? காலம் ஆத்மாவில்தான் இருக்கிறது. ஆத்மா தனது சக்திகளை மனத்தின் மீது பிரதிபலிக்கச் செய்து மனம் சிந்திக்கத் தொடங்கும்போதுதான் காலம் பிறக்கிறது. ஆத்மா இல்லை என்றால் நிச்சயமாக எண்ணம் எதுவும் இல்லை. எண்ணம் இல்லாமல் காலம் இல்லை.

காலமே ஆத்மாவில் அடங்கியதாக இருக்கும்போது ஆத்மா காலத்தில் இருப்பதாக எப்படிச் சொல்ல முடியும்? ஆத்மா பிறப்பு இறப்பு அற்றது. ஆனால் அது இந்தப் பல்வேறு நிலைகளின் வழியாகவும் செல்கிறது. தாழ்ந்த நிலையிலிருந்து சிறிது, சிறிதாகத் தன்னை வெளிப்படுத்தியவாறு செல்கிறது. மனத்தின் மூலமாக உடலை இயக்கி தன் மகிமையை வெளிப்படுத்துகிறது. உடலின் மூலமாக வெளி உலகத்தைப் புரிந்து கொள்கிறது. ஓர் உடலை எடுத்துக் கொண்டு அதைப் பயன்படுத்துகிறது. அந்த உடல் நலிந்து போகும்போது வேறு ஒரு உடலை எடுத்துக் கொள்கிறது. அந்த ஆத்மா தான் நம் உண்மையான வடிவம். பாலாவே எல்லா உடல்களுக்குள்ளும் ஆத்மாவாக இருந்து இயக்குகிறாள். அந்த ஒரே சக்திதான் உலக உயிர்களை இயக்குகிறது. ஆகவே அந்தத் தூய ஒளியை எந்த வடிவில் தியானித்தாலும் எப்பெயரிட்டு அழைத்தாலும் அந்த வடிவில் தோன்றி பாலா காட்சி தருவாள்.

இதுவே சத்தியம். வேறுபாடுகளை வளர்த்துக் கொண்டு காலத்தை விரயம் செய்ய வேண்டாம். உடல் தூய்மை, உள்ளத் தூய்மை ஆகியவற்றைக் கடைபிடித்து பாலாவைத் தியானம் செய்யுங்கள். அல்லும் பகலும் தியானம் செய்யுங்கள். பாலா உறுதியாகக் காட்சி தருவாள். உள்ளத் தூய்மை பெற்றவள் எந்த வடிவை தெய்வமாகப் பாவித்து தியானம் செய்தாலும் பாலா அந்த வடிவில் அவளுக்குக் காட்சி தருவாள். அதனால் தான் பாலா.... லீலா..... விநோதினி என்று அவளை அழைக்கிறோம்.

✦✦✦

6

பசிக்கும் முன்னே பால் வார்க்கும் பாலா

பெற்றெடுத்த தாய் தன் குழந்தை பசியால் வருந்துவதற்கு முன்பே பால் தரும் பாசம் கொண்டவள் என்பது நமக்குத் தெரியும். அதேபோல் பாலாம்பிகை நம் பசியை அறிந்து பால் வார்க்கும் கருணையுள்ளவள். இங்கே பசி என்று கூறுவது வெறும் வயிற்றுப் பசியை மட்டும் குறிப்பிடுவதன்று. அறிவுப் பசி, ஆன்மிகப்பசி, சத்தியத்தை அறியும் பசி..... என்று பல பசிகள் உள்ளன. யார் எந்தப் பசியைக் கொண்டிருக்கிறாரோ அப்பசியை முதலில் நீக்குகிறாள் பாலா.

இவை வையகத்தில் எடுத்த எடுப்பில் வெறும் ஆன்மிக தாகம் கொண்டவர்களாக இருப்பதில்லை. பெரும் தவசிகளாக இருப்பவர்கள் கூட கடந்த காலங்களில் லௌகீக ஆசைகளைக் கொண்டவர்களாக இருந்தவர்கள் தான். ஆகவே தவம் செய்வது, தெய்வத்தைத் தரிசனம் செய்வது ஆகியவை முனிவர்கள் செய்ய வேண்டியது. நமக்கும் அதற்கும் சம்பந்தம் இல்லை என்று பலர் நினைக்கிறார்கள். இது தவறு. நம் ஒவ்வொருவருக்குள்ளும் பாலாம்பிகை ஒளிவீசிக் கொண்டிருக்கிறாள். குழந்தைகளின் ஜீரண சக்திக்கு ஏற்றவாறு ஒரே கறியை பலவிதமாக தாய் சமைத்துப் பரிமாறுவது போல தன் பிள்ளைகளின் பக்குவத்திற்கு தகுந்தவாறு அவள் அனுக்கிரகம் செய்கிறாள். பொன்னையும், பொருளையும் கேட்டவர்களுக்கு அவள் வாரி வழங்குகிறாள். கல்வி, வித்தை மற்றும் கலைகளை விரும்புகின்றவர்களுக்கும் அதனை அருள்கிறாள். இவையெல்லாம் தேவையில்லை..... அம்மா உன் திருக்காட்சி ஒன்றே வேண்டும். வேறு எதிலும் எனக்கு நாட்டமில்லை என்று கூறும் பிள்ளைக்குத் தன் தரிசனத்தை அன்னை பாலாம்பிகை தருகிறாள்.

இதில் எவ்வித ஐயப்பாடும் இல்லை. பாலா தேவியின் பக்தர்கள் எப்போதும் க்ஷேமப் பாதையில் சென்று கொண்டிருக்க பாலா மிகவும் ஆவலோடு அருள்கிறாள். பாலாதேவியின் தளிர்களின் சரணங்களில் நம்மை முழுமையாய் ஒப்படைத்து விடவேண்டும். பாலாவின் நாம உச்சாடணமும், பக்தியும் மண்ணில் இந்திர லோகத்தைக் கொண்டு வந்துவிடும். எல்லா ஐஸ்வர்யமும் வந்து விடுகிறது. எல்லா போக போக்கியமும் வந்துவிடுகிறது. ஸௌபாக்கியம் நிரம்ப இருக்கும். ஸ்ரீபாலாவின் ஸஹஸ்ர நாமாவளிகள், கவசம், ஸ்தல ராஜம், ஹ்ருதயம், யாவும் பாலாவின் பக்தர்களுக்காகத் தரப்பட்டிருக்கிறது.

இனி எவரும் துயரப்பட வேண்டாம். இனி வேதனையால் புலம்ப வேண்டாம். இனி நமக்குத் துணையில்லையே என்று ஏங்குபவர்களுக்கு பாலா இந்நூலின் வாயிலாகத் தன்னை வெளிப்படுத்தி துணை நிற்கிறாள்.

இதனை மறக்க வேண்டாம். ஐம்.... க்லீம்.... ஸௌ என்னும் மந்திரத்தை உச்சரிக்க உச்சரிக்க பாலா தேவியின் அருள் உங்களிடம் நிறைவதைக் காண்பீர்கள். நீங்கள் பாலாவின் அருளைப் பெற்றவர்கள் என்பதற்கு அடையாளங்கள் உள்ளன.

1. நினைத்தவை யாவும் கைகூடுதல்.

2. தம்மை அண்டிய பக்தர்களுக்கு அபாயம் ஏற்படாமல் தடுத்து அருள்புரிதல்.

3. நாம் விரும்பிய தேவதைகளை நினைத்தபோது தம் ஊனக் கண்களாலேயே காணும் ஆற்றல் பெறுதல்.

4. பிறரது நலனுக்காகச் செய்யப்படும் மந்திரப் பிரயோகங்கள் எளிதில் வெற்றி பெறும் திறன் பெறுதல்.

5. பரகாயப் பிரவேசம் செய்வதில் ஸித்தி பெறுதல்.

6. இந்திராதி தேவர்களுக்குரிய பட்டணங்களிலும் தடையின்றி நுழையும் ஆற்றல் பெறுதல்.

7. ஸ்தூல உடலுடன் அல்லது ஸ்தூல உடலை ஒரு சட்டையைப் போல் கழற்றி வைத்துவிட்டு மேலே கிளம்பி ஆகாயத்தில் சஞ்சாரம் செய்யும் ஆற்றல் பெறுதல்.

8. அசையும் பொருள், அசையாப் பொருள் ஆகிய எதிலும் கலந்து தாமும் அப்பொருளாகவே வடிவம் தாங்கி நாம் விரும்பும் காலம் வரை அவ்வாறே இருக்கும் ஆற்றல் பெறுதல்.

9. விண்ணகத்தில் உலவக்கூடிய தேவதைகளுடன் கூடி மகிழ்ந்து அவர்களுடன் பேசி அவர்களின் வரலாறுகளை அறியும் திறன் பெறுதல்.

10. பூமிக்குள் மறைந்து கிடக்கும் புதையல் போன்றவற்றை வேறு கருவிகளின் உதவியின்றி தன் ஊனக் கண்களாலேயே கண்டறியும் ஆற்றல் பெறுதல்.

11. தாம் விரும்பியபோது பாதாளம் போன்ற உலகங்களுக்குச் சென்று திரும்பி வரும் ஆற்றல் பெறுதல்.

12. பாதுகா ஸித்தி, அஞ்சன ஸித்தி, குளிகா ஸித்தி, வவிர ஸித்தி, ஆகியவற்றை அடையும் ஆற்றல் பெறுதல்.

13. அணிமா முதலிய எண்வகை ஸித்திகளைப் பெறுதல்.

14. சரீரம் விழுந்ததும் மோட்ச சாம்ராஜ்ஜியத்தை அடையும் திறன் பெறுதல்.

15. எல்லா உயிர்களிடமும் அதிக அளவில் புகழ் அடைதல்.

16. வாகனங்கள்.... ஆபரணங்கள் ஆகிய ஸெபாக்கியங் களைப் பெறுதல்.

17. தீர்க்காயுளுடன் இருத்தல்.

18. அரசர்களையும் அழகிய பெண்களையும் ஆகர்ஷிக்கும் ஆற்றல் பெறுதல்.

19. நோய்களின் பாதிப்பின்றி பூரண நலனுடன் வாழ்ந்திருத்தல்.

20. பிறரது நோய்களையும், விஷம் தீண்டியதைப் போன்ற நிலைகளையும் தம் பார்வையினாலேயே நீக்கும் திறன் பெறுதல்.

21. நன்கு பேசுதல், முன்னோர் இயற்றிய அரிய நூல்களுக்கு அற்புதமான தெளிவுரை தருதல், எந்தச் சபையிலும் எதிரிகளுடன் வாதம் செய்து வெற்றி காணுதல், மகா கவியாக விளங்குதல் ஆகிய நான்கு வகைகளிலும் சிறந்த புலமை பெறுதல்.

22. நிலையற்ற உலகியல் பொருள்கள் மீது நாட்டம் கொள்ளாமை.

23. தாம் முக்தியடைய வேண்டும் என்பதில் அளவற்ற அவா உண்டாதல்.

24. தம்மிடமுள்ள பொருள்களைப் பிறருக்கு எளிதில் வழங்கும் கொடைத்தன்மை.

25. மக்கள் அனைவரையும் வசீகரித்து தம்பால் ஈர்த்துக் கொள்ளும் வல்லமை.

26. அஷ்டாங்க யோகத்தில் பயிற்சி அடைதல்.

27. உலகிலுள்ள சுகங்களை அனுபவிக்க வேண்டும் என்ற விருப்பத்தை துறந்து விடுதல்.

28. உலகில் உள்ள எல்லா உயிர்களிடமும் கருணை காட்டி வாழ்தல்.

29. எல்லா ஞானங்களும் நிரம்ப பெறுதல். மற்றவர்கள் பாராட்டக்கூடிய அளவுக்கு அறிவும், பிரகாசமும் உள்ளவராக திகழ்தல்.

இப்படிப் பல அடையாளங்கள் உண்டாகும் ஐம்.... க்லீம்.... ஸௌ மந்திரத்தின் இந்த ஆற்றலை நீங்கள் பயன்படுத்துங்கள். அனுபவ ரீதியாகவே ஆற்றல்களைப் பெறுவீர்கள்.

இதுவே பாலா.... லீலா..... விநோதினியின் மகிமை. பசிக்கும் முன்னே பால் வார்ப்பாள் என்பதன் பொருள். நீங்கள் விரும்புவதை முன்னதாகவே அளிப்பவள் என்பதாகும். முதலில் விரும்பியதைக் கொடுத்து பிறகு நிலையானதை உணர வைப்பதே அவள் லீலா விநோதம். தாயின் சரணங்களை உறுதியாகப் பற்றிக் கொள்ளுங்கள். உங்கள் தேவைகள் அனைத்தையும் ஒரு நொடியில் வழங்குவாள் பாலா.... லீலா..... விநோதினி....!

✦✦✦

7

திரிபுர சுந்தரியின் ஆலயத் தத்துவங்கள்

திரிபுர சுந்தரியாக, பாலாம்பிகையாகத் திகழும் அன்னையே பல திருத்தலங்களில் பல்வேறு பெயர்கள் கொண்டு அருளாட்சி செய்கிறாள்.

காஞ்சியிலே தவம் புரியும் காமாட்சி

SREE KANCHI KAMAKSHI AMBAL
ஸ்ரீ காஞ்சி காமாக்ஷி அம்பாள்

பிருத்வி க்ஷேத்திரம் என விளங்கும் காஞ்சித் திருத் தலத்தில் காமாட்சியாக விளங்குகிறாள் அன்னை. மண்ணையே உருண்டையாகப் பிடித்து லிங்க வடிவமாய் அமைத்து வைத்து அம்பிகை ஈசனை வழிபட்ட தலம் காஞ்சிப் பதியாகும். கோயில் கள் நிறைந்து விளங்கும் காஞ்சியிலே திருக்கோயில் கொண்டு எழுந்தருளியிருப் பவள் அன்னை காமாட்சி.

கலைமகளையும், திருமகளையும் தன் இரு கண்களாய் உடையவள் என்பதே காமாட்சி என்ற பெயரின் பொருள்.

கா – சரஸ்வதி

மா – மகாலட்சுமி

அட்சி – கண்ணாக உடையவள்

இதுவே காமாட்சி பெயர் தத்துவம். பாலாம்பிகையே இங்கே காமாட்சியாக அருள்புரிகிறாள்.

இன்னும் வேறு வகையில் காம – ஆட்சி எனப் பிரித்து காமம் – விருப்பம், ஆட்சி – அருள்பவள் எனப் பொருள் கொண்டு அடியவர்கள் விருப்பங்கள் எல்லாம் அப்படியே நிறைவேற்றி அருள்பவள் காமாட்சி என்பதாகும். மேலும் 'க' பிரம்மனையும், 'அ' திருமாலையும், 'மா' உருத்திரனையும், ஆட்சி – தன் கண்களால் படைப்பவள் என்பது பொருளாகும். இக்காமாட்சி அறம் வளர்த்த நாயகியாவாள். பரமேஸ்வரன் தனக்களித்த இரண்டு நாழி நெல்லைக் கொண்டே இவ்வுலகில் 32 வகை அறங்களைச் செய்தவள்.

மதுரை மீனாட்சி

காஞ்சிபுரத்தை அடுத்து சக்திபீடத் தலங்கள் வரிசையில் இரண்டாவது தலமாக அமைந்துள்ளது. மதுரை மீனாட்சி அம்மன் திருத்தலமாகும். சுந்த ரேஸ்வர பெருமானுடன் மீனாட்சியம்மை இணைந்து வீற்றிருந்து அருள் புரியும் சிறப்பான திருத்தலம்.

மீனம் – மீன், அட்சி – கண்களை யுடையவள். மீன் + ஆட்சி = மீனாட்சி. தன் முட்டைகளை கண்ணால் பார்த்து அந்தக் கண் பார்வைத் திறனால் அந்த முட்டைகளிலிருந்து குஞ்சுகளைத் தோன்றச் செய்து காப்பாற்றும் தன்மையுடையது மீன் இனம். அதைப்போலவே உலகில் தோன்றும் உயிர்களை யெல்லாம் தன் பரிவும், பாசமும் கலந்த கடைக்கண் பார்வைத் திறத்தால் காத்தருள்பவள் அன்னை மீனாட்சி என்பது சிறப்பான பொருளாகும். பல்வேறு சிறப்புகளைத் தன்னிடத்தே கொண்டு விளங்குவது மதுரையம்பதி. இங்கே தம் குழந்தைகளாகிய உலக உயிர்களுக்கெல்லாம் செல்வச் செழிப்பை அருள்பவளாக – பசுமை நிறத் திருமேனியளாக – அழகிய பசுங்கிளியை ஏற்றிய கரத்தினளாக மீனாட்சி விளங்குகிறாள். இவளே பாலாம்பிகை இவளே திரிபுர சுந்தரி.

காசி விசாலாட்சி

மக்கள் யாவரும் அடிக்கடி வாய்மொழி வழக்கில் காஞ்சி காமாட்சி, மதுரை மீனாட்சி, காசி விசாலாட்சி என்று கூறும் வாசகத்திலுள்ள வரிசைப்படி அடுத்து காசி விசாலாட்சி திருத்தலம். கங்கைக்கு நிகரான நதியுமில்லை, காசிக்கு நிகரான

பதியுமில்லை எனும் இந்துவகளின் கொள்கைப்படி சிறப்புற்று விளங்குவது காசித் திருத்தலம். பாரதத்தின் தென் பகுதியில் அன்னை காமாட்சி, மதுரை மீனாட்சி என்னும் திருநாமங்களுடன் விளங்கி அருள்புரியும் அன்னை வட நாட்டில் காசித் திருத்தலத்தில் விசாலாட்சி என்ற திருநாமத்துடன் எழுந்தருளி அருளாட்சி புரிந்து வருகிறாள். புண்ணிய நதியான கங்கையின் கரையில் அமைந்து விளங்கும் காசித் திருத்தலம் மிகவும் முக்கியத்துவம் வாய்ந்ததாகும். தன்னை அன்புடன் வணங்கி வழிபடுகிறவர்களின் வாழ்வில் ஏற்பட்ட வாட்டங்களைப் போக்கி அவர்களின் விருப்பங்களை நிறைவேற்றி அருள்புரிந்து காக்கும் அன்னை இங்கே விசாலாட்சி என்ற திருநாமத்துடன் வீற்றிருக்கிறாள். இவளே திரிபுர சுந்தரி. இவளே பாலாம்பிகை.

கன்னியாகுமரி பகவதி

பாரத பூமியின் தென் எல்லையாக விளங்கும் கன்னியா குமரிப் பகுதியில் சக்தி பீடங்களுள் ஒன்றாகத் திகழும் பதியில்

எழுந்தருளியுள்ள அன்னையின் திருநாமம் பகவதி என்பதாகும். அரபிக்கடல், வங்காளக் கடல், இந்துமாக் கடல் ஆகிய முக்கடல்களின் அலைகரங்களும் ஒருங்கிணைந்து அன்னையின் மலர்ப் பாதங்களை ஓயாமல் வருடி மகிழும் திருத்தலம் கன்னியா குமரி. இங்கே பகவதி என்னும் திருநாமத்துடன் எழுந்தருளியுள்ள அன்னையின் பேரெழிலைக் கண்டு அன்னையை மணம் புரிய வேண்டு மென்னும் பெரு விருப்பம் கொண்டு அதன்

பொருட்டு தேவர்களை அணுகினார் தாணு மாலயக் கடவுள். இவர் கன்னியாகுமரியிலிருந்து 8 கி.மீ. தொலைவிலுள்ள சுசீந்திரம் என்னும் திருக்கோயிலில் எழுந்தருளியிருப்பவர். (தாணு - சிவன் - மால் - மகாவிஷ்ணு, அயன் - பிரம்மா)

தாணு மாலயன் என்பதற்கு இதுவே பொருள். திரிபுர சுந்தரி என்னை கன்னியாகுமரி என்னும் திருநாமத்துடன், லோக க்ஷேமத்திற்காக ஓயாமல் தவம் செய்துவரும் நிலையில் தாணு மாலயனின் திருமண விருப்பத்தையறிந்த தேவர்கள் அதிர்ச்சி யடைந்தனர். அன்னை திருமணம் புரிந்து கொண்டால் பின்னர் அவள் தவம் தடைபடும். அசுரர்களை அழிக்க முடியாது. எனவே யோசித்த தேவர்கள் நாரதரையும் கலந்து ஆலோசித்தார்கள்.

நாரதர் ஒரு யோசனை கூறினார். அதன்படி கன்னியா குமரியை மணப்பதானால் இரண்டு நிபந்தனைகளை நிறைவேற்ற வேண்டும் என்று தாணுமாலயனிடம் நாரதர் தெரிவித்தார். சீதனப் பொருள்களாக கண்ணில்லாத தேங்காய், கணுவில்லாத கரும்பு, காம்பில்லாத வெற்றிலை, இதழ் இல்லாத மலர் ஆகியவற்றைக் கொண்டு வர வேண்டும். சூரிய உதயத்தில் நிகழும் திருமண முகூர்த்தத்திற்கு ஒரு நாழிகைக்கு முன்னரே மணமகன் மணவறைக்கு வந்து விடவேண்டும். இவையே அந்த இரு நிபந்தனைகள். இந்த நிபந்தனைகளை நிறைவேற்றுவதாக வாக்குறுதி கொடுத்த தாணுமாலயன் அதன்படியே சீதனப்பொருள்களையெல்லாம் வண்டியில் ஏற்றி அனுப்பி வைத்துவிட்டுத் தாமும் நள்ளிரவிலேயே புறப்பட்டார்.

தாணுமாலயன் கடந்து கொண்டிருந்த வழியில் நாரதர் தந்திரமாக சேவல் உருவெடுத்து வந்து 'கொக்கரக்கோ' என்று குரல் எழுப்பினார். தாணுமாலயன் திடுக்கிட்டு விடிந்துவிட்டது போயிருக்கிறதே.... நாம் சொன்ன வாக்குறுதியிலிருந்து வழுக்கி விட்டோமே என்ற எண்ணத்துடன் பயணத்தைத் தொடர விருப்பமின்றி சுசீந்திரத்திற்கே திரும்பிவிட்டார். இப்படி அவர் திரும்பிய

இடம் இன்றும் வழுக்குப் பாறை என்ற பெயரால் வழங்கப்பட்டு வருகிறது. இந்த இடத்தில் சேவலின் கால் தடமும், தாணுமாலயனின் திருவடிகள் பட்ட தடமும் பதிந்துள்ளதை இன்றும் காணலாம். மேலும் அன்னைக்கு வந்த சீதனப் பொருள்களெல்லாம் வீசியெறியப்பட்டதால் அவை குமரிக் கரையில் பல வண்ணங்களில் மலையாகவும், குன்றுகளாகவும் பரவிக் கிடப்பதாக ஐதீகம் நிலவுகிறது. இவையெல்லாம் உலக நலனுக்காக சிவசக்தி விளையாடிய திருவிளையாடல்களே ஆகும். கன்னியாகத் தவம்புரியும் பகவதி திரிபுர சுந்தரியே. பாலாம்பிகையே இப்படி பல திருத்தலங்களில் அவளுடைய அருளாட்சி நடந்து கொண்டிருக்கிறது.

அவளின் லீலா வினோதங்களுக்கு அளவில்லை. ஏட்டில் எழுத முடியாத லீலைகளைக் கொண்டவள் பாலா. இந்த லீலைகள் அனைத்தும் உலகத்து உயிர்களைக் கரை சேர்க்கவே நிகழ்த்தப்படுகிறது. நமக்குள்ளே ஒளிரும் ஆத்ம ஒளியை வெளிப்படுத்தவே படைத்தல், காத்தல், அழித்தல் ஆகிய முத்தொழில்களை அவள் இயற்றிய வண்ணம் இருக்கிறாள். பாலாம்பிகை எழுந்தருளிய ஒவ்வொரு ஆலயத்திற்கும் ஒவ்வொரு சிறப்புகள் உள்ளன..... அவற்றை வாசித்து அந்தத் தத்துவங்களைப் புரிந்து கொள்ள வேண்டும். அன்னை நமக்குள்ளேயே இருக்கிறாள் என்பதுதான் சத்திய தத்துவம். திருத்தலம் என்பது அதன் நகல் அவ்வளவுதான். இதைப் புரிந்து கொண்டு பாலாவைத் தியானம் செய்யுங்கள். அந்தப் பாலா.... லீலா..... விநோதினி தன் திருக்காட்சியைத் தருவாள். ஸௌபாக்கியங்களை அருள்வாள். இது உறுதி.

✦✦✦

8

ஊனெல்லாம்... உயிரெல்லாம் தித்திக்கச் செய்வாள் திரிபுர சுந்தரி

ஊன் என்பது நமது உடல். உயிர் என்பது அதை இயக்கும் சக்தி. இந்த உடல் அழிகிறது. உயிர் பறக்கிறது. இதைத்தான் நாம் அனுதினமும் இந்த உலகில் கண்டு வருகிறோம். ஆனால் இந்த உடலை அழியாமல் காக்க முடியும். உயிரை உடலிலேயே தங்க வைக்கவும் முடியும். இதனை பல சித்த புருஷர்கள் நிரூபித்து இருக்கிறார்கள். திருமூலர் 3000 ஆண்டுகள் தியானித்து திருமந்திரத்தை அருளினார். இன்றும் பல சித்தர்கள் உடல்களோடு வாழ்ந்து கொண்டிருக்கிறார்கள். உலகில் வாழும் ஊனக்கண் கொண்டோர் அதைக் காண முடியாமல் இருக்கிறார்கள். அன்னையின் அருள்சக்தி

கூடினால் மரணமில்லா வாழ்க்கை சாத்தியமே. இதில் வியப்பு ஏதும் இல்லை.

உடல் என்பது ஆத்ம ஒளியை அறிவதற்காக நமக்கு வழங்கப்பட்டிருக்கும் ஒரு கருவி. அந்தக் கருவியை வேறு விஷயங்களுக்குப் பயன்படுத்துவதன் காரணமாகவே மரணம் என்ற பெயரில் உடல் அழிகிறது. எந்த வேலைக்காக உடல் கொடுக்கப்பட்டதோ அந்த வேலையைச் செய்யாமல் போகங்களுக்காக அதைப் பயன்படுத்துகிறவர்கள் உடலை இழக்கிறார்கள். இப் பேருண்மையைப் புரிந்து கொள்ளுங்கள். அன்னை பாலாம்பிகையை ஐம்.... க்லீம்.... ஸெள என்னும் மந்திரத்தைக் கூறி தியானம் செய்யச் செய்ய நீங்கள் வலிமையைப் பெறுவீர்கள். அப்போது உங்கள் ஊனெல்லாம்.... உயிரெல்லாம் தித்திக்கச் செய்வாள் பாலா.... லீலா..... விநோதினி.

இதனை நீங்கள் அனுபவரீதியாகவே உணர முடியும். நம் வாழ்க்கையைச் சரியான பாதையில் திருப்பினால் உடலும், உயிரும் அழியாது. சரியான பாதையில் செல்லத் தவறினால் உடல் அழிகிறது. பிறவிகள் தொடர்கின்றன. முற்பிறவி நினைவுகள் இருக்க வேண்டும் என்பது மறுபிறவி கொள்கைக்கு அவசியமில்லை. ஆனாலும் இந்த முற்பிறவி நினைவுகள் சில வேளைகளில் வருகின்றன என்பதற்கு ஆதாரம் உள்ளது. எந்தப் பிறவியில் நாம் முக்தர்களாக ஆகிறோமே அந்தப் பிறவியில் நம்முடைய எல்லா முற்பிறவி நினைவுகளும் நம் ஒவ்வொருவருக்கும் வரும்.

அப்போதுதான் இந்த உலகமே ஒரு கனவு என்பதை நாம் உணர்வோம். அப்போதுதான் உலகமே ஒரு நாடக மேடை. நாமெல்லாம் அதில் நடிக்கும் நடிகர்கள் என்பதை நம் அந்தராத்மாவில் உணர்வோம். அப்போதுதான் பற்றின்மை என்ற கருத்து நம்மிடம் இடிபோல் உறுதியாக நிலை பெறும். அப்போது தான் வாழ்க்கையின் இன்பங்களுக்கான தாகம், உலகின் மீதும், வாழ்வின் மீதும் நமக்குள்ள மோகம் எல்லாம் என்றென்றைக்குமாக மறையும்.

இவற்றையெல்லாம் எத்தனை முறை அனுபவித் திருக்கிறோம், எத்தனை கோடி தந்தையர், அன்னையர், மகன்கள், மகள்கள், கணவர்கள், மனைவிகள், உற்றார் உறவினர், பணம், பலம், எல்லாவற்றையும் பெற்று வாழ்ந்திருக்கிறோம் என்பது அப்போது வெட்ட வெளிச்சமாகத் தெரியும். அவையெல்லாம் வந்து போய்க் கொண்டிருந்தன. எவ்வளவு தடவை நாம் வாழ்க்கை அலையின் உச்சியில் இருந்திருக்கிறோம்? எத்தனை தடவை நம்பிக்கையை இழந்து வாழ்க்கையின் முடிவுக்கே சென்றதுபோல் தவித்திருக்கிறோம். இதெல்லாம் நினைவு வரும் போதுதான் உலகம் நம்மை வெறுப்போடு பார்த்தாலும், நெஞ்சை நிமிர்த்தி நாம் புன்னகை செய்வோம். அப்போதுதான் தைரியமாக எழுந்து நின்று மரணமே..... உன்னைப் பற்றிக் கூட எனக்குக் கவலை கிடையாது. உன்னால் என்னைப் பயமுறுத்த முடியாது என்று கூறுவோம். இந்த நிலை எல்லோருக்கும் வரும். எப்படி வரும்....? சுகபோகங்களை அனுபவித்துக் கொண்டே வாழ்வதால் வருமா? ஒருபோதும் வராது.

பாலாம்பிகையின் திருவடிகளில் மனதைப் பரிபூரண மாகச் சமர்ப்பணம் செய்யுங்கள். அவளையே தியானம் செய்யுங்கள். அம்மா செல்வம் வேண்டாம்..... பட்டம்.... பதவி.... எதுவும் வேண்டாம். இந்த உலகப் பந்தங்களிலிருந்து என்னை விடுவித்து விடு. எந்த லௌகீக சுகமும் எனக்குத் தேவையில்லை என்று கூறவேண்டும். இப்படிக் கூறும் துணிவு உங்களிடம் இருக்கிறதா.....? அப்படி யென்றால் உங்கள்

ஊனெல்லாம்..... உயிரெல்லாம் தித்திக்கச் செய்வாள் பாலாம்பிகை. உலகப் போகங்களை அனுபவித்துக் கொண்டே முக்தியைப் பெறலாம் என்று சொல்பவர்கள் பொய்யர்கள் என்று அடையாளம் காணுங்கள். தியாகம் இல்லாமல் எந்த விடுதலையும் கிடைப்பதில்லை. ஆகவே அன்னை பாலாம்பிகையின் திருவடிகளையே நினையுங்கள். தீயசெயல்களை விலக்குங்கள். தீய எண்ணங்களை அழித்துவிடுங்கள்.... சுயநலத்தை விரட்டியடியுங்கள். அப்போது ஊனெல்லாம்..... உயிரெல்லாம் தித்திக்கச் செய்வாள் பாலா.... லீலா..... வினோதினி. தாயின் திருவடிகளைச் சரண் புகுகிறவர்கள் தடைகளையெல்லாம் தகர்த்துக் கொண்டு முன்னேறுவார்கள். அவர்களை யாரும் தடை செய்ய முடியாது. துன்பம் விளைவிக்கவும் இயலாது. பாலா.... லீலா..... வினோதினி என்ற இந்நூல் உங்கள் முற்பிறவிகளின் புண்ணிய வசத்தால் தான் கிடைத்துள்ளது. இது பாலா அளித்த நூல். அவள் கருணையால் மலர்ந்த நூல். இந்நூலை வாசித்து சகல ஸௌபாக்கியங்களையும் பெறுங்கள்.

+++

9

நவராத்திரி பூஜை

புரட்டாசி மாதத்தில் நவராத்திரி பூஜையின்பொழுது ஒன்பது நாள்களுக்கு அன்னை தவமிருந்து பத்தாம் நாளன்று இறைவனுடன் இணைந்து சிவசக்தி ஐக்ய ரூபிணியாக ஆவதை முன்னிட்டு, அந்தப் பத்து நாள்களிலும் கன்னிப் பெண்களைப் பூஜிப்பது மிகவும் விசேஷமாகும்.

ஒவ்வொரு நாளும் இரண்டு வயதுப் பெண் குழந்தை முதல் பத்து வயதுப் பெண் வரை, ஒவ்வொரு குழந்தையாக, அல்லது முதல் நாள் ஒரு குழந்தை, இரண்டாம் நாள் இரண்டு குழந்தைகள் என்ற முறையிலோ தேர்ந்தெடுத்து, அம்பாளின் ஒவ்வொரு திருநாமத்தை அவர்களுக்குக் கற்பனையாக இட்டு பூஜை செய்து வரவேண்டும். வரிசைப்படி அதன் பலன்களைக் காண்போம்.

நாள்	வயது	பெயர்	பயன்
1.	2	குமாரி	தரித்திர நாசம்
2.	3	திரிமூர்த்தி	தனதான்யப் பெருக்கம்
3.	4	கல்யாணி	பகை நீங்குதல்
4.	5	ரோஹிணி	கல்வி வளர்ச்சி
5.	6	காளிகா	துன்பம் நீங்குதல்
6.	7	சண்டிகா	செல்வம் பெருகுதல்
7.	8	ஸாம்பவி	க்ஷேம விருத்தி
8.	9	துர்க்கா	பயம் அகலுதல்
9.	10	சுபத்ரா	சர்வமங்களங்களும் உண்டாகும்

இந்தப் பூஜையை பாலா மந்திரத்தால் செய்வது மிகவும் விசேஷமாகும்.

இந்தப் பாலா மந்திரத்திலுள்ள மூன்று பீஜங்கள் ஸ்ரீ வித்யா பஞ்சதசாக்ஷரீயின் மூன்று கூடங்களாக அமைந்துள்ளன. இவற்றை முறையே வாக்பவ, காமராஜ, சக்தி கூடங்கள் என்பர்.

லலிதா ஸஹஸ்ரநாமத்தில், இதையே

ஸ்ரீமத் வாக்பவ கூடக ஸ்வரூப முக பங்கஜா
கண்டாத கடிபர்யந்த மத்யகூட ஸ்வரூபிணி
சக்தி கூடைக கதா பந்ந கட்யதோ பாகதாரிணி

என்று சொல்லப்பட்டுள்ளது. (முகம் & வாக்பவம் கண்டம் முதல் இடுப்புவரை. காமராஜம் - இடுப்பு முதல் பாதம் வரை)

இந்தப் பூஜையில் பூஜிக்கப்படும் ஒன்பது கன்னியரும் துர்க்கையின் சொரூபங்களேயாவர்.

மந்திராக்ஷர மயிம் தேவிம் மாத்ருகா ரூபதாரிணிம்|
நவதுர்க்காத்மிகாம் சாக்ஷாத் கன்யா
மாவாயஹாம் யஹம்||

முதல் நாள் : குமாரி

தியானம்:

பத்ம மத்யே ஜகத்பூஜ்யே ஜகத் வந்த்யே
சர்வ சக்தி ஸ்வரூபிணிம் பூஜாம் கிரஹாண
கௌமாரிம் ஜகன்மாதா: நமோஸ்துதே.

ஓம் குமார்யை நம:
ஓம் பத்ம ரூபாயை நம:
ஓம் ருத்ர ரூபாயை நம:
ஓம் கால ரூபிண்யை நம:
ஓம் புஷ்பப் பிரியாயை நம:
ஓம் சந்திர வதனாயை நம:
ஓம் சந்திர கண்டாயை நம:
ஓம் அட்ட ஹாஸாயை நம:
ஓம் மகா ஜ்வாலாயை நம:
ஓம் கௌமார்யை நம:

இரண்டாம் நாள் : திரிபுரை

தியானம்:

த்ரிபுராம் த்ரிபுராதாராம் ஞானமார்க்க ஸ்வரூபிணிம்
த்ரைலோக்ய வந்திதாம் தேவீம் திரிபுராம் பூஜயாம் யஹம்||

ஓம் பகமாலின்யை நம:
ஓம் ஜகத்தாத்ரே நம:
ஓம் ஜனப்ரியாயை நம:
ஓம் ஜன்ம ரஹிதாயை நம:
ஓம் மஹா ஜ்வாலாயை நம:
ஓம் மஹா தேவ்யை நம:
ஓம் ஸிம்ஹவாஹின்யை நம:
ஓம் யசோவத்யாயை நம:
ஓம் திரிபுராயை நம:

மூன்றாம் நாள் : கல்யாணி

தியானம்:

காலி சாந்து கலா தீதாம் காருண்யவரதாம் சிவாம்
கல்யாண ஜனனிம் நித்யாம் கல்யாணிம் பூஜாம்யஹம்

ஓம் கமலாயை நம:
ஓம் கோரரூபிண்யை நம:
ஓம் சாமுண்டாயை நம:
ஓம் சஸ்திர தாரிண்யை நம:
ஓம் பலிப்ரியாயை நம:
ஓம் சத்ருதாபிண்யை நம:
ஓம் கலாவத்யை நம:
ஓம் சண்டமுண்ட நிக்ஷூ தின்யை நம:
ஓம் கல்யாண்யை நம:

நான்காம் நாள் : ரோஹிணி

தியானம்:

அணிமாதி குணோத்பேதாம் அகமாத்ய க்ஷராத்மிகாம
அனந்த சக்தி சஹிதாம் ரோஹினீம் பூஜயாம்யஹம்|

ஓம் ப்ரஹ்மண்யை நம:
ஓம் ப்ரஹ்ம ஜனன்யை நம:
ஓம் கௌசிக்யை நம:
ஓம் பாப நாசின்யை நம:
ஓம் சத சண்டிகாயை நம:
ஓம் காலராத்ரியை நம:
ஓம் சண்டவிக்ரமாயை நம:
ஓம் பாநரதாயை நம:
ஓம் ரோஹிண்யை நம:

ஐந்தாம் நாள் : காளி

தியானம்:

காம சாரிம் காள ராத்ரிம் காலவண்ட ஸ்வரூபிணிம்
காமதாம் கருணாதாராம் காளிகபம் பூஜயாம் யஹம்||

ஓம் நாராயண்யை நம:
ஓம் புத்தி தாத்ரியை நம:
ஓம் ஸாவித்ர்யை நம:
ஓம் லாவனப்ரியாயை நம:
ஓம் லாஸ்யப்ரியாயை நம:
ஓம் லோலாக்ஷயை நம:
ஓம் லாஸ்யப்ரியாயை நம:
ஓம் ரஞ்ஜாதி சேவிதாயை நம:
ஓம் தேவ்யை நம:
ஓம் காளிகாயை நம:

ஆறாம் நாள் : சண்டிகா

தியானம்:

சண்டவீராம் சண்டமாயாம் சண்டமுண்ட ப்ரபஞ்சணீம்
பிரஹ்மேச விஷ்ணு தமிதாம் சண்டிகாம் பூஜயாம் யஹம்||

ஓம் பவனாயை நம:
ஓம் பாசஹஸ்தாயை நம:
ஓம் ஹைமவத்யை நம:
ஓம் சிவாயை நம:
ஓம் பக்த ப்ரியாயை நம:
ஓம் சத்ரு ஹந்தர்யை நம:
ஓம் ரக்ஷதந்திகாயை நம:
ஓம் சண்டிகாயை நம:

ஏழாம் நாள் : சாம்பவி

தியானம்:

சுகாகந்த கரிம் சாந்தாம் சர்வதேவ நமஸ்கிருதாம்
ஸர்வ பூதாத்மிதாம் தேவீம் சாம்பவீம் பூஜயாம்யஹம்||

ஓம் சந்திர ஹாஸாயை நம:
ஓம் சூலின்யை நம:
ஓம் மங்களப்ரியாயை நம:
ஓம் யுத்தப்ரியாயை நம:
ஓம் ஹரித்ரா குங்குமப்ரியாயை நம:
ஓம் ரக்தபீஜ நிஹந்தர்யை நம:
ஓம் ரத்னாபரண பூஷிதாயை நம:
ஓம் ஸ்கந்த ஜனன்யை நம:
ஓம் சாம்பவ்யை நம:

எட்டாம் நாள் : துர்க்கா

தியானம்:

துர்கமே துஸ்தரே கார்யே பயசோக விநாசினிம் பூஜயாமி
ஸதா பக்த்யா துர்க்காம் துர்க்காதி ஹாரிணீம்||

ஓம் யோகின்யை நம:
ஓம் யோக ரூபிண்யை நம:
ஓம் க்ராமண்யை நம:
ஓம் புவனேஸ்வராயை நம:
ஓம் வீர பத்ராயை நம:
ஓம் வீரமாயாயை நம:
ஓம் ஸர்வமங்களாயை நம:
ஓம் ஸர்வ மந்த்ர ரூபிண்யை நம:
ஓம் ஸர்வமங்கள தாரிண்யை நம:
ஓம் துர்க்காயை நம:

ஒன்பதாம் நாள் : சுபத்ரா

தியானம்:

சுந்தரீம் ஸ்வர்ண வர்ணாங்கீம் ஸுக ஸௌபாக்ய தாயினிம்
ஸந்தோஷ ஜனனீம் தேவீம் சுபத்ராம் பூஜயாம்யஹம்||

ஓம் வாராஹ்யை நம:
ஓம் ப்ராமர்யை நம:
ஓம் ப்ரேத வாஹின்யை நம:
ஓம் பூத ஸம்ஹரிண்யை நம:
ஓம் கட்க ஹஸ்தாயை நம:
ஓம் ரக்தாக்ஷ்யை நம:
ஓம் ராஜ்ய தாயின்யை நம:
ஓம் ஸுபத்ராயை நம:

இதுவரை கூறப்பட்ட அனைத்தும் பாலா திரிபுரசுந்தரியின் சக்திகளேயாகும். அந்த அன்னையின் அம்சங்களின் திருநாமங்களேயாகும்.

யோக பாலா மந்த்ரம்:

ஐம் க்லீம் ஸெள:
ஸெள: க்லீம் ஐம்
ஐம் க்லீம் ஸெள:

பூஜை பற்றிய சில குறிப்புகள்

அன்னை திரிபுரசுந்தரியின் வழிபாட்டில் தூபம், தீபம், வாசனை மலர் ஆகியவை மிக முக்கியமானவை.

இவை அன்னை வழங்கும் திருவருளை மேலும் கூடுதலாக ஆக்குவனவாகும். எனவே அன்னையை மலர் தூவி அர்ச்சித்து வணங்குதல் மிக முக்கியம்.

அன்னையின் வழிபாட்டுக்குரிய மலர் பழையதாகவோ, பழந்துணியில் வைக்கப்பட்டதாகவோ, தரையில் உதிர்ந்து கிடந்ததாகவோ, கசங்கி வாடிப்போனதாகவோ, மணமற்ற தாகவோ இருத்தல் கூடாது. இந்தக் குறைபாடுகள் இல்லாத நறுமணம் மிக்க நல்ல மலர்களையே பூஜைக்குப் பயன்படுத்த வேண்டும்.

இம்முறைப்படி அன்னையை மனமுருக, மெய்யுருக வணங்கி உலகுயிர் அனைத்தும் நீங்காத செல்வம் நிறையப் பெற்று, உலகில் நல்வாழ்வு பெறுவோமாக!

+++

ஸ்ரீ ப$_3$ாலாத்ரிபுரஸுந்த$_3$ரி பூஜா பத்$_3$த$_4$தி:

ந்யாஸா:

அஸ்ய ஸ்ரீ ப$_3$ாலாத்ரிபுரா மந்த்ரஸ்ய த$_3$க்ஷிணாமூர்தி ருஷி: பங்க்திஸ் ச$_2$ந்த$_3$: ஸ்ரீ ப$_3$ாலா த்ரிபுர ஸுந்த$_3$ரி தே$_3$வதா ஐம் பீ$_3$ஜம், ஸௌ: ஸக்தி: க்லீம் கீலகம் பூஜாதெ$_3$ள விநியோக$_3$:

*(இதி க்ருதாஞ்ஜலி: ஸ்ம்ருத்வா யத$_2$ாவிதி$_4$ ந்யஸேத்) என்று வணங்கி, நினைத்து முறைப்படி ந்யாஸங்கள் செய்யவும்.

ந்யாஸ:

த$_3$க்ஷிணாமூர்தயே ருஷயே நம: (ஸிரஸி) சிரஸில்
பங்க்திஸ் ச$_2$ந்த$_3$ஸே நம: (முகே$_2$) வாயில்
ஸ்ரீப$_3$ாலா த்ரிபுரஸுந்த$_3$ர்யை தே$_3$வதாயை நமோ (ஹ்ருதி$_3$) இதயத்தில்
ஐம் பீ$_3$ஜாய நமோ (கு$_3$ஹ்யே) குஹ்யத்தில்
ஸௌ: ஸக்தயே நம: (பாத$_3$யோ:) பாதங்களில்
க்லீம் கீலகாய நமோ (நாபெ$_4$ள) நாபியில்
விநியோக$_3$ாய நம: (ஸர்வாங்கே$_3$ஷு) உடல் முழுதும்

---

* பூஜைக்குப் பூர்வாங்கமாக த்$_3$வார பூஜா, கு$_3$ருஸ்மரணம், ஸங்கல்பம், ஆஸன பூஜா, க$_4$ண்டா பூஜா, ப்ராண ப்ரதிஷ்ட$_2$ா, தீ$_3$பபூஜா, பூ$_4$தஸுத்$_3$தி$_4$, விக்$_4$னோத்ஸாரணம் முதலிய செய்தபின் ந்யாஸங்களைச் செய்யவும்.

4 – ஐம் நமோ (நாப்$_4$யாதி$_3$பாத$_3$ாந்தம்)
நாபி முதல் பாதம் வரை

4 – க்லீம் நம: (கண்ட$_2$ாதி $_3$நாப்$_4$யந்தம்)
கழுத்து முதல் நாபி வரை

4 – ஸௌ: நமோ (மூர்த$_4$ாதி$_3$கண்ட$_2$ாந்தம்)
உச்சி முதல் கழுத்து வரை

4 – ஐம் நமோ (வாமாபாணிதலே)
இடது உள்ளங்கையில்

4 – க்லீம் நமோ (த$_3$க்ஷபாணிதலே)
வலது உள்ளங்கையில்

4 – ஸௌ: நம: (உப$_4$யோ:)
இரண்டு உள்ளங்கைகளிலும்

பஞ்ச ப$_3$ாண ந்யாஸ:

4 – த்$_3$ராம் க்ஷோப$_4$ண ப$_3$ாணாய நம:
(அங்கு$_3$ஷ்ட$_2$யோ:) கட்டை விரல்கள்

4 – த்$_3$ரீம் த்$_3$ராவண ப$_3$ாணாய நம:
(தர்ஜன்யோ:) ஆள்காட்டி விரல்கள்

4 – க்லீம் ஆகர்ஷண ப$_3$ாணாய நம:
(மத்$_4$யமயோ:) நடு விரல்கள்

4 – ப்$_3$லூம் வஸீகரண ப$_3$ாணாய நம:
(அநாமிகயோ:) மோதிர விரல்கள்

4 – ஸ: உன்மாத$_3$ன ப$_3$ாணாய நம:
(கனிஷ்டி$_2$கயோ:) சுண்டு விரல்கள்

பஞ்ச காம ந்யாஸ:

4 – ஹ்ரீம் காமாய நம: (அங்கு$_3$ஷ்ட$_2$யோ:)
கட்டை விரல்கள்

4 – க்லீம் மன்மத$_2$ாத்$_3$ாய நம: (தர்ஜன்யோ:)
ஆள்காட்டி விரல்கள்

4 – ஐம் கந்த$_3$ர்பாய நம: (மத்$_4$யமயோ:)
நடு விரல்கள்

4 – ப்$_3$லூம் மகரத்$_4$வஜாய நம: (அநாமிகயோ:)
மோதிர விரல்கள்

4 – ஸ்த்ரீம் மீனகேதவே நம: (கனிஷ்டி$_2$கயோ:) சுண்டு விரல்கள்

அத$_2$ ஸ்வமூலகரந்யாஸ:

4 – ஐம் அங்கு$_3$ஷ்ட$_2$ாப்$_4$யாம்: நம:
4 – க்லீம் தர்ஜனீப்$_4$யாம் நம:
4 – ஸெள: மத்$_4$யமாப்$_4$யாம் நம:
4 – ஐம் அநாமிகாப்$_4$யாம் நம:
4 – க்லீம் கனிஷ்டி$_2$காப்$_4$யாம் நம:
4 – ஸெள: கரதலகரப்ருஷ்ட$_2$ாப்$_4$யாம் நம:

(ஏவம் ஹ்ருத$_3$யாதி$_3$ ந்யாஸ:)

4 – ஐம் ஹ்ருத$_3$யாய நம:
4 – க்லீம் ஸிரஸே ஸ்வாஹா
4 – ஸெள: ஸிக$_2$ாயை வஷட்
4 – ஐம் கவசாய ஹும்
4 – க்லீம் நேத்ரத்ரயாய வெளஷட்
4 – ஸெள: அஸ்த்ராய ப$_2$ட்

(ததோ அந்தர் மாத்ருகா ந்யாஸம் பஹிர்மாத்ருகா ந்யாஸம் ச க்ருத்வா மாத்ருகா வித்$_3$யா நியாஸம் குர்யாத்) பின்பு, அந்தர் மாத்ருகா, பஹிர் மாத்ருகா ந்யாஸங்கள் செய்து வித்யா ந்யாஸம் செய்யவும்.

மாத்ருகா ந்யாஸ:

ஓம் அஸ்ய ஸ்ரீ மாத்ருகா ஸரஸ்வதீ – ந்யாஸ மஹா மந்த்ரஸ்ய, ப்ரஹ்மணே ருஷயே நம: ஸிரஸி । க$_3$ாயத்ரீ ச$_2$ந்த$_3$ ஸே$_3$ நம: முகே$_2$ । ஸ்ரீ மாத்ருகா ஸரஸ்வதீ தே$_3$வதாயை நம: ஹ்ருத$_3$யே॥

4 – ஹல்ப்$_4$யோ பீ$_3$ஜேப்$_4$யோ நம: ஸ்வாதி$_4$ஷ்ட$_2$ானே

4 – ஸ்வரேப்$_4$ய: ஸக்திப்$_4$யோ நம: விஸுத்$_3$தெ$_4$ள

4 – பி$_3$ந்து$_3$ப்$_4$ய: கீலகேப்$_4$யோ நம: நாபெ$_4$ள மம ஸ்ரீ வித்$_3$யாங்க$_3$த்வேன ந்யாஸே விநியோக$_3$: ஹ்ருத$_3$யஸ்த$_2$ானே.

7 – அம் – கம் – க$_2$ம் – க$_3$ம் – க$_4$ம் – ஙம் – ஆம் – அங்கு$_3$ஷ்ட$_2$ாப்$_4$யாம்: நம:

7 – இம் – சம் – ச$_2$ம் – ஜ$_3$ம் – ஜ$_4$ம் – ஞம் – ஈம் – தர்ஜனீப்$_4$யாம் நம:

7 – உம் – டம் – ட$_2$ம் – ட$_3$ம் – ட$_4$ம் – ணம் – ஊம் – மத்$_4$யமாப்$_4$யாம் நம:

7 – ஏம் – தம் – த$_2$ம் – த$_3$ம் – த$_4$ம் – நம் – ஐம் – அநாமிகாப்$_4$யாம் நம:

7 – ஓம் – பம் – ப$_2$ம் – ப$_3$ம் – ப$_4$ம் – மம் – ஔம் – கனிஷ்டி$_2$காப்$_4$யாம் நம:

7 – அம் – யம் – ர$_2$ம் – ல$_3$ம் – வ$_4$ம் – ஸம் – ஷம் – ஸம் – ஹம் – ளம் – க்ஷம் – அ: கரதலகரப்ருஷ்ட$_2$ாப்$_4$யாம் நம:

7 – அம் – கம் – க$_2$ம் – க$_3$ம் – க$_4$ம் – ஙம் – ஆம் – ஹ்ருத$_3$யாய நம:

7 – இம் – சம் – ச$_2$ம் – ஜ$_3$ம் – ஜ$_4$ம் – ஞம் – ஈம் – ஸிரஸே ஸ்வாஹா

7 – உம் – டம் – ட$_2$ம் – ட$_3$ம் – ட$_4$ம் – ணம் – ஊம் – ஸிக$_2$ாயை வஷட்

7 – ஏம் – தம் – த$_2$ம் – த$_3$ம் – த$_4$ம் – நம் – ஐம் – கவசாயஹும்

7 – ஓம் – பம் – ப$_2$ம் – ப$_3$ம் – ப$_4$ம் – மம் – ஔம் – நேத்ரத்ரயாய வௌஷட்

7 – அம் – யம் – ர$_2$ம் – ல$_3$ம் – வ$_4$ம் – ஸம் – ஷம் – ஸம் – ஹம் – ளம் – க்ஷம் – அ: அஸ்த்ராய ப$_2$ட் பூ$_4$: பு$_4$வ: ஸுவ: ஓம்: இதி தி$_3$க்$_3$ப$_3$ந்த$_4$:

---

* ஓம் ஐம் ஹ்ரீம் ஶ்ரீம் ஐம் க்லீம் ஸௌ:

த்யானம்

பஞ்சாஸத்$_3$ வர்ண பே$_4$தை$_3$ர் விஹித வத$_3$ன தோ$_3$: பாத$_3$யுக் குக்ஷிவக்ஷோ
தே$_3$ஸாம் பா$_4$ஸ்வத் கபர்தா$_3$ கலித ஸகலா மிந்து$_3$ குந்தா$_3$வதா$_3$தாம்|
அக்ஷஸ்ரக் கும்ப$_4$சிந்தாலிகி$_2$த வரகராம் த்ரீக்ஷணா மப்$_3$ஜ ஸம்ஸ்தா$_2$
மச்சா$_2$ கல்பா மதுச்ச$_2$ஸ்தன ஜக$_4$னப$_3$ராம் பா$_4$ரதீம் தாம் நமாமி||

4 –	பா$_4$ரத்யை நம:	க$_3$ந்த$_4$ம் ஸமர்பயாமி நம:
4 –	பா$_4$ரத்யை நம:	புஷ்பை: பூஜயாமி நம:
4 –	பா$_4$ரத்யை நம:	தூ$_4$பம் ஸமர்பயாமி நம:
4 –	பா$_4$ரத்யை நம:	தீ$_3$பம் த$_3$ர்ஸயாமி நம:
4 –	பா$_4$ரத்யை நம:	அம்ருத மஹா நைவேத்$_3$யம் நிவேத$_3$யாமி நம:
4 –	பா$_4$ரத்யை நம:	கர்பூர நீராஜனம் த$_3$ர்ஸயாமி நம:

ப$_3$ஹிர் மாத்ருகா

அங்கங்களை அங்குஷ்டம், மத்யமா, அநாமிகா இவைகளால் தொட வேண்டும்.

7 – அம்	நம:	ஹம்ஸ:	தலை
7 – ஆம்	நம:	ஹம்ஸ:	வாய்
7 – இம்	நம:	ஹம்ஸ:	வலக்கண்
7 – ஈம்	நம:	ஹம்ஸ:	இடக்கண்
7 – உம்	நம:	ஹம்ஸ:	வலக்காது
7 – ஊம்	நம:	ஹம்ஸ:	இடக்காது
7 – ரும்	நம:	ஹம்ஸ:	வலது நாசி
7 – ரூம்	நம:	ஹம்ஸ:	இடது நாசி
7 – லும்	நம:	ஹம்ஸ:	வலக் கன்னம்
7 – லூம்	நம:	ஹம்ஸ:	இடக் கன்னம்
7 – ஏம்	நம:	ஹம்ஸ:	மேலுதடு

7 – ஐம்	நம:	ஹம்ஸ:	கீழுதடு
7 – ஓம்	நம:	ஹம்ஸ:	மேல் பல் வரிசை
7 – ஔம்	நம:	ஹம்ஸ:	கீழ்ப் பல் வரிசை
7 – அம்	நம:	ஹம்ஸ:	நாக்கு நுனி
7 – அ:	நம:	ஹம்ஸ:	கழுத்து
7 – கம்	நம:	ஹம்ஸ:	வலது தோள்
7 – க$_2$ம்	நம:	ஹம்ஸ:	வலது முழங்கை
7 – க$_3$ம்	நம:	ஹம்ஸ:	வலது மணிக்கட்டு
7 – க$_4$ம்	நம:	ஹம்ஸ:	வலது கைவிரல்களின் தொடக்கம்
7 – ஙம்	நம:	ஹம்ஸ:	வலது கைவிரல் நுனிகள்
7 – சம்	நம:	ஹம்ஸ:	இடது தோள்
7 – ச$_2$ம்	நம:	ஹம்ஸ:	இடது முழங்கை
7 – ஜ$_3$ம்	நம:	ஹம்ஸ:	இடது மணிக்கட்டு
7 – ஜ$_4$ம்	நம:	ஹம்ஸ:	இடது கைவிரல்களின் தொடக்கம்
7 – ஞம்	நம:	ஹம்ஸ:	இடது கைவிரல் நுனிகள்
7 – டம்	நம:	ஹம்ஸ:	வலது துடைமூட்டு
7 – ட$_2$ம்	நம:	ஹம்ஸ:	வலது முழங்கால்
7 – ட$_3$ம்	நம:	ஹம்ஸ:	வலது கணுக்கால்
7 – ட$_4$ம்	நம:	ஹம்ஸ:	வலது கால் விரல்களின் தொடக்கம்
7 – ணம்	நம:	ஹம்ஸ:	வலது கால் விரல்களின் நுனிகள்
7 – தம்	நம:	ஹம்ஸ:	இடது துடைமூட்டு
7 – த$_2$ம்	நம:	ஹம்ஸ:	இடது முழங்கால்
7 – த$_3$ம்	நம:	ஹம்ஸ:	இடது கணுக்கால்
7 – த$_4$ம்	நம:	ஹம்ஸ:	இடது கால் விரல்களின் தொடக்கம்
7 – நம்	நம:	ஹம்ஸ:	இடது கால் விரல்களின் நுனிகள்
7 – பம்	நம:	ஹம்ஸ:	வலது விலாப்புறம்
7 – ப$_2$ம்	நம:	ஹம்ஸ:	இடது விலாப்புறம்

7 – ப$_3$ம்	நம:	ஹம்ஸ:	பின் அடிப்புறம்
7 – ப$_4$ம்	நம:	ஹம்ஸ:	நாபி
7 – மம்	நம:	ஹம்ஸ:	வயிறு
7 – யம்	நம:	ஹம்ஸ:	ஹ்ருதயம்
7 – ரம்	நம:	ஹம்ஸ:	வலது அக்குள்
7 – லம்	நம:	ஹம்ஸ:	கழுத்தின் பின்புறம்
7 – வம்	நம:	ஹம்ஸ:	இடது அக்குள்
7 – ஶம்	நம:	ஹம்ஸ:	ஹ்ருதயம் முதல் வலக்கை நுனி வரை
7 – ஷம்	நம:	ஹம்ஸ:	ஹ்ருதயம் முதல் இடக்கை நுனி வரை
7 – ஸம்	நம:	ஹம்ஸ:	ஹ்ருதயம் முதல் வலக்கால் நுனி வரை
7 – ஹம்	நம:	ஹம்ஸ:	ஹ்ருதயம் முதல் இடக்கால் நுனி வரை
7 – ளம்	நம:	ஹம்ஸ:	இடுப்பு முதல் கால் நுனி வரை
7 – க்ஷம்	நம:	ஹம்ஸ:	இடுப்பு முதல் தலை உச்சி வரை

அந்தர் மாத்ருகா

(கண்டே$_2$, விஶுத்$_3$தி$_4$ சக்ரே, ஷோட$_3$ஸத$_3$ள பத்$_3$மே)
கழுத்தில், விஶுத்தி சக்கரத்தின் பதினாறிதழ்களில்

7 – அம் – ஆம் – இம் – ஈம் – உம் – ஊம் – ரும் – ரூம் – லும் – லூம் – ஏம் – ஐம் – ஓம் – ஔம் – அம் – அ: நம: ஹம்ஸ:
(ஹ்ருத$_3$யே$_3$, அனாஹதே, த்$_3$வாத$_3$ஸத$_3$ள பத்$_3$மே) ஹ்ருதயத்தில், அனாஹத சக்கரத்தின் பன்னிரு இதழ்களில்

7 – கம் – க$_2$ம் – க$_3$ம் – க$_4$ம் – ஙம் – சம் – ச$_2$ம் – ஜ$_3$ம் – ஜ$_4$ம் – ஞம் – டம் – ட$_2$ம் நம: ஹம்ஸ:
(நாபெ$_4$ள, மணிபூரே, த$_3$ஸத$_3$ள பத்$_3$மே) நாபியில், மணிபூர சக்கரத்தின் பத்து இதழ்களில்

7 – ட$_3$ம் – ட$_4$ம் – ணம் – தம் – த$_2$ம் – த$_3$ம் – த$_4$ம் – நம் – பம் – ப$_2$ம் நம: ஹம்ஸ:
(லிங்க$_3$மூலே, ஸ்வாதி$_4$ஷ்ட$_2$ானே, ஷட்$_3$த$_3$ள பத்$_3$மே) அடிவயிற்றில் ஸ்வாதிஷ்டான சக்கரத்தின் ஆறிதழ்களில்

7 – ப$_3$ம் – ப$_4$ம் – மம் – யம் – ரம் – லம் நம: ஹம்ஸ:
(கு$_3$தே$_3$ாபரி, மூலாத$_4$ாரே, சதுர்த$_3$ள பத்$_3$மே) குதத்தின்மேல், மூலாதார சக்கரத்தின் நான்கு இதழ்களில்

7 – வம் – ஸம் – ஷம் – ஸம் நம: ஹம்ஸ:
(ப்$_4$ருவோர் மத்$_4$யே, ஆஜ்ஞா சக்ரே, த்$_3$வித$_3$ளே) புருவ மத்தியில், ஆஜ்ஞா சக்கரத்தின் இரு இதழ்களில்

7 – ஹம் – க்ஷம் நம: ஹம்ஸ:
(மூர்த்$_4$னி, ஸஹஸ்ராரே, ஸஹஸ்ரத$_3$ள பத்$_3$மே) தலை உச்சியில் ஸஹஸ்ரரே சக்கரத்தின் ஆயிரம் இதழ்களில்

7 – அம் – ஆம் – இம் – ஈம் – உம் – ஊம் – ருும் – ரூம் – லும் – லூம் – ஏம் – ஐம் – ஓம் – ஔம் – அம் – அ: – கம் – க$_2$ம் – க$_3$ம் – க$_4$ம் – ஙம் – சம் – ச$_2$ம் – ஜ$_3$ம் – ஜ$_4$ம் – ஞம் – டம் – ட$_2$ம் – ட$_3$ம் – ட$_4$ம் – ணம் – தம் – த$_2$ம் – த$_3$ம் – த$_4$ம் – நம் – பம் – ப$_2$ம் – ப$_3$ம் – ப$_4$ம் – மம் – யம் – ரம் – லம் – வம் – ஸம் – ஷம் – ஸம் – ஹம் – க்ஷம் நம: ஹம்ஸ:

வித்$_3$யா ந்யாஸ:

4 – ஐம் நம: (மணிப$_3$ந்தே$_4$) வலது மணிக்கட்டில்

4 – க்லீம் நம: (தலே) வலது உள்ளங்கையில்

4 – ஸௌ: நம: (அக்$_3$ரே) வலது விரல்நுனிகளில்

(இதி த$_3$க்ஷகரே| ஏவம் வாம கரே) என்று வலது கரத்தில், அவ்வாறே இடது கரத்திலும்

4 – ஐம் நம: (மணிப$_3$ந்தே$_4$) இடது மணிக்கட்டில்
4 – க்லீம் நம: (தலே) இடது உள்ளங்கையில்
4 – ஸௌ: நம: (அக்$_3$ரே) இடது விரல்நுனிகளில்

4 – ஐம் நம: (கக்ஷே) வலது அக்குளில்
4 – க்லீம் நம: (கூர்பரே) வலது முழங்கையில்
4 – ஸௌ: நம: (பாணௌ) வலது கையில்

(இதி த$_3$க்ஷ| ஏவம் வாமே அபி) என்று வலப்பக்கத்தில் பின்பு இடப்பக்கத்தில்

4 – ஐம் நம: (கக்ஷே) இடது அக்குளில்
4 – க்லீம் நம: (கூர்பரே) இடது முழங்கையில்
4 – ஸௌ: நம: (பாணௌ) இடது கையில்

4 – ஐம் நம: (அத$_4$:கக்ஷே) வலது தொடை மூட்டு
4 – க்லீம் நம: (ஜானுனி) வலது முழங்காலில்
4 – ஸௌ: நம: (பாத$_3$ாக்$_3$ரே) வலது முன் பாதத்தில்

(இதி த$_3$க்ஷ | ஏவம் வாமே) என்று வலது காலிலும் பின்பு இடது காலில்

4 – ஐம் நம: (அத$_4$: கக்ஷே) இடது தொடை மூட்டு
4 – க்லீம் நம: (ஜானுனி) இடது முழங்காலில்
4 – ஸௌ: நம: (பாத$_3$ாக்$_3$ரே) இடது முன்பாதத்தில்

4 – ஐம் நம: (லிங்கே$_3$) குஹ்யத்தில்
4 – க்லீம் நம: (ஹ்ருதி$_3$) ஹ்ருதயத்தில்
4 – ஸௌ: நம: (நாத$_3$ாந்தே) மேல் நெற்றியில்

அத$_2$ நவயோனி ந்யாஸ:

4 – ஐம் நமோ (த$_3$க்ஷகர்ணே) வலது காதில்
4 – க்லீம் நமோ (வாம கர்ணே) இடது காதில்
4 – ஸௌ: நமோ (சிபு$_3$கே) முகவாயில்

4 – ஐம் நமோ (த$_3$க்ஷஸங்கே$_2$)
வலது புருவத்தில் – கோடியில்

4 – க்லீம் நமோ (வாம ஸங்கே)
இடது புருவத்தில் – கோடியில்
4 – ஸௌ: நமோ (முகே$_2$) வாயில்

4 – ஐம் நமோ (த$_3$க்ஷநேத்ரே) வலது கண்ணில்
4 – க்லீம் நமோ (வாம நேத்ரே) இடது கண்ணில்
4 – ஸௌ: நமோ (நாஸாயாம்) மூக்குத் துவாரங்களில்

4 – ஐம் நமோ (த$_3$க்ஷப$_3$ாஹௌ) வலது தோளில்
4 – க்லீம் நமோ (வாம ப$_3$ாஹௌ) இடது தோளில்
4 – ஸௌ: நமோ (ஹ்ருத$_3$யே) ஹ்ருதயத்தில்

4 – ஐம் நமோ (த$_3$க்ஷகூர்பரே) வலது முழங்கையில்
4 – க்லீம் நமோ (வாம கூர்பரே) இடது முழங்கையில்
4 – ஸௌ: நமோ (நாபெ$_4$ள) நாபியில்

4 – ஐம் நமோ (த$_3$க்ஷஜானுனி) வலது முழங்காலில்
4 – க்லீம் நமோ (வாம ஜானுனி) இடது முழங்காலில்
4 – ஸௌ: நமோ (லிங்கே$_3$) குஹ்யத்தில்

4 – ஐம் நமோ (த$_3$க்ஷபாதே$_3$) வலது காலில்
4 – க்லீம் நமோ (வாம பாதே$_3$) இடது காலில்
4 – ஸௌ: நமோ (கு$_3$ஹ்யே) குஹ்யத்தில்

4 – ஐம் நமோ (த$_3$க்ஷபார்ஸ்வே) வலது விலாப்புறத்தில்
4 – க்லீம் நமோ (வாம பார்ஸ்வே) இடது விலாப்புறத்தில்
4 – ஸௌ: நமோ (ஹ்ருதி$_3$) ஹ்ருதயத்தில்

4 – ஐம் நமோ (த$_3$க்ஷஸ்தனே) வலது ஸ்தனத்தில்
4 – க்லீம் நமோ (வாம ஸ்தனே) இடது ஸ்தனத்தில்
4 – ஸௌ: நமோ (கண்டே$_2$) கழுத்தில்

அத$_2$ ரத்யாதி ந்யாஸ:

(மூலாத$_4$ாரே) மூலாதாரத்தில்

4 – ஐம் ரத்யை நம:
(ஹ்ருதி$_3$) ஹ்ருதயத்தில்
4 – க்லீம் ப்ரீத்யை நம:
(ப்$_4$ரூமத்$_4$யே) புருவமத்தியில்
4 – ஸௌ: மனோப$_4$வாய நம:
(புனரஷ்யேஷு ஸ்த$_2$ானேஷ்வேதா விந்யஸேத்|)

அவ்வாறே மறுபடி அந்த ஸ்தானங்களில் ந்யாஸம் செய்யவும்.

4 – ஸௌ: அம்ருதேஸ்யை நம:
4 – க்லீம் யோகே$_3$ஸ்யை நம:
4 – ஐம் விஸ்வயோன்யை நம:
(தத: புனரபி ஷட$_3$ங்க$_3$ ந்யாஸ: ஸம்ப்ரத$_3$ாயேன்|)

பின்பு முறைப்படி ஷடங்க ந்யாஸத்தை மறுபடி செய்யவும்.

4 – ஐம் ஹ்ருத$_3$யாயநம:
4 – க்லீம் ஸிரஸே ஸ்வாஹா
4 – ஸௌ: ஸிக$_2$ாயை வஷட்

4 – ஐம் கவசாய ஹும்
4 – க்லீம் நேத்ரத்ரயாய வௌஷட்
4 – ஸௌ: அஸ்த்ராய ப$_2$ட்

(இதி ந்யாஸைர்தே$_3$ஹம் ஸம்நஹ்ய) என்று ந்யாஸங்களால் தேகத்தைத் தயார் செய்து கொள்ளவும்.

+++

பீட$_2$பூஜா

(மூலாத$_4$ாரே) மூலாதாரத்தில்

4 – ஆத$_4$ாரஸக்த்யை நம:
4 – ப்ரக்ருத்யை நம:
(ஸ்வாதி$_4$ஷ்ட$_2$ானே) ஸ்வாதிஷ்டானத்தில்
4 – கமட$_2$ாய நம:
(மணிபூரே) மணிபூரத்தில்
4 – ஸேஷாய நம:
(அநாஹதே) அநாஹதத்தில்
4 – ப்ருதி$_2$வ்யை நம:
(தத்ரைவ) அவ்வாறே

4 – ஸுத$_4$ாம்பு$_3$த$_4$யே நம:
4 – மணித்$_3$வீபாய நம:
4 – சிந்தாமணிக்$_3$ருஹாய நம:
4 – ரத்னவேதி$_3$காயை நம:
4 – மணிபீட$_2$ாய நம:

(தி$_3$க்ஷு) திக்குகளில்

4 – நாநாமுனிக$_3$ணேப்$_4$யோ நம:
4 – நாநாதே$_3$வேப்$_4$யோ நம:
4 – த$_4$ர்மாய நம: (த$_3$க்ஷாம்ஸே) வலது தோளில்
4 – ஜ்ஞானாய நம: (வாமாம்ஸே) இடது தோளில்
4 – வைராக்$_3$யாய நம: (வ$_3$ாமோரௌ)

இடது துடையில்

4 – ஐஸ்வர்யாய நம: (த$_3$க்ஷோரௌ) வலது துடையில்
4 – அத$_4$ர்மாய நம: (த$_3$க்ஷகுக்ஷௌ) வயிற்றின் வலப்புறத்தில்
4 – அஜ்ஞானாய நம: (த$_3$க்ஷப்ருஷ்டே$_2$)

வலது பின்புறத்தில்

4 – அவைராக்$_3$யாய நம: (வாமப்ருஷ்டே$_2$) இடது பின்புறத்தில்

4 – அநைஸவர்யாய நம: (வாமகுக்ஷௌ) வயிற்றின் இடது புறத்தில்

ஹ்ருதயத்தில்

4 – ஸேஷாய நம:, | 4 – பத்மாய நம: | 4 – ப்ரக்ருதிமய பத்ரேப்$_4$யோ நம: | 4 – விக்ருதிமய கேஸரேப்$_4$யோ நம: | 4 – பஞ்சாஸத்$_3$ வர்ணபூ$_4$ஷித கர்ணிகாயை நம: | 4 – ஸூர்ய மண்ட$_3$லாய நம: | 4 – ஸோம மண்ட$_4$லாய நம: | 4 – வஹ்னி மண்ட$_3$லாய நம: |

4 – ஸம் ஸத்வாய நம: | 4 – ரம் ரஜஸே நம: | 4 – தம் தமஸே நம: | 4 – ஆம் ஆத்மனே நம: | 4 – அம் அந்தராத்மனே நம: | 4 – பம் பரமாத்மனே நம: | 4 – ஹ்ரீம் ஜ்ஞானாத்மனே நம: |

(பத்ரேஷு) ஹ்ருதயத் தாமரையின் இதழ்களில்

4 – வாமாயை நம: | 4 – ஜ்யேஷ் ட$_2$ாயை நம: | 4 – ரௌத்$_3$ர்யை நம: | 4 – அம்பி$_3$காயை நம: | 4 – இச்ச$_2$ாயை நம: | 4 – ஜ்ஞானாயை நம: | 4 – க்ரியாயை நம: | 4 – குப்$_3$ஜிகாயை நம: | 4 – சித்ராயை நம: | 4 – விஷக்$_4$னிகாயை நம: | 4 – தூ$_3$தர்யை நம: | 4 – ஆனந்த$_3$ாயை நம: |

(மத்$_4$யே) நடுவில்

4 – மனோன்மன்யை நம: | 4 – ஐம் பராயை நம: | 4 – ஐம் அபராயை நம: | 4 – ஐம் பராபராயை நம: | 4 – ஹ்ஸௌம் ஸத$_3$ாஸிவமஹா ப்ரேதபத்$_3$மாஸனாய நம: | 4 – பரமஸிவபர்யங்காய நம: |

(இதி பீட$_2$ம் ந்யஸ்ய தத்ரைவ ஹ்ருத$_3$யே ஸ்ரீப$_3$ாலாம் த்$_4$யாயேத்|) என்று பீட ந்யாஸம் செய்து பின்பு ஹ்ருதயத்தில்

ஸ்ரீ பாலாம்பாவைத் தியானம் செய்து மூலமந்த்ரத்தை 108 தடவை ஜபம் செய்யவும். பாலா மூலம் மூன்று அக்ஷரங்களால் உத்தாரம் செய்யப்பட்டுள்ளது. ஐம் க்லீம் ஸௌ: க்லீம் ஐம் என்பது உபதேச வழக்கில் உள்ளது. ஸ்ரீவித்யா உபாஸகர்களோ ஒன்பது அக்ஷரவடிவமான யோக பாலா மந்த்ரத்தை ஜபிப்பார் – ஐம் க்லீம் ஸௌ: ஸௌ: க்லீம் ஐம் ஐம் க்லீம் ஸௌ:

வேறு சில பாலா வடிவங்கள்

ஸ்ரீம் ஹ்ரீம் க்லீம் ஐம் க்லீம் ஸௌ: ஹ்ரீம் க்லீம் ஸ்ரீம் ஐம் க்லீம் ஸௌ: ப$_3$ாலாத்ரிபுரே ஸ்வாஹா

ஹ்ரீம் ஹ்ரீம் ஹ்ரீம் ப்ரௌட$_4$த்ரிபுரே ஆரோக்$_3$யம் ஐஸ்வர்யம் தே$_3$ஹி ஸ்வாஹா

ஹ்ரீம் ஸ்ரீம் க்லீம் த்ரிபுர மத$_2$னே ஸர்வ ஸுப$_4$ம் ஸாத$_4$ய ஸ்வாஹா

பின்பு பீடா பூஜா மந்திரங்களால் யந்திரத்திலும் பூஜிக்கவும்.

✦✦✦

பாத்ரா ஸாத$_3$னம்

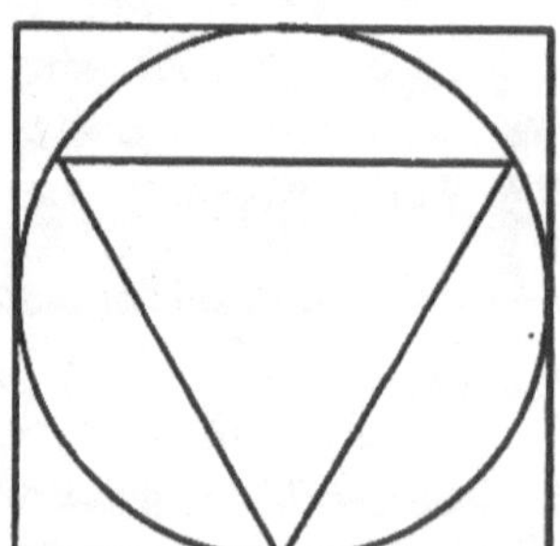

ஸாதகன் தனக்கு முன்பாக இடது புறம் த்ரிகோணம் வ்ருத்தம், சதுரஸ்ர மண்டலம் வரைந்து, அதன் மீது வாஸனைத் திரவியங்கள் கலந்த சுத்த ஜலத்தை "கலஸஸ்ய முகே$_2$" முதலியவை ஜபித்து கலசத்தில் நிரப்பி மண்டலத்தின் மீது வைக்கவும். தேனு முத்திரை காட்டி ஏழு முறை மூலமந்திரத்தினால் அபிமந்திரித்து அந்த தீர்த்தத்தினால் பூஜா திரவியங்களையும் தன்னையும் ப்ரோக்ஷித்துக் கொள்ளவும்.

ஸாமான்யார்க்$_4$ய ஸ்த$_2$ாபனம்

கலசத்திற்கு வலது பக்கம் பிந்து, த்ரிகோணம், ஷட்கோணம் வ்ருத்தம், சதுரஸ்ரம் கொண்ட மண்டலத்தை (படம்) மத்ஸ்ய

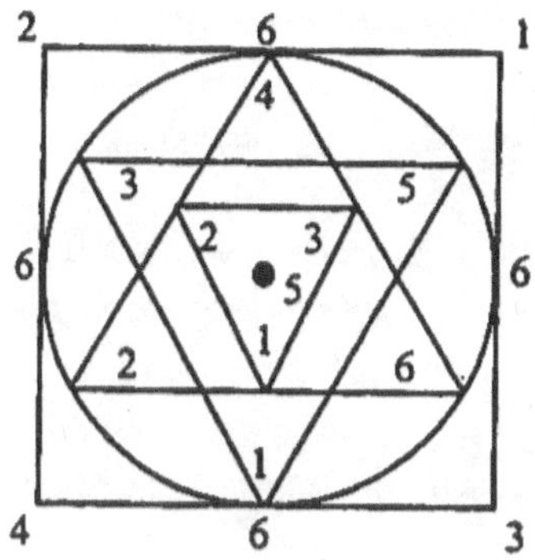

முத்திரையால் வரைந்து புஷ்பம் – அக்ஷதையால் படத்தில் குறித்தபடி சதுரத்தில் பின்வருமாறு பூஜிக்கவும்.

4 – ஐம் ஹ்ருத$_3$யாய நம: ஹ்ருத$_3$ய–ஸக்தி
ஸ்ரீ பாது$_3$காம் பூஜயாமி நம:
4 – க்லீம் ஸிரஸே ஸ்வாஹா ஸிர: ஸக்தி
ஸ்ரீ பாது$_3$காம் பூஜயாமி நம:
4 – ஸெள: ஸக$_2$ாயை வஷட் ஸிக$_2$ா ஸக்தி
ஸ்ரீ பாது$_3$காம் பூஜயாமி நம:
4 – ஐம் கவசாய ஹும் கவச ஸக்தி
ஸ்ரீ பாது$_3$காம் பூஜயாமி நம:
4 – க்லீம் நேத்ரத்ரயாய வெளஷட் நேத்ர ஸக்தி
ஸ்ரீ பாது$_3$காம் பூஜயாமி நம:
4 – ஸெள: அஸ்த்ராய ப$_2$ட் அஸ்த்ர ஸக்தி
ஸ்ரீ பாது$_3$காம் பூஜயாமி நம:

த்ரிகோணத்தில்,

4 – ஐம் நம: | 4 – க்லீம் நம: | 4 – ஸெள: நம: என்றும், பிந்துவில்

4 – ஐம் க்லீம் ஸெள: நம: என்றும் பூஜிக்கவும்.

பின்பு ஸாமான்யார்க்ய (சங்கம்) பாத்திரத்தை வைக்கும் ஆதாரத்தைக் கையில் எடுத்துக் கொண்டு, ப்ரோக்ஷித்து,

4 – அம் அக்$_3$னி மண்ட$_3$லாய த$_4$ர்மப்ரத$_3$ த$_3$ஸகலாத்மனே ஸ்ரீ ப$_3$ாலா த்ரிபுரஸுந்த$_3$ர்யா: ஸாமான்யார்க்$_4$ய பாத்ராத$_4$ரராய நம:

என்று மண்டலத்தின் மீது வைக்கவும்.

4 – அக்$_3$னிம் தூ$_3$தம் வ்ருணீமஹே ஹோதாரம் விஸ்வதேவ$_3$ஸம் அஸ்ய யஜ்ஞஸ்ய ஸுக்ரதும் ராம் – ரீம் – ரூம் – ரைம் – ரௌம் – ர: ரமலவரயூம் அக்$_3$னிமண்ட$_3$லாய நம:

ஆதாரத்தில், அக்னி கலைகள் பத்தையும் அர்ச்சிக்கவும்.

4 – யம்	தூ$_4$ம்ரார்ச்சிஷே	நம:
4 – ரம்	ஊஷ்மாயை	நம:
4 – லம்	ஜ்வலின்யை	நம:
4 – வம்	ஜ்வாலின்யை	நம:
4 – ஸம்	விஸ்பு$_2$லிங்கி$_3$ன்யை	நம:
4 – ஷம்	ஸுஸ்ரியை	நம:
4 – ஸம்	ஸுரூபாயை	நம:
4 – ஹம்	கபிலாயை	நம:
4 – ளம்	ஹவ்யவாஹாயை	நம:
4 – க்ஷம்	கவ்யவாஹாயை	நம:

சங்கத்தைக் கையில் எடுத்து புரோக்ஷித்து, சந்தனம் குங்குமம் வைத்து

4 – அம் ஸூர்ய மண்ட$_3$லாய அர்த$_2$ப்ரத$_3$ த்$_3$வாத$_3$ஸ கலாத்மனே ஸ்ரீ ப$_3$ாலா த்ரிபுரஸுந்த$_3$ர்யா : ஸாமான்யார்க்$_4$ய பாத்ராய நம:

என்று ஆதாரத்தின் மீது வைக்கவும்.

4 – ஆஸத்யேன ரஜஸா வர்தமானோ நிவேஸயன்னம் ருதம்மர்த்யம் ச ஹிரண்யயேன ஸவிதா ர தே$_2$னா தே$_3$வோாதி

பு$_4$வனா விபஸ்யன் ஹ்ராம் ஹ்ரீம் – ஹ்ரூம் – ஹ்ரைம் – ஹ்ரௌம் – ஹ்ர: ஹமலவரயூம் ஸூர்யமண்ட$_3$லாய நம:

சங்கை ஸூர்ய மண்டலமாகப் பாவித்து பன்னிரண்டு ஸூர்ய கலைகளை அதில் அர்ச்சிக்கவும்.

4 – கம்ப$_4$ம்	தபின்யை	நம:
4 – க$_2$ம்ப$_3$ம்	தாபின்யை	நம:
4 – க$_3$ம்ப$_2$ம்	தூ$_4$ம்ராயை	நம:
4 – க$_4$ம்பம்	மரீச்யை	நம:
4 – ஙம் நம்	ஜ்வாலின்யை	நம:
4 – சம் த$_4$ம்	ருச்யை	நம:
4 – ச$_2$ம்த$_3$ம்	ஸுஷும்னாயை	நம:
4 – ஜ$_3$ம்த$_2$ம்	போ$_4$க$_3$த$_3$ாயை	நம:
4 – ஜ$_4$ம்தம்	விஸ்வாயை	நம:
4 – ஞம்ணம்	போ$_3$தி$_4$ன்யை	நம:
4 – டம்ட$_4$ம்	த$_4$ாரிண்யை	நம:
4 – ட$_2$ம்ட$_3$ம்	க்ஷமாயை	நம:

4 – மம் – ஸோம மண்ட$_3$லாய காமப்ரத$_3$ ஷோட$_3$ஸ கலாத்மனே ஸ்ரீ ப$_3$ாலா த்ரிபுரஸுந்த$_3$ர்யா: ஸாமான்யார்க்$_4$ யாம்ருதாய நம:

என்று கலசத்திலுள்ள தீர்த்தத்தால், சங்கை நிரப்பி, ஒரு துளி விசேஷார்க்யத்தை அதில் சேர்க்கவும்.

4 – ஆப்யாயஸ்வ ஸமேது தே விஸ்வத: ஸோம வ்ருஷ்ணியம் ப$_4$வாவாஜஸ்ய ஸங்க$_3$தே$_2$ | ஸாம் – ஸீம் – ஸூம் – ஸைம் – ஸௌம் – ஸ: ஸமலவரயூம் ஸோம மண்ட$_3$லாய நம:

சோழ மண்டலத்தைப் பதினாறு பாகங்களாகப் பாவித்துக் கொண்டு

4 – அம்	அம்ருதாயை	நம:
4 – ஆம்	மானத$_3$ாயை	நம:
4 – இம்	பூஜாயை	நம:
4 – ஈம்	துஷ்ட்யை	நம:
4 – உம்	புஷ்ட்யை	நம:
4 – ஊம்	ரத்யை	நம:
4 – ரும்	த்$_4$ருத்யை	நம:
4 – ரூம்	ஸஸின்யை	நம:
4 – லும்	சந்த்$_3$ரிகாயை	நம:
4 – லூம்	காந்த்யை	நம:
4 – ஏம்	ஜ்யோத்ஸ்னாயை	நம:
4 – ஐம்	ஸ்ரியை	நம:
4 – ஓம்	ப்ரீத்யை	நம:
4 – ஔம்	அங்க$_3$த$_3$ாயை	நம:
4 – அம்	பூர்ணாயை	நம:
4 – அ:	பூர்ணாம்ருதாயை	நம:

என்று பூஜிக்கவும்.

பின்பு, சங்க தீர்த்தத்தில் அக்னி, ஈசான, அசுர, வாயு திசைகளிலும், மத்தியிலும், திசைகளிலும் ஷடங்க மந்திரத்தால் அர்ச்சிக்கவேண்டும்.

4 – ஐம் ஹ்ருத$_3$யாய நம: ஹ்ருத$_3$யஸக்தி
ஸ்ரீ பாது$_3$காம் பூஜயாமி நம:

4 – க்லீம் ஸிரஸே ஸ்வாஹா ஸிர: ஸக்தி

ஸ்ரீ பாது$_3$காம் பூஜயாமி நம:

4 – ஸௌ: ஸிக$_2$ாயை வஷட் ஸிக$_2$ா ஸக்தி

ஸ்ரீ பாது$_3$காம் பூஜயாமி நம:

4 – ஐம் கவசாய ஹும் கவச ஸக்தி

ஸ்ரீ பாது$_3$காம் பூஜயாமி நம:

4 – க்லீம் நேத்ரத்ரயாய வௌஷட் நேத்ர ஸக்தி

ஸ்ரீ பாது$_3$காம் பூஜயாமி நம:

4 – ஸௌ: அஸ்த்ராய ப$_2$ட் அஸ்த்ர ஸக்தி

ஸ்ரீ பாது$_3$காம் பூஜயாமி நம:

4 – அஸ்த்ராயப$_2$ட் என்று ரக்ஷித்து

4 – கவசாய ஹும் என்று அவகுண்டனம் செய்து

தேனு முத்திரை, யோனி முத்திரை, இவைகளைக் காட்டி மூலமந்திரத்தினால் ஏழு தடவை அபிமந்த்ரணம் செய்து உயிரூட்டப்பட்ட சங்க தீர்த்தத்தினால், பூஜா திரவியங்களையும் தன்னையும் ப்ரோக்ஷித்துக்கொண்டு, அதிலிருந்து ஒரு துளி ஜலத்தை கலசத்தில் சேர்க்கவும்.

+++

விஸேஷார்க்$_4$ய ஸ்த$_2$ாபனம்

ஸாமான்யார்க்யத்தினால் சங்கின் வலப்புறம் பிந்து, த்ரிகோணம், ஷட்கோணம், வ்ருத்தம், சதுரஸ்ர மண்டலம் வரையவும். மண்டலத்தில் முன்கூறியவாறே பூஜிக்கவும்.

விசேஷார்க்ய பாத்திர ஆதாரத்தை சங்க ஜலத்தினால் ப்ரோக்ஷித்து

4 – ஐம் – அம் அக்$_3$னி மண்ட$_3$லாய த$_4$ர்மப்ரத$_3$ த$_3$ஸ கலாத்மனே ஸ்ரீ ப$_3$ாலா த்ரிபுரஸுந்த$_3$ர்யா: விஸேஷார்க்$_4$ய பாத்ராத$_4$ாராய நம:

என்று ஆதாரத்தை மண்டலத்தின் மீது ஸ்தாபிக்கவும்.

4 – அக்$_3$னிம் தூ$_3$தம் வ்ருணீமஹே ஹோதாரம் விஸ்வவேத$_3$ஸம் | அஸ்ய யஜ்ஞஸ்ய ஸுக்ரதும் | ராம் – ரீம் – ரூம் – ரைம் – ரௌம் – ர: | ரமலவரயூம் அக்$_3$னி மண்ட$_3$லாய நம: |

அக்னி மண்டலத்தைப் புஷ்பம் / அக்ஷதைகளால் பின்வருமாறு அர்ச்சிக்கவும்.

4 – யம்	தூ$_4$ம்ரார்ச்சிஷே	நம:
4 – ரம்	ஊஷ்மாயை	நம:
4 – லம்	ஜ்வலின்யை	நம:
4 – வம்	ஜ்வாலின்யை	நம:
4 – ஸம்	விஸ்பு$_2$லிங்கி$_3$ன்யை	நம:
4 – ஷம்	ஸுஸ்ரியை	நம:
4 – ஸம்	ஸுரூபாயை	நம:
4 – ஹம்	கபிலாயை	நம:
4 – ளம்	ஹவ்யவாஹாயை	நம:
4 – க்ஷம்	கவ்யவாஹாயை	நம:

4 – ஐம் ஹ்ர: அஸ்த்ராய ப$_2$ட் (இதி விஸேஷார்க்$_4$ய பாத்ரம் ப்ரக்ஷால்ய) என்று விசேஷார்க்ய பாத்திரத்தை சங்க ஜலத்தால் ப்ரோக்ஷித்து

4 – க்லீம் உம் ஸௌர்ய மண்ட$_3$லாய அர்த$_2$ப்ரத$_3$ த்$_3$வாத$_3$ஸ கலாத்மனே ஸ்ரீ பா$_3$லா த்ரிபுரஸுந்த$_3$ர்யா : விஸஷார்க்$_4$ய பாத்ராய நம: (இதி ஆதா$_4$ரோபரி ஸம்ஸ்தா$_2$ப்ய)

என்று ஆதாரத்தின் மீது சந்தனம் குங்குமம் இவற்றால் அழகாக அலங்கரிக்கப்பட்ட விசேஷார்க்ய பாத்திரத்தை ஸ்தாபித்து,

4 – ஹ்ரீம் ஐம் மஹாலக்ஷ்மீஸ்வரி பரமஸ்வாமினி ஊர்த்$_4$வஸூன்ய ப்ரவாஹினி ஸோம ஸௌர்யாக்$_3$னி ப$_4$க்ஷிணி பரமாகாஸபா$_4$ஸுரே ஆக$_3$ச்ச$_2$, ஆக$_3$ச்ச$_2$, விஸ, விஸ, பாத்ரம் ப்ரதிக்$_3$ருஹ்ண ப்ரதிக்$_3$ருஹ்ண ஹும் ப$_2$ட் ஸ்வாஹா

(இதி புஷ்பாஞ்ஜலிம் விகீர்ய) என்று புஷ்பம் போடவும்.

4 – ஆஸத்யேன ரஜஸா வர்தமானோ நிவேஸயன்னம் ருதம் மர்த்யஞ்ச ஹிரண்யயேன ஸவிதா ரதே$_2$னா தே$_3$வோயாதி பு$_4$வனா விபஸ்யன் ஹாம் ஹீம் – ஹூம் – ஹைம் – ஹௌம் – ஹ: ஹமலவரயூம் ஸௌர்யமண்ட$_3$லாய நம:

விசேஷார்க்ய பாத்திரத்தைப் பன்னிரண்டு பாகங்களாகப் பாவித்து

4 – கம்ப$_4$ம்	தபின்யை	நம:
4 – க$_2$ம்ப$_3$ம்	தாபின்யை	நம:
4 – க$_3$ம்ப$_2$ம்	தூ$_4$ம்ராயை	நம:

4 – க$_4$ம்பம் மரீச்யை நம:

4 – ஙம் நம் ஜ்வாலின்யை நம:

4 – சம் த$_4$ம் ருச்யை நம:

4 – ச$_2$ம்த$_3$ம் ஸுஷும்னாயை நம:

4 – ஜ$_3$ம்த$_2$ம் பே$_4$ாக$_3$த$_3$ாயை நம:

4 – ஜ$_4$ம்தம் விஸ்வாயை நம:

4 – ஞம்ணம் பே$_3$ாதி$_4$ன்யை நம:

4 – டம்ட$_4$ம் த$_4$ாரிண்யை நம:

4 – ட$_2$ம்ட$_3$ம் க்ஷமாயை நம:

என்று ஸூர்ய கலைகளைப் பூஜிக்கவும்.

பால் அல்லது பால், தயிர், நெய், தேன், பழச்சாறு கலவையிலான விசேஷார்க்ய அம்ருதத்தை மூலமந்திரத்தால் அபிமந்திரித்து

4 – ஸௌ: மம் – ஸோம மண்ட$_3$லாய காமப்ரத$_3$ ஷோட$_3$ஸ கலாத்மனே ஸ்ரீ ப$_3$ாலா த்ரிபுரஸுந்த$_3$ர்யா: விஸேஷார்க்$_4$யாம்ருதாய நம: என்று அம் முதல் க்ஷம் வரையிலும் க்ஷம் முதல் அம் வரை மாத்ருகா அக்ஷரங்களைச் சொல்லிக் கொண்டே இடது கை தத்வ முத்திரையால் பற்றிய இஞ்சித் துண்டின் மேல் விசேஷார்க்யம் விழும்படி பாத்திரத்தில் நிரப்பவும்.

4 – ஆப்யாயஸ்வ ஸமேது தே விஸ்வத: ஸோம வ்ருஷ்ணியம் | ப$_4$வா வாஜஸ்ய ஸங்க$_3$தே$_2$ | ஸாம் – ஸீம் – ஸூம் – ஸைம் – ஸௌம் – ஸ: ஸமலவரயூம் ஸோம மண்ட$_3$லாய நம: ||

விசேஷார்க்யத்தில் சந்திர கலைகள் பதினாறையும் கற்பித்து அர்ச்சிக்கவும்,

4 – அம்	அம்ருதாயை	நம:
4 – ஆம்	மானத$_3$ாயை	நம:
4 – இம்	பூஜாயை	நம:
4 – ஈம்	துஷ்ட்யை	நம:
4 – உம்	புஷ்ட்யை	நம:
4 – ஊம்	ரத்யை	நம:
4 – ரும்	த்$_4$ருத்யை	நம:
4 – ரூம்	ஸஸின்யை	நம:
4 – லும்	சந்த்$_3$ரிகாயை	நம:
4 – லூம்	காந்த்யை	நம:
4 – ஏம்	ஜ்யோத்ஸ்னாயை	நம:
4 – ஐம்	ஸ்ரியை	நம:
4 – ஓம்	ப்ரீத்யை	நம:
4 – ஔம்	அங்க$_3$த$_3$ாயை	நம:
4 – அம்	பூர்ணாயை	நம:
4 – அ:	பூர்ணாம்ருதாயை	நம:

விசேஷார்க்யத்தில் நடுவில் முக்கோணம் வரைந்து அதன் வலதுகோட்டின் வெளிப்புறமாக அம் முதல் அ: என்ற *16* அக்ஷரங்களையும், மேற்கோட்டின் வெளியில் கம் முதல் தம் என்ற *16* அக்ஷரங்களையும், இடது கோட்டின் வெளியில் த$_2$ம் முதல் ஸம் என்ற *16* அக்ஷரங்களையும் எழுதி முக்கோணத்தின் உட்புறமாக கீழ்க்கோணத்தில் ஹம், வலது கோணத்தில் ளம், இடது கோணத்தில் க்ஷம் என்றும் *51* எழுத்துக்களையும் எழுதவும்.

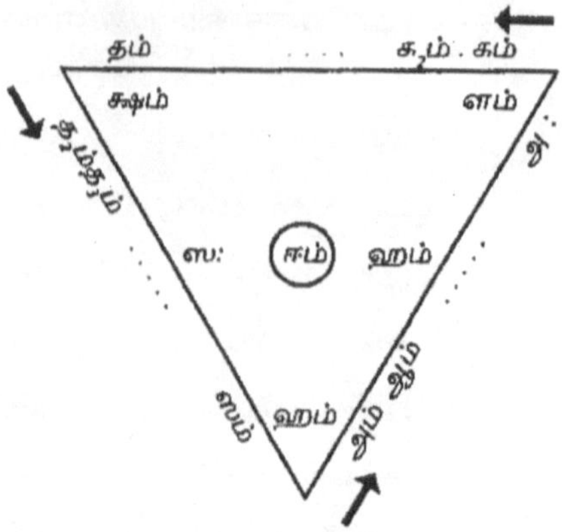

முக்கோணத்தின் நடுவில் தேவியின் ஈம் என்ற காமகலா பீஜத்தை எழுதி அதற்கு இடது புறத்தில் ஹம் என்றும் வலதுபுறத்தில் ஸ: என்றும் எழுதி அர்ச்சிக்கவும். விசேஷார்க்ய அம்ருதமே தேவியின் ஸ்வரூபமென்ற பாவனையே இதன் அடிப்படையாகும்.

பின்பு முக்கோணத்தைச் சுற்றி வெளியில் வட்டம், அறுகோணம் வரைந்து அதில் முன்போல் அங்க தேவதைகளைப் பூஜிக்கவும்.

4 – ஐம் ஹ்ருத$_3$யாய நம: ஹ்ருத$_3$யஸக்தி
ஸ்ரீ பாது$_3$காம் பூஜயாமி நம:
4 – க்லீம் ஸிரஸே ஸ்வாஹா ஸிர: ஸக்தி
ஸ்ரீ பாது$_3$காம் பூஜயாமி நம:
4 – ஸௌ: ஸிக$_2$ாயை வஷட் ஸிக$_2$ா ஸக்தி
ஸ்ரீ பாது$_3$காம் பூஜயாமி நம:
4 – ஐம் கவசாய ஹும் கவச ஸக்தி
ஸ்ரீ பாது$_3$காம் பூஜயாமி நம:
4 – க்லீம் நேத்ரத்ரயாய வௌஷட் நேத்ர ஸக்தி
ஸ்ரீ பாது$_3$காம் பூஜயாமி நம:
4 – ஸௌ: அஸ்த்ராய ப$_2$ட் அஸ்த்ர ஸக்தி
ஸ்ரீ பாது$_3$காம் பூஜயாமி நம:

பின்பு ஸுதா தேவியை

4 – மூலம் தாம் சின்மயீம் ஆனந்த$_3$ லக்ஷணாம் அம்ருத கலஸபிஸித ஹஸ்த த்$_3$வயாம் ப்ரஸன்னாம் தே$_3$வீம் ஆவாஹயாமி பூஜயாமி நம: ஸ்வாஹா

என்று தியானித்து அர்க்ய அம்ருதத்தை ஒரு உத்தரணியில் எடுத்துக் கொண்டு,

4 – வஷட் என்று உத்தரணியை உயர்த்தவும்.

4 – ஸ்வாஹா என்று உயர்த்திய உத்தரணியிலுள்ள அர்க்யத்தை விசேஷார்க்ய பாத்திரத்தில் விடவும்.

4 – ஹும் என்று அவகுண்டனம் செய்யவும்.

4 – வௌஷட் என்று தேனு முத்திரை காட்டவும்.

4 – ப$_2$ட் என்று வலுதுகை தர்ஜனி மத்யமையால் இடது உள்ளங்கையில் தட்டவும்.

4 – நம: என்று ஒரு புஷ்பத்தைப் போட்டு

மூலத்தைச் சொல்லிக்கொண்டு காலினீ முத்திரையால் விசேஷார்க்யத்தைப் பார்க்கவும்.

4 – ஐம் என்று யோனி முத்திரையால் நமஸ்கரிக்கவும் மூலம் ஏழுமுறை ஜபிக்கவும்

பின்பு, விசேஷார்க்ய அம்ருதமான ஸுதா தேவிக்கு கந்தம், புஷ்பம், தூபம், தீபம், நைவேத்$_3$யம், நீராஜனம் முதலிய உபசாரங்கள் செய்து பூஜிக்கவும். "ஸர்வம் வித்$_3$யாமயம் விப$_4$ாவயேத்" எல்லாவற்றையும் வித்யா ஸ்வரூபமாகப் பாவிக்க விசேஷார்க்யத்துளிகளால் ப்ரோக்ஷிக்கவும். பின்பு விசேஷார்க்ய பாத்திரத்தைத் தொட்டுக் கொண்டு பின்வருமாறு அபிமந்திரிக்கவும்.

அக்$_3$னி மண்ட$_3$லம்

4 – யம்	தூ$_4$ம்ரார்ச்சிஷே	நம:
4 – ரம்	ஊஷ்மாயை	நம:
4 – லம்	ஜ்வலின்யை	நம:
4 – வம்	ஜ்வாலின்யை	நம:
4 – ஸம்	விஸ்பு$_2$லிங்கி$_3$ன்யை	நம:
4 – ஷம்	ஸுஸ்ரியை	நம:
4 – ஸம்	ஸுரூபாயை	நம:
4 – ஹம்	கபிலாயை	நம:
4 – ளம்	ஹவ்யவாஹாயை	நம:
4 – க்ஷம்	கவ்யவாஹாயை	நம:

ஸூர்ய மண்ட$_3$லம்

4 – கம்ப$_4$ம்	தபின்யை	நம:
4 – க$_2$ம்ப$_3$ம்	தாபின்யை	நம:
4 – க$_3$ம்ப$_2$ம்	தூ$_4$ம்ராயை	நம:
4 – க$_4$ம்பம்	மரீச்யை	நம:
4 – ஙம் நம்	ஜ்வாலின்யை	நம:
4 – சம் த$_4$ம்	ருச்யை	நம:
4 – ச$_2$ம்த$_3$ம்	ஸுஷும்னாயை	நம:
4 – ஜ$_3$ம்த$_2$ம்	போ$_4$க$_3$தா$_3$யை	நம:
4 – ஜ$_4$ம்தம்	விஸ்வாயை	நம:
4 – ஞம்ணம்	போ$_3$தி$_4$ன்யை	நம:
4 – டம்ட$_4$ம்	தா$_4$ரிண்யை	நம:
4 – ட$_2$ம்ட$_3$ம்	க்ஷமாயை	நம:

ஸோம மண்ட$_3$லம்

4 –	அம்	அம்ருதாயை	நம:
4 –	ஆம்	மானத$_3$ாயை	நம:
4 –	இம்	பூஜாயை	நம:
4 –	ஈம்	துஷ்ட்யை	நம:
4 –	உம்	புஷ்ட்யை	நம:
4 –	ஊம்	ரத்யை	நம:
4 –	ரும்	த்$_4$ருத்யை	நம:
4 –	ரூம்	ஸஸின்யை	நம:
4 –	லும்	சந்த்$_3$ரிகாயை	நம:
4 –	லூம்	காந்த்யை	நம:
4 –	ஏம்	ஜ்யோத்ஸ்னாயை	நம:
4 –	ஐம்	ஸ்ரியை	நம:
4 –	ஓம்	ப்ரீத்யை	நம:
4 –	ஔம்	அங்க$_3$த$_3$ாயை	நம:
4 –	அம்	பூர்ணாயை	நம:
4 –	அ:	பூர்ணாம்ருதாயை	நம:

ப்ரஹ்ம மண்ட$_3$லம்

4 –	கம்	ஸ்ருஷ்ட்யை	நம:
4 –	க$_2$ம்	ருத்$_3$த்$_4$யை	நம:
4 –	க$_3$ம்	ஸம்ருத்யை	நம:
4 –	க$_4$ம்	மேத$_4$ாயை	நம:
4 –	ஙம்	காந்த்யை	நம:
4 –	சம்	லக்ஷ்ம்யை	நம:
4 –	ச$_2$ம்	த்$_3$யுத்யை	நம:
4 –	ஜ$_3$ம்	ஸ்தி$_2$ராயை	நம:

4 – ஜ$_4$ம் ஸ்தி$_2$த்யை நம:
4 – ஞும் ஸித்$_3$த்$_4$யை நம:

விஷ்ணு மண்ட$_3$லம்

4 – டம் ஜராயை நம:
4 – ட$_2$ம் பாலின்யை நம:
4 – ட$_3$ம் ஸாந்த்யை நம:
4 – ட$_4$ம் ஈஸ்வர்யை நம:
4 – ணம் ரத்யை நம:
4 – தம் காமிகாயை நம:
4 – த$_2$ம் வரத$_3$ாயை நம:
4 – த$_3$ம் ஹ்லாதி$_3$ன்யை நம:
4 – த$_4$ம் ப்ரீத்யை நம:
4 – நம் தீ$_3$ர்க$_4$ாயை நம:

ருத்$_3$ர மண்ட$_3$லம்

4 – பம் தீக்ஷ்ணாயை நம:
4 – ப$_2$ம் ரௌத்$_3$ராயை நம:
4 – ப$_3$ம் ப$_4$யாயை நம:
4 – ப$_4$ம் நித்$_3$ராயை நம:
4 – மம் தந்த்$_3$ர்யை நம:
4 – யம் க்ஷுத$_4$ாயை நம:
4 – ரம் க்ரோதி$_4$ன்யை நம:
4 – லம் க்ரியாயை நம:
4 – வம் உத்$_3$க$_3$ார்யை நம:
4 – ------ம் ம்ருத்யவே நம:

ஈ.......வர மண்ட$_3$லம்

4 – ஷம் பீதாயை நம:
4 – ஸம் ஸ்வேதாயை நம:
4 – ஹம் அருணாயை நம:
4 – க்ஷம் அஸிதாயை நம:

ஸத$_3$ா........வ மண்ட$_3$லம்

4 – அம்	நிவ்ருத்யை	நம:
4 – ஆம்	ப்ரதிஷ்ட$_2$ாயை	நம:
4 – இம்	வித்$_3$யாயை	நம:
4 – ஈம்	ஸாந்த்யை	நம:
4 – உம்	இந்தி$_3$காயை	நம:
4 – ஊம்	தீ$_3$பிகாயை	நம:
4 – ரும்	ரேசிகாயை	நம:
4 – ரூம்	மோசிகாயை	நம:
4 – லும்	பராயை	நம:
4 – லூம்	ஸூக்ஷ்மாயை	நம:
4 – ஏம்	ஸூக்ஷ்மாம்ருதாயை	நம:
4 – ஐம்	ஜ்ஞானாயை	நம:
4 – ஓம்	ஜ்ஞானாம்ருதாயை	நம:
4 – ஔம்	ஆப்யாயின்யை	நம:
4 – அம்	வ்யாபின்யை	நம:
4 – அ:	வ்யோம ரூபாயை	நம:

ப்$_3$ரஹ்ம மந்த்ரம்

4 – ஹருகு$_3$ம்ஸ: ஸுசிஷத்$_3$ வஸு: அந்தரிக்ஷ ஸத்$_3$தே$_4$ாதா வேதிஷத்$_3$ அதிதி$_2$ர்து$_3$ரோணஸத் | ந்ருஷத்$_3$வர ஸத்$_3$ருத ஸத்$_3$வ்யோம ஸத்$_3$ அப்$_3$ஜா கே$_3$ாஜா ருதஜா அத்$_3$ரிஜா ருதம் ப்$_3$ருஹத் || நம:

விஷ்ணு மந்த்ரம்

4 – ப்ரதத்$_3$ விஷ்ணுஸ்தவதே வீர்யாய ம்ருகோ$_3$ நபீ$_4$ம: குசரோ கி$_3$ரிஷ்டா$_2$: | யஸ்யோருஷு த்ரிஷு விக்ரமணேஷு அதி$_4$க்ஷியந்தி பு$_4$வனானி விஸ்வா || நம:

ருத்$_3$ர மந்த்ரம்

4 – த்ரயம்ப$_3$கம் யஜாமஹே ஸுக$_3$ந்தி$_4$ம் புஷ்டிவர்த$_4$னம் | உர்வாருகமிவ பந்$_3$த$_4$னான் ம்ருத்யோர் முக்ஷீய மாம்ருதாத் || நம:

மஹா விஷ்ணு மந்த்ரம்

4 – தத்$_3$ விஷ்ணோ: பரமம் பத$_3$ம் ஸதா$_3$ பஸ்யந்தி ஸூரய: | தி$_3$வீவ சக்ஷுராததம் | தத்$_3$வி ப்ராஸோ விபன்யவோ ஜாக்$_3$ருவாகு$_3$ம் ஸ: ஸமிந்த$_4$தே | விஷ்ணோர்யத்பரமம் பத$_3$ம் || நம:

ஸதா$_3$ஸிவ மந்த்ரம்

4 – விஷ்ணுர் யோனிம் கல்பயது த்வஷ்டா ரூபாணி பிகு$_3$ம்ஸது | ஆஸிஞ்சது ப்ரஜாபதிர் தா$_4$தா க$_3$ர்ப$_4$ம் த$_3$தா$_4$துதே || க$_3$ர்ப$_4$ம் தே$_4$ஹி ஸினீவாலி க$_3$ர்ப$_4$ம் தே$_4$ஹி ஸரஸ்வதி | க$_3$ர்ப$_4$ம் தே அஸ்வினௌ தே$_3$வாவாத$_4$த்தாபடத புஷ்க ரஸ்ரஜா || நம:

தே$_3$விகலா:

4 – மூலம் நம:

ஸிவ, ஸக்தி, ஸிவ ஸக்தி கலா:

4 – ஐம் அக$_2$ண்டை$_3$க ரஸானந்தகரே பரஸுதா$_4$த்மனி | ஸ்வச்ச$_2$ந்த$_3$ ஸ்பு$_2$ரணாமந்ர நிதே$_4$ஹி குலநாயிகே || நம:

4 – க்லீம் அகுலஸ்த$_{2}$ாம்ருதாகாரே ஸூத்$_{3}$ த$_{4}$ ஜ்ஞானகரே பரே | அம்ருதத்வம் நிதே$_{4}$ ஹ்யஸ்மின் வஸ்துனி க்லின்னரூபிணி || நம:

என்று ஆதாரத்தின் மீது சந்தனம் குங்குமம் இவற்றால் அழகாக அலங்கரிக்கப்பட்ட விசேஷார்க்ய பாத்திரத்தை ஸ்தாபித்து,

4 – ஸெள: தத்$_{3}$ரூபிண்யை கரஸ்யத்வம் க்ருத்வா ஹ்யேதத் ஸ்வரூபிணி | பூ$_{4}$த்வா பராம்ருதாகாரா மயி சித் ஸ்பு$_{2}$ரணம் குரு || நம:

அம்ருதகலா:

4 – ஐம் ப்$_{3}$லூம் ஜ்$_{4}$ரெளம் ஜூம் ஸ: அம்ருதே அம்ருதோத்$_{3}$ப$_{4}$வே அம்ருதேஸ்வரி அம்ருத வர்ஷிணி அம்ருதம் ஸ்ராவய ஸ்ராவய ஸ்வாஹா || நம:

இச்ச$_{2}$ா ஜ்ஞான க்ரியா ஸக்தி கலா:

4 – ஐம் வத$_{3}$ வத$_{3}$ வாக்$_{3}$ வாதி$_{3}$னி ஐம் | க்லீம் க்லின்னே க்லேதி$_{3}$னி க்லேத$_{3}$ய க்லேத$_{3}$ய மஹா–க்ஷோப$_{4}$ம் குரு குரு க்லீம் | ஸெள: மோக்ஷம் குரு குரு ஹ்ஸெளம்: ஸ்ஹெள: ம் || நம:

விசேஷார்க்யாம்ருதத்திலிருந்து சிறிதளவே எடுத்து குரு பாத்திரத்தினுள் விடவேண்டும். குரு எதிரேயிருந்தால் அம்ருதத்தில் சிறிதளவே அவரிடம் சேர்த்துவிட வேண்டும். ஆத்ம பாத்திரத்தில் விசேஷார்க்யத்தைச் சிறிதளவு எடுத்துக்கொண்டு, குரு பாதுகா மந்திரங்களை ஜபித்த பின்

குண்ட$_{3}$லின்யதி$_{4}$ஷ்டி$_{2}$த சித$_{3}$க்$_{3}$னி மண்ட$_{3}$லாய நம: என்று குண்டலினியில் உள்ள சிதக்னியில் ஹோமம் செய்வதாகப் பாவித்து விசேஷார்க்யத்தை கையில் எடுத்துக்கொண்டு,

4 – மூலம் புண்யம் ஜுஹோமி ஸ்வாஹா |
4 – மூலம் பாபம் ஜுஹோமி ஸ்வாஹா |
4 – மூலம் க்ருதயம் ஜுஹோமி ஸ்வாஹா |
4 – மூலம் அக்ருத்யம் ஜுஹோமி ஸ்வாஹா |
4 – மூலம் ஸங்கல்யம் ஜுஹோமி ஸ்வாஹா |
4 – மூலம் விகல்பம் ஜுஹோமி ஸ்வாஹா |
4 – மூலம் த$_{4}$ர்மம் ஜுஹோமி ஸ்வாஹா |
4 – மூலம் அத$_{4}$ர்மம் ஜுஹோமி ஸ்வாஹா |
4 – மூலம் அத$_{4}$ர்மம் ஜுஹோமி ஸ்வாஹா |

பாவபுண்ணியங்களை பூர்ணாஹுதி செய்து விட்டதாகப் பாவித்து

4 – ஆர்த்$_{3}$ரம் ஜ்லவதி ஜ்யோதிர் அஹமஸ்மி
ஜ்யோதிர் ஜ்வலதி ப்$_{3}$ரஹ்மாஹமஸ்மி |
யோ அஹமஸ்மி ப்$_{3}$ரஹ்மாஹமஸ்மி |
அஹமஸ்மி ப்$_{3}$ரஹ்மாஹமஸ்மி |
அஹமேவாஹம் மாம் ஜுஹோமி ஸ்வாஹா ||

அம்ருதத்தை ஸ்வீரிக்கவும். பின்பு அம்ருத்திலிருந்து சிறிதளவு சங்கத்திலுள்ள ஸாமான்யார்க்யத்தில் சேர்க்கவும்.

ஆவாஹனம்

த்$_{4}$யானம்

(ஸ்ரீ ப$_{3}$ாலாத்ரிபுரஸுந்த$_{3}$ரீ சக்ரே பி$_{3}$ந்தெ$_{3}$ள ஸ்ரீ ப$_{3}$ாலாத்ரிபுரஸுந்த$_{3}$ரீம் த்$_{4}$யாத்வா) ஸ்ரீ பாலா யந்திரத்தின் பிந்துவில் ஸ்ரீ பாலா த்ரிபுர ஸுந்தரியை தியானித்து, த்ரிகண்டா முத்திரையில் வைத்த புஷ்பாஞ்ஜலியுடன்

அருணகிரண ஜாலை ரஞ்ஜிதா ஸாவாஸா|
வித்$_{4}$ருத ஜபவடீகா புஸ்திகாபீ$_{4}$தி ஹஸ்தா||
இதரகர வராட்$_{4}$யா பு$_{2}$ல்லகல்ஹார ஸம்ஸ்த$_{2}$ா|

நிவஸது ஸ்ருதி$_3$ ப$_3$ாலா நித்ய கல்யாண ஸுலா||
அருண ரூபா மஹாரூபா ஜ்யோதிரூபா மஹேஸ்வரி|
பார்வதீ வரரூபா ச பரப்$_3$ரஹ்மஸ்வரூபிணி||
4 – ஐம் க்லீம் ஸெள: ஸ்ரீ ப$_3$ாலா த்ரிபுரஸுந்த$_3$ர்யா:
அம்ருத சைதன்ய மூர்திம் கல்பயாமி நம:

ஸ்ரீ பாலா த்ரிபுர ஸுந்தரி யந்த்ரம்

*மஹா பத்$_3$ம வனாந்தஸ்தே$_2$ காரணானந்த$_3$ *விக்$_3$ரஹே | ஸர்வ பூ$_4$தஹிதே மாத: ஏஹ்யேஹி பரமேஸ்வரி | ஸ்ரீ ப$_3$ாலா த்ரிபுரஸுந்த$_3$ரீம் ஆவாஹயாமி* என்று புஷ்பங்களை யந்திரத்தின் மீது போட்டு ஆவாஹனாதி முத்திரைகள் காட்டவும்.

யோனி, தே$_4$னு மத்திரைகள் காட்டி வணங்கி, பின்பு பாத்$_3$யம், அர்க்$_4$யம், ஆசமனீயம், மது$_3$பர்கம், ஸுக$_3$ந்த$_4$தைலாப்$_4$யங்க$_3$னம், ஸ்நானம், புனராசமனீயம், வஸ்த்ரம், ஸர்வாப$_4$ரணம், தி$_3$வ்ய பரிமள க$_3$ந்த$_4$ம், புஷ்பம், தூ$_4$பம், தீ$_3$பம், அம்ருத நைவேத்$_3$யம், கர்பூரவீடிகாம், நீராஜனம் முதலிய உபசாரங்களைச் செய்யவும்.

ஸ்ரீ ப$_3$ாலா த்ரிபுரஸுந்த$_3$ரி ஆவரண பூஜா

லயாங்க பூஜா

4 – ஐம் க்லீம் ஸௌ: ஸௌ: க்லீம் ஐம் ஸ்ரீ ப$_3$ாலா த்ரிபுரஸுந்த$_3$ரீ ஸ்ரீ பாது$_3$காம் பூஜயாமி நம: தர்பயாமி நம: (இதி பி$_3$ந்தௌ$_3$ தே$_3$வீம் த்ரி: ஸந்தர்பயேத்) என்று பிந்துவில் தேவிக்கு மும்முறை தர்ப்பணம் செய்யவும்.

ஷட$_3$ங்க$_3$ார்சனம்:

(தே$_3$வ்யங்கே$_3$ பி$_3$ந்தௌ$_3$) பிந்துவில் படத்தில காட்டியபடி பூஜிக்கவும்.

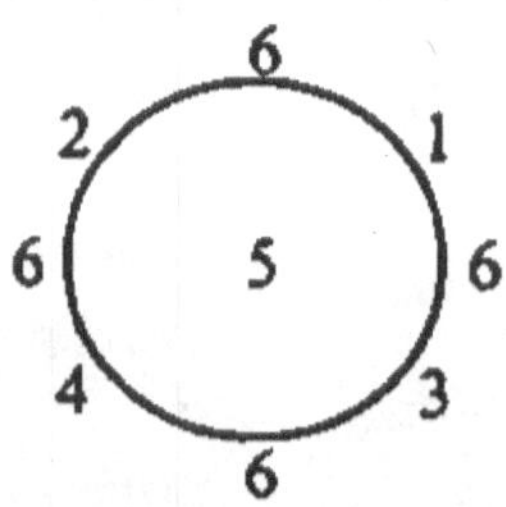

4 – ஐம் ஹ்ருத$_3$யாய நம: ஹ்ருத$_3$யஸுக்தி
ஸ்ரீ பாது$_3$காம் பூஜயாமி நம: தர்பயாமி நம:
4 – க்லீம் ஸிரஸே ஸ்வாஹா ஸிர: ஸக்தி
ஸ்ரீ பாது$_3$காம் பூஜயாமி நம: தர்பயாமி நம:
4 – ஸௌ: ஸிக$_2$ாயை வஷட் ஸிக$_2$ா ஸக்தி
ஸ்ரீ பாது$_3$காம் பூஜயாமி நம: தர்பயாமி நம:

4 – ஐம் கவசாய ஹும் கவச ஸக்தி
ஸ்ரீ பாது$_3$காம் பூஜயாமி நம: தர்பயாமி நம:
4 – க்லீம் நேத்ரத்ரயாய வௌஷட் நேத்ர ஸக்தி
ஸ்ரீ பாது$_3$காம் பூஜயாமி நம: தர்பயாமி நம:
4 – ஸௌ: அஸ்த்ராய ப$_2$ட் அஸ்த்ர ஸக்தி
ஸ்ரீ பாது$_3$காம் பூஜயாமி நம: தர்பயாமி நம:

குரு மண்ட$_3$லார்சனம்:

நடுக்கோணத்தின் மேற்புறத்தில் உள்ள நாற்கோணப் பகுதியில் (படம் காண்க) அடிக்கோட்டில் திவ்ய குருக்களையும் நடுக்கோட்டில் ஸித்த குருக்களையும், மேல் கோட்டில் மானவ குருக்களையும் ஆராதிக்கவும்.

தி$_3$வ்யௌக$_4$:

4 – ஐம் க்லீம் ஸௌ: பரப்ரகாஸானந்த$_3$நாத$_2$
ஸ்ரீ பாது$_3$காம் பூஜயாமி நம: தர்பயாமி நம:
4 – ஐம் க்லீம் ஸௌ: பரமேஸானந்த$_3$நாத$_2$
ஸ்ரீ பாது$_3$காம் பூஜயாமி நம: தர்பயாமி நம:
4 – ஐம் க்லீம் ஸௌ: பரஸிவானந்த$_3$நாத$_2$
ஸ்ரீ பாது$_3$காம் பூஜயாமி நம: தர்பயாமி நம:
4 – ஐம் க்லீம் ஸௌ: காமேஸ்வர்யம்ப$_3$ா
ஸ்ரீ பாது$_3$காம் பூஜயாமி நம: தர்பயாமி நம:
4 – ஐம் க்லீம் ஸௌ: மோக்ஷானந்த$_3$நாத$_2$
ஸ்ரீ பாது$_3$காம் பூஜயாமி நம: தர்பயாமி நம:
4 – ஐம் க்லீம் ஸௌ: காமானந்த$_3$நாத$_2$
ஸ்ரீ பாது$_3$காம் பூஜயாமி நம: தர்பயாமி நம:
4 – ஐம் க்லீம் ஸௌ: அம்ருதானந்த$_3$நாத$_2$
ஸ்ரீ பாது$_3$காம் பூஜயாமி நம: தர்பயாமி நம:

ஸித்$_3$தௌ$_4$க$_4$:

4 – ஐம் க்லீம் ஸௌ: ஈஸானந்த$_3$நாத$_2$
ஸ்ரீ பாது$_3$காம் பூஜயாமி நம: தர்பயாமி நம:
4 – ஐம் க்லீம் ஸௌ: தத்புருஷானந்த$_3$நாத$_2$
ஸ்ரீ பாது$_3$காம் பூஜயாமி நம: தர்பயாமி நம:
4 – ஐம் க்லீம் ஸௌ: அகோ$_4$ரானந்த$_3$நாத$_2$
ஸ்ரீ பாது$_3$காம் பூஜயாமி நம: தர்பயாமி நம:
4 – ஐம் க்லீம் ஸௌ: வாமதே$_3$வானந்த$_3$நாத$_2$
ஸ்ரீ பாது$_3$காம் பூஜயாமி நம: தர்பயாமி நம:
4 – ஐம் க்லீம் ஸௌ: ஸத்யோஜாதானந்த$_3$நாத$_2$
ஸ்ரீ பாது$_3$காம் பூஜயாமி நம: தர்பயாமி நம:

மானவௌக$_4$:

4 – ஐம் க்லீம் ஸௌ: பஞ்சோத்தரானந்த$_3$நாத$_2$
ஸ்ரீ பாது$_3$காம் பூஜயாமி நம: தர்பயாமி நம:
4 – ஐம் க்லீம் ஸௌ: பரமானந்த$_3$நாத$_2$
ஸ்ரீ பாது$_3$காம் பூஜயாமி நம: தர்பயாமி நம:
4 – ஐம் க்லீம் ஸௌ: ஸர்வஜ்ஞானந்த$_3$நாத$_2$
ஸ்ரீ பாது$_3$காம் பூஜயாமி நம: தர்பயாமி நம:
4 – ஐம் க்லீம் ஸௌ: ஸர்வானந்த$_3$நாத$_2$
ஸ்ரீ பாது$_3$காம் பூஜயாமி நம: தர்பயாமி நம:
4 – ஐம் க்லீம் ஸௌ: ஸித்$_3$தா$_4$னந்த$_3$நாத$_2$
ஸ்ரீ பாது$_3$காம் பூஜயாமி நம: தர்பயாமி நம:
4 – ஐம் க்லீம் ஸௌ: கோ$_3$விந்தா$_3$னந்த$_3$நாத$_2$
ஸ்ரீ பாது$_3$காம் பூஜயாமி நம: தர்பயாமி நம:
4 – ஐம் க்லீம் ஸௌ: ஸங்கரானந்த$_3$நாத$_2$
ஸ்ரீ பாது$_3$காம் பூஜயாமி நம: தர்பயாமி நம:

பின்பு பரமேஷ்டி குரு மந்திரத்துடன் தனது பரமேஷ்டி குருவை திவ்ய குருக்களுடனும், பரமகுரு மந்திரம் ஜபித்துத் தனது பரம குருவை ஸித்த குருக்களுடனும் ஸ்வகுரு மந்திரத்துடன் தனது ஸ்வகுருவை மானவ குருக்களுடனும் பூஜிக்க வேண்டும்.

✦✦✦

பரிவாரார்சனம்

4 – ஸம்வின்மயே பரே தே$_3$வி பராம்ருத ருசிப்ரியே |
அனுஜ்ஞாம் த்ரிபுரே தே$_3$ஹி பரிவாரார்சனாயமே ||

1. ப்ரத$_2$மாவரணம்

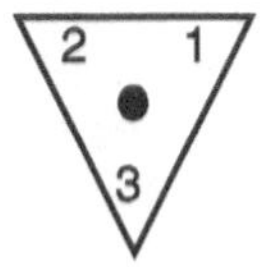

(ததஸ்த்ரிக்கோணே த்ரிகோணத்தில்)
(ஆக்$_3$னேயே) அக்னி கோணத்தில்

4 – ஐம் ரம் நதி ஸ்ரீ பாது$_3$காம் பூஜயாமி நம:
தர்பயாமி நம:
(ஈஸானே) ஈசான கோணத்தில்

4 – க்லீம் ப்ரீம் ப்ரீதி ஸ்ரீ பாது$_3$காம் பூஜயாமி நம:
தர்பயாமி நம:
(அக்$_3$ரகோணே முன்புள்ள கோணத்தில்)

4 – ஸௌ: மம் மனோப$_4$வ ஸ்ரீ பாது$_3$காம் பூஜயாமி நம:
தர்பயாமி நம:
(இதி பூஜயேத் தர்பயேச்ச) என்று பூஜித்துத் தர்ப்பணம் செய்யவும்.

4 – ஐம் க்லீம் ஸௌ: ஏதா: ஸ்ரீ ப$_3$ாலா த்ரிபுரஸுந்த$_3$ரீ சக்ரே ஸமுத்$_3$ரா: ஸஸித்$_3$த$_4$ய: ஸாயுத$_4$ா: ஸுக்தய: ஸவாஹனா: ஸபரிவாரா: ஸர்வோபசாரை: ஸம்பூஜிதா: ஸந்தர்பிதா: ஸந்துஷ்டா: ஸந்து நம: (புஷ்பாஞ்சலி:)

என்று புஷ்பாஞ்ஜலி அளிக்கவும்.

4 – ஐம் க்லீம் ஸௌ: ஸ்ரீ ப$_3$ாலா பரமேஸ்வரீ சக்ரேஸீ ஸ்ரீ பாது$_3$காம் பூஜயாமி நம: தர்பயாமி நம:

(மூலேன த்ரி: ஸந்தர்ப்ய தூ$_4$பம், தீ$_3$பம், நைவேத்$_3$யம் தாம்பூ$_3$லம், நீராஜனம் ச ஸமர்ப்ய) மூல மந்திரத்தினால் மும்முறை தர்ப்பணம் செய்து தூபம், தீபம், நைவேத்யம், தாம்பூலம், நீராஜனம் முதலியன ஸமர்ப்பித்து

4 – ஐம் க்லீம் ஸெள: அபீ$_4$ஷ்ட ஸித்$_3$தி$_4$ம்மேதே$_3$ஹி ஸரணாக$_3$த வத்ஸலே | ப$_4$க்த்யா ஸமர்பயே துப்$_4$யம் ப்ரத$_2$மாவரணார்சனம் ||

(இது பூஜாம் ஸமர்ப்ய) என்று பூஜையை ஸமர்ப்பித்து

4 – ஐம் க்லீம் ஸெள: ப்ரத$_2$மாவரண தே$_3$வதா ஸஹிதாயை ஸ்ரீ ப$_3$ாலா த்ரிபுரஸுந்த$_3$ர்யை நம:

(இதி யோனி முத்$_3$ரயா ப்ரணமேத்) யோனி முத்திரையால் வணங்கவும்.

2. த்$_3$விதீயாவரணம்

(தத்ரஸ்த்ரிகோணஸ்யைவோத்தரே) த்ரிகோணத்தில் வடக்குப் புறமாக

4 – த்$_3$ராம் க்ஷோப$_4$ணப$_3$ாண ஸ்ரீ பாது$_3$காம் பூஜயாமி நம: தர்பயாமி நம:

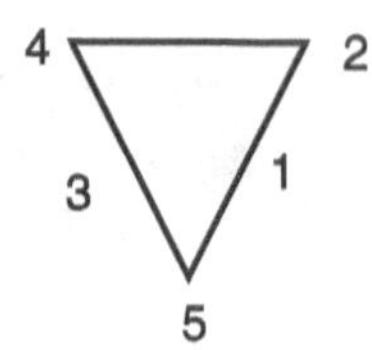

4 – த்$_3$ரீம் த்$_3$ராவணப$_3$ாண ஸ்ரீ பாது$_3$காம் பூஜயாமி நம: தர்பயாமி நம:

(த்$_3$க்ஷே) தெற்குப் புறமாக

4 – க்லீம் ஆகர்ஷணப$_3$ாண ஸ்ரீ பாது$_3$காம் பூஜயாமி நம: தர்பயாமி நம:

4 – ப்லூம் வஸீகரணப$_3$ாண ஸ்ரீ பாது$_3$காம் பூஜயாமி நம: தர்பயாமி நம:

(தத$_3$க்ரே) முன்புறத்தில்

4 – ஸ: உன்மாத$_3$னப$_3$ாண ஸ்ரீ பாது$_3$காம் பூஜயாமி நம: தர்பயாமி நம:

(இதி ஸம்பூஜ்ய ஸந்தர்ப்ய, ததை$_2$வ தது$_3$த்தரே) என்று பூஜித்துத் தர்ப்பணம் செய்து, பின்பு அவ்வாறே

4 – ஹ்ரீம் காம ஸ்ரீ பாது$_3$காம் பூஜயாமி நம: தர்பயாமி நம:

4 – க்லீம் மன்மத$_2$ ஸ்ரீ பாது$_3$காம் பூஜயாமி நம: தர்பயாமி நம:

(தத்$_3$த$_3$க்ஷே) அதன் தெற்குப் புறத்தில்

4 – ஐம் கந்த$_3$ர்ப ஸ்ரீ பாது$_3$காம் பூஜயாமி நம: தர்பயாமி நம:

4 – ப்$_3$லூம் மகரத்வஜ ஸ்ரீ பாது$_3$காம் பூஜயாமி நம: தர்பயாமி நம:

(அக்$_3$ரே) முன்புறத்தில்

4 – ஸ்த்ரீம் மீனகேது ஸ்ரீ பாது$_3$காம் பூஜயாமி நம: தர்பயாமி நம:

(இதி பூஜயேத்தர்பயேச்ச) என்று பூஜித்துத் தர்ப்பணம் செய்யவும்.

4 – ஐம் க்லீம் ஸௌ: ஏதா: ஸ்ரீ ப$_3$ாலாத்ரிபுரஸுந்த$_3$ரீ சக்ரே ஸமுத்$_3$ரா: ஸஸித்$_3$த$_4$ய: ஸாயுத$_4$ா: ஸஸக்தய: ஸவாஹனா: ஸபரிவாரா: ஸர்வோபசாரை: ஸம்பூஜிதா: ஸந்தர்பிதா: ஸந்துஷ்டா: ஸந்து நம: (புஷ்பாஞ்சலி:)

என்று புஷ்பாஞ்ஜலி அளிக்கவும்.

4 – ஐம் க்லீம் ஸௌ: ஸ்ரீப$_3$ாலா பரமேஸ்வரீ சக்ரேஸீ ஸ்ரீ பாது$_3$காம் பூஜயாமி நம: தர்பயாமி நம:

(மூலேன த்ரி: ஸந்தர்ப்ய தூ$_4$பம், தீ$_3$பம், நைவேத்$_3$யம் தாம்பூ$_3$லம், நீராஜனம் ச ஸமர்ப்ய) மூல மந்திரத்தினால் மும்முறை தர்ப்பணம் செய்து தூபம், தீபம், நைவேத்யம், தாம்பூலம், நீராஜனம் முதலியன ஸமர்ப்பித்து

4 – ஐம் க்லீம் ஸௌ: அபீ$_4$ஷ்ட ஸித்$_3$தி$_4$ம்மேதே$_3$ஹி ஸரணாக$_3$த வத்ஸலே | ப$_4$க்த்யா ஸமர்பயே துப்$_4$யம் த்$_3$விதீயாவரணார்சனம் ||

(இது பூஜாம் ஸமர்ப்ய) என்று பூஜையை ஸமர்ப்பித்து

4 – ஐம் க்லீம் ஸௌ: த்$_3$விதீயாவரண தே$_3$வதா ஸஹிதாயை ஸ்ரீ ப$_3$ாலா த்ரிபுரஸுந்த$_3$ர்யை நம:

(இதி யோனி முத்$_3$ரயா ப்ரணமேத்) யோனி முத்திரையால் வணங்கவும்.

3. த்ருதீயாவரணம்

(ததோ அஷ்டயோனிஷு பூர்வாதி $_3$த:)
பின்பு எட்டு கோணங்களில் கிழக்கில் ஆரம்பித்து

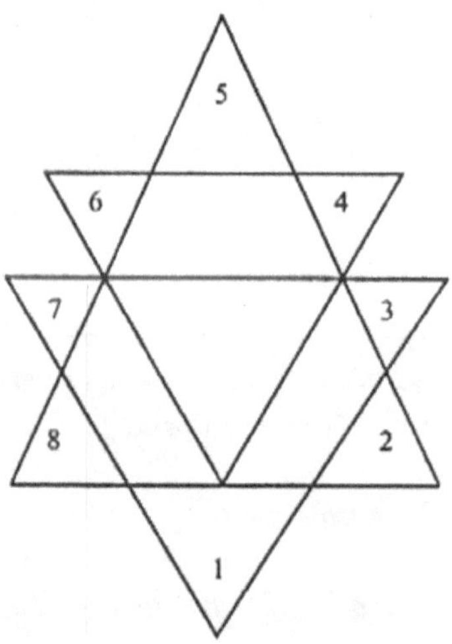

4 – கம் – க$_2$ம் – க$_3$ம் – க$_4$ம் – ஙம் அனங்க$_3$குஸுமா ஸ்ரீ பாது$_3$காம் பூஜயாமி நம: தர்பயாமி நம:
4 – சம் – ச$_2$ம் – ஜ$_3$ம் – ஜ$_4$ம் – ஞம் அனங்க$_3$மேக$_2$லா ஸ்ரீ பாது$_3$காம் பூஜயாமி நம: தர்பயாமி நம:

4 – டம் – ட$_2$ம் – ட$_3$ம் – ட$_4$ம் – ணம் அனங்க$_3$மத$_3$னா
ஸ்ரீ பாது$_3$காம் பூஜயாமி நம: தர்பயாமி நம:
4 – தம் – த$_2$ம் – த$_3$ம் – த$_4$ம் – நம் அனங்க$_3$மத$_3$னாதுரா
ஸ்ரீ பாது$_3$காம் பூஜயாமி நம: தர்பயாமி நம:
4 – பம் – ப$_2$ம் – ப$_3$ம் – ப$_4$ம் – மம் ஸுப$_4$க$_3$ா
ஸ்ரீ பாது$_3$காம் பூஜயாமி நம: தர்பயாமி நம:
4 – யம் – ரம் – லம் – வம் ப$_4$க$_3$ா
ஸ்ரீ பாது$_3$காம் பூஜயாமி நம: தர்பயாமி நம:
4 – ஸம் – ஷம் – ஸம் – ஹம் ப$_4$க$_3$ஸர்பிணீ
ஸ்ரீ பாது$_3$காம் பூஜயாமி நம: தர்பயாமி நம:
4 – ளம் – க்ஷம் ப$_4$க$_3$மாலா
ஸ்ரீ பாது$_3$காம் பூஜயாமி நம: தர்பயாமி நம:

(இதி பூஜயேத் தர்பயேச்ச) என்று பூஜித்துத் தர்ப்பணம் செய்யவும்.

4 – ஐம் க்லீம் ஸௌ: ஏதா: ஸ்ரீ ப$_3$ாலாத்ரிபுரஸுந்த$_3$ரீ சக்ரே ஸமுத்$_3$ரா: ஸஸித்$_3$த$_4$ய: ஸாயுத$_4$ா: ஸுக்தய: ஸவாஹனா: ஸபரிவாரா: ஸர்வோபசாரை: ஸம்பூஜிதா: ஸந்தர்பிதா: ஸந்துஷ்டா: ஸந்து நம: (புஷ்பாஞ்ஜலி:)

என்று புஷ்பாஞ்ஜலி அளிக்கவும்.

4 – ஐம் க்லீம் ஸௌ: ஸ்ரீப$_3$ாலா பரமேஸ்வரீ சக்ரேஸீ ஸ்ரீ பாது$_3$காம் பூஜயாமி நம: தர்பயாமி நம:

(மூலேன த்ரி: ஸந்தர்ப்ய, தூ$_4$பம், தீ$_3$பம், நைவேத்$_3$யம் தாம்பூ$_3$லம், நீராஜனம் ச ஸமர்ப்ய) மூல மந்திரத்தால் மும்முறை தர்ப்பணம் செய்து, தூபம், தீபம், நைவேத்யம், தாம்பூலம், நீராஜனம் முதலியன ஸமர்ப்பித்து

4 – ஐம் க்லீம் ஸௌ: அபீ$_4$ஷ்ட ஸித்$_3$தி$_4$ம் மே தே$_3$ஹி ஸரணாக$_3$த வத்ஸலே | ப$_4$க்த்யா ஸமர்பயே துப்$_4$யம் த்ருதீயாவரணார்சனம் ||

(இது பூஜாம் ஸமர்ப்ய) என்று பூஜையை ஸமர்ப்பித்து

4 – ஐம் க்லீம் ஸௌ: த்ருதீயாவரண தே₃வதா ஸஹிதாயை ஸ்ரீ ப₃ாலா த்ரிபுரஸுந்தர்யை நம:

(இதி யோனி முத்₃ரயா ப்ரணமேத்) யோனி முத்திரையால் வணங்கவும்.

4. துரீயாவரணம்

(ததோ அஷ்டபத்ரேஷு பூர்வாதி ஆ:) பின்பு எட்டிதழ்களில் கிழக்கில் ஆரம்பித்து

(பூர்வே) கிழக்கில்

4 – அம் அஸிதாங்க₃பை₄ரவ ஸ்ரீ பாது₃காம் பூஜயாமி நம: தர்பயாமி நம:

4 – ஆம் ப்₃ராஹ்மீ ஸ்ரீ பாது₃காம் பூஜயாமி நம: தர்பயாமி நம:

(ஆக்₃னேயே) அக்னி கோணத்தில்

4 – இம் ருருபை₄ரவ ஸ்ரீ பாது₃காம் பூஜயாமி நம: தர்பயாமி நம:

4 – ஈம் மாஹேஸ்வரீ ஸ்ரீ பாது₃காம் பூஜயாமி நம: தர்பயாமி நம:

(த₃க்ஷிணே) தெற்கில்

4 – உம் சண்ட₃பை₄ரவ ஸ்ரீ பாது₃காம் பூஜயாமி நம: தர்பயாமி நம:

4 – ஊம் கௌமாரீ ஸ்ரீ பாது₃காம் பூஜயாமி நம: தர்பயாமி நம:

(நிர்ருதே) நிர்ருதி கோணத்தில்

4 – ரும் க்ரோத$_4$பை$_4$ரவ ஸ்ரீ பாது$_3$காம் பூஜயாமி நம: தர்பயாமி நம:

4 – ரூம் வைஷ்ணவீ ஸ்ரீ பாது$_3$காம் பூஜயாமி நம: தர்பயாமி நம:

(பஸ்சிமே) மேற்கில்

4 – லும் உன்மத்தபை$_4$ரவ ஸ்ரீ பாது$_3$காம் பூஜயாமி நம: தர்பயாமி நம:

4 – லூம் வாராஹீ ஸ்ரீ பாது$_3$காம் பூஜயாமி நம: தர்பயாமி நம:

(வாயவ்யே) வாயு கோணத்தில்

4 – ஏம் கபாலிபை$_4$ரவ ஸ்ரீ பாது$_3$காம் பூஜயாமி நம: தர்பயாமி நம:

4 – ஐம் மாஹேந்த்$_3$ரீ ஸ்ரீ பாது$_3$காம் பூஜயாமி நம: தர்பயாமி நம:

(உத்தரே) வடக்கில்

4 – ஓம் பீ$_4$ஷணபை$_4$ரவ ஸ்ரீ பாது$_3$காம் பூஜயாமி நம: தர்பயாமி நம:

4 – ஔம் சாமுண்ட$_3$ா ஸ்ரீ பாது$_3$காம் பூஜயாமி நம: தர்பயாமி நம:

(ஈஸான்யே) ஈசான்ய கோணத்தில்

4 – அம் ஸம்ஹாரபை$_4$ரவ ஸ்ரீ பாது$_3$காம் பூஜயாமி நம: தர்பயாமி நம:

4 – அ: நாரஸிம்ஹீ ஸ்ரீ பாது$_3$காம் பூஜயாமி நம: தர்பயாமி நம:

(இதி பூஜயேத் தர்பயேச்ச) என்று பூஜித்துத் தர்ப்பணம் செய்யவும்.

4 – ஐம் க்லீம் ஸௌ: ஏதா: ஸ்ரீ ப$_3$ாலா த்ரிபுரஸுந்த$_3$ரீ சக்ரே ஸமுத்$_3$ரா: ஸஸித்$_3$த$_4$ய: ஸாயுத$_4$ா: ஸுக்தய: ஸவாஹனா: ஸபரிவாரா: ஸர்வோபசாரை: ஸம்பூஜிதா: ஸந்தர்பிதா: ஸந்துஷ்டா: ஸந்து நம: (புஷ்பாஞ்ஜலி:)

என்று புஷ்பாஞ்ஜலி அளிக்கவும்.

4 – ஐம் க்லீம் ஸௌ: ஸ்ரீப$_3$ாலா பரமேஸ்வரீ சக்ரேஸீ ஸ்ரீ பாது$_3$காம் பூஜயாமி நம: தர்பயாமி நம:

(மூலேன த்ரி: ஸந்தர்ப்ய | தூ$_4$பம், தீ$_3$பம், நைவேத்$_3$யம் தாம்பூ$_3$லம், நீராஜனம் ச ஸமர்ப்ய) மூல மந்திரத்தினால் மும்முறை தர்ப்பணம் செய்து, தூபம், தீபம், நைவேத்யம், தாம்பூலம், நீராஜனம் முதலியன ஸமர்ப்பித்து

4 – ஐம் க்லீம் ஸௌ: அபீ$_4$ஷ்ட ஸித்$_3$தி$_4$ம் மேதே$_3$ஹி ஸரணாக$_3$த வத்ஸலே | ப$_4$க்த்யா ஸமர்பயே துப்$_4$யம் துரீயாவரணார்சனம் ||

(இது பூஜாம் ஸமர்ப்ய) என்று பூஜையை ஸமர்ப்பித்து

4 – ஐம் க்லீம் ஸௌ: துரீயாவரண தே$_3$வதா ஸஹிதாயை ஸ்ரீ ப$_3$ாலா த்ரிபுரஸுந்தர்யை நம:

(இதி யோனி முத்$_3$ரயா ப்ரணமேத்) யோனி முத்திரையால் வணங்கவும்.

5. பஞ்சமாவரணம்

(ததோ க்ரந்தி$_2$ஸ்த$_2$ானேஷு பஸ்சிமாதி $_3$த:) பின்பு இதழ்கள் ஸந்திக்கும் ஸ்தானங்களில் மேற்கில் தொடங்கி

4 – அம், ஆம், இம், ஈம், உம், ஊம், ரும், ரூம், லும், லூம், ஏம், ஐம், ஓம், ஔம், அம், அ: காமரூபபீட$_2$
ஸ்ரீ பாது$_3$காம் பூஜயாமி நம: தர்பயாமி நம:
4 – கம், க$_2$ம், க$_3$ம், க$_4$ம், ஙம் மலயகி$_3$ரிபீட$_2$
ஸ்ரீ பாது$_3$காம் பூஜயாமி நம: தர்பயாமி நம:
4 – சம், ச$_2$ம், ஜ$_3$ம், ஜ$_4$ம், ஞம் கௌலகி$_3$ரிபீட$_2$
ஸ்ரீ பாது$_3$காம் பூஜயாமி நம: தர்பயாமி நம:
4 – டம், ட$_2$ம், ட$_3$ம், ட$_4$ம், ணம் குலாந்தகபீட$_2$
ஸ்ரீ பாது$_3$காம் பூஜயாமி நம: தர்பயாமி நம:
4 – தம், த$_2$ம், த$_3$ம், த$_4$ம், நம் சௌஹாரபீட$_2$
ஸ்ரீ பாது$_3$காம் பூஜயாமி நம: தர்பயாமி நம:
4 – பம், ப$_2$ம், ப$_3$ம், ப$_4$ம், மம் ஜாலந்த$_4$ரபீட$_2$
ஸ்ரீ பாது$_3$காம் பூஜயாமி நம: தர்பயாமி நம:
4 – யம், ரம், லம், வம் உட்$_3$டீ$_3$யானபீட$_2$
ஸ்ரீ பாது$_3$காம் பூஜயாமி நம: தர்பயாமி நம:
4 – ஸம், ஷம், ஸம், ஹம், ளம், க்ஷம் தே$_3$வகூடபீட$_2$
ஸ்ரீ பாது$_3$காம் பூஜயாமி நம: தர்பயாமி நம:

(இதி பூஜயேத் தர்பயேச்ச) என்று பூஜித்துத் தர்ப்பணம் செய்யவும்.

4 – ஐம் க்லீம் ஸௌ: ஏதா: ஸ்ரீ ப$_3$ாலா த்ரிபுரஸுந்த$_3$ரீ சக்ரே ஸமுத்$_3$ரா: ஸஸித்$_3$த$_4$ய: ஸாயுத$_4$ா: ஸுக்தய: ஸவாஹனா: ஸபரிவாரா: ஸர்வோபசாரை: ஸம்பூஜிதா: ஸந்தர்பிதா: ஸந்துஷ்டா: ஸந்து நம: (புஷ்பாஞ்ஜலி:) என்று புஷ்பாஞ்ஜலி அளிக்கவும்.

4 – ஐம் க்லீம் ஸௌ: ஸ்ரீப$_3$ாலா பரமேஸ்வரீ சக்ரேஸீ ஸ்ரீ பாது$_3$காம் பூஜயாமி நம: தர்பயாமி நம:

(மூலேன த்ரி: ஸந்தர்ப்ய, தூ$_4$பம், தீ$_3$பம், நைவேத்$_3$யம் தாம்பூ$_3$லம், நீராஜனம் ச ஸமர்ப்ய) மூல மந்திரத்தினால் மும்முறை தர்ப்பணம் செய்து, தூபம், தீபம், நைவேத்யம், தாம்பூலம், நீராஜனம் முதலியன ஸமர்ப்பித்து

4 – ஐம் க்லீம் ஸௌ: அபீ$_4$ஷ்டஸித்$_3$தி$_4$ம் மேதே$_3$ஹி ஸரணாக$_3$த வத்ஸலே | ப$_4$க்த்யா ஸமர்பயே துப்$_4$யம் பஞ்சமாவரணார்சனம் ||

(இது பூஜாம் ஸமர்ப்ய) என்று பூஜையை ஸமர்ப்பித்து,

4 – ஐம் க்லீம் ஸௌ: பஞ்சமாவரண தே$_3$வதா ஸஹிதாயை ஸ்ரீ பா$_3$லா த்ரிபுரஸுந்த$_3$ர்யை நம:

(இதி யோனி முத்$_3$ரயா ப்ரணமேத்) யோனி முத்திரையால் வணங்கவும்.

6. ஷஷ்டாவரணம்

(ததோ வ்ருத்தமண்ட$_3$லே பஸ்சிமாதி$_3$த ஊர்த்$_4$வ மத$_4$ஸ்ச) பின்பு வட்டத்தில் மேற்கில் தொடங்கி – மேலும், கீழும்

4 – அம், ஆம், இம், ஈம், உம், ஊம், ரும், ரூம், லும், லூம், ஏம், ஐம், ஓம், ஔம், அம், அ: ஹேதுகபை$_4$ரவ ஸ்ரீ பாது$_3$காம் பூஜயாமி நம: தர்பயாமி நம:

4 – கம், க$_2$ம், க$_3$ம், க$_4$ம், ஙம் வேதாலபை$_4$ரவ
ஸ்ரீ பாது$_3$காம் பூஜயாமி நம: தர்பயாமி நம:
4 – சம், ச$_2$ம், ஜ$_3$ம், ஜ$_4$ம், ஞம் த்ரிபுராந்தகபை$_4$ரவ
ஸ்ரீ பாது$_3$காம் பூஜயாமி நம: தர்பயாமி நம:
4 – டம், ட$_2$ம், ட$_3$ம், ட$_4$ம், ணம் அக்$_3$னிஜிஹ்வபை$_4$ரவ
ஸ்ரீ பாது$_3$காம் பூஜயாமி நம: தர்பயாமி நம:
4 – தம், த$_2$ம், த$_3$ம், த$_4$ம், நம் காலாந்தக பை$_4$ரவ
ஸ்ரீ பாது$_3$காம் பூஜயாமி நம: தர்பயாமி நம:

4 – பம், ப$_2$ம், ப$_3$ம், ப$_4$ம், மம் கபாலி பை$_4$ரவ
ஸ்ரீ பாது$_3$காம் பூஜயாமி நம: தர்பயாமி நம:
4 – யம், ரம், லம், வம் ஏகபாத$_3$பை$_4$ரவ
ஸ்ரீ பாது$_3$காம் பூஜயாமி நம: தர்பயாமி நம:
4 – ஸம், ஷம், ஸம், ஹம் பீ$_4$மரூப பை$_4$ரவ
ஸ்ரீ பாது$_3$காம் பூஜயாமி நம: தர்பயாமி நம:
4 – ளம் மலய பை$_4$ரவ
ஸ்ரீ பாது$_3$காம் பூஜயாமி நம: தர்பயாமி நம:
4 – க்ஷம் ஹாடகேஸ்வர பை$_4$ரவ
ஸ்ரீ பாது$_3$காம் பூஜயாமி நம: தர்பயாமி நம:

(இதி பூஜயேத் தர்பயேச்ச) என்று பூஜித்துத் தர்ப்பணம் செய்யவும்.

4 – ஐம் க்லீம் ஸௌ: ஏதா: ஸ்ரீ பா$_3$லா த்ரிபுரஸுந்த$_3$ரீ சக்ரே ஸமுத்$_3$ரா: ஸஸித்$_3$த$_4$ய: ஸாயுத$_4$ா: ஸஸக்தய: ஸவாஹனா: ஸபரிவாரா: ஸர்வோபசாரை: ஸம்பூஜிதா: ஸந்தர்பிதா: ஸந்துஷ்டா: ஸந்து நம: *(புஷ்பாஞ்ஜலி:)* என்று புஷ்பாஞ்ஜலி அளிக்கவும்.

4 – ஐம் க்லீம் ஸௌ: ஸ்ரீபா$_3$லா பரமேஸ்வரீ சக்ரேஸீ ஸ்ரீ பாது$_3$காம் பூஜயாமி நம: தர்பயாமி நம:

(மூலேன த்ரி: ஸந்தர்ப்ய, தூ$_4$பம், தீ$_3$பம், நைவேத்$_3$யம் தாம்பூ$_3$லம், நீராஜனம் ச ஸமர்ப்ய) மூல மந்திரத்தினால் மும்முறை தர்ப்பணம் செய்து, தூபம், தீபம், நைவேத்யம், தாம்பூலம், நீராஜனம் முதலியன ஸமர்ப்பித்து

4 – ஐம் க்லீம் ஸௌ: அபீ$_4$ஷ்டஸித்$_3$தி$_4$ம் மேதே$_3$ஹி ஸரணாக$_3$த வத்ஸலே | ப$_4$க்த்யா ஸமர்பயே துப்$_4$யம் ஷஷ்டாவரணார்சனம் ||

(இது பூஜாம் ஸமர்ப்ய) என்று பூஜையை ஸமர்ப்பித்து,

4 – ஐம் க்லீம் ஸௌ: ஷஷ்டாவரண தே$_3$வதா ஸஹிதாயை ஸ்ரீ பா$_3$லா த்ரிபுரஸுந்த$_3$ர்யை நம:

(இதி யோனி முத்$_3$ரயா ப்ரணமேத்) யோனி முத்திரையால் வணங்கவும்.

7. ஸப்தமாவரணம்

(ததஸ்சதுரஸ்ரே பூர்வாதி$_3$த:) பின்பு சதுரத்தில் கிழக்கில் தொடங்கி

4 – லம் இந்த்$_3$ர ஸ்ரீ பாது$_3$காம் பூஜயாமி நம: தர்பயாமி நம:

4 – ரம் அக்$_3$னி ஸ்ரீ பாது$_3$காம் பூஜயாமி நம: தர்பயாமி நம:

4 – டம் யம ஸ்ரீ பாது$_3$காம் பூஜயாமி நம: தர்பயாமி நம:

4 – க்ஷம் நிர்ருதி ஸ்ரீ பாது$_3$காம் பூஜயாமி நம: தர்பயாமி நம:

4 – வம் வருண ஸ்ரீ பாது$_3$காம் பூஜயாமி நம: தர்பயாமி நம:

4 – யம் வாயு ஸ்ரீ பாது$_3$காம் பூஜயாமி நம: தர்பயாமி நம:

4 – ஸம் குபே$_3$ர ஸ்ரீ பாது$_3$காம் பூஜயாமி நம: தர்பயாமி நம:

4 – ஹம் ஈஸான ஸ்ரீ பாது$_3$காம் பூஜயாமி நம: தர்பயாமி நம:

(இந்த்$_3$ரேஸான யோர்மத்$_4$யே) இந்த்ர – ஈஸன நடுவில்

4 – ஆம் ப்$_3$ரஹ்ம ஸ்ரீ பாது$_3$காம் பூஜயாமி நம: தர்பயாமி நம:

(வருணராக்ஷஸயோர் மத்$_4$யே) வருண – நிர்ருதி நடுவில்

4 – ஹ்ரீம் விஷ்ணு ஸ்ரீ பாது$_3$காம் பூஜயாமி நம: தர்பயாமி நம:

(இதி பூஜயேத் தர்பயேச்ச) என்று பூஜித்துத் தர்ப்பணம் செய்யவும்.

(ததஸ்தத்ஸமீபே) பின்பு அதன் அருகில்

4 – லம் வஜ்ர ஸ்ரீ பாது$_3$காம் பூஜயாமி நம: தர்பயாமி நம:

4 – ரம் ஸக்தி ஸ்ரீ பாது$_3$காம் பூஜயாமி நம: தர்பயாமி நம:

4 – டம் த$_3$ண்ட$_3$ ஸ்ரீ பாது$_3$காம் பூஜயாமி நம: தர்பயாமி நம:

4 – க்ஷம் க$_2$ட்$_3$க$_3$ ஸ்ரீ பாது$_3$காம் பூஜயாமி நம: தர்பயாமி நம:

4 – வம் பாஸ ஸ்ரீ பாது$_3$காம் பூஜயாமி நம: தர்பயாமி நம:

4 – யம் த்$_4$வஜ ஸ்ரீ பாது$_3$காம் பூஜயாமி நம: தர்பயாமி நம:

4 – ஸம் க$_3$த$_3$ா ஸ்ரீ பாது$_3$காம் பூஜயாமி நம: தர்பயாமி நம:

4 – ஹம் த்ரிஸூல ஸ்ரீ பாது$_3$காம் பூஜயாமி நம: தர்பயாமி நம:

4 – ஆம் பத்$_3$ம ஸ்ரீ பாது$_3$காம் பூஜயாமி நம: தர்பயாமி நம:

4 – ஹ்ரீம் சக்ர ஸ்ரீ பாது$_3$காம் பூஜயாமி நம: தர்பயாமி நம:

4 – ஐம் க்லீம் ஸௌ: ஏதா: ஸ்ரீ ப$_3$ாலா த்ரிபுரஸுந்த$_3$ரீ சக்ரே ஸமுத்$_3$ரா: ஸஸித்$_3$த$_4$ய: ஸாயுத$_4$ா: ஸுக்தய: ஸவாஹனா:

ஸபரிவாரா: ஸர்வோபசாரை: ஸம்பூஜிதா: ஸந்தர்பிதா: ஸந்துஷ்டா: ஸந்து நம: (புஷ்பாஞ்ஜலி:) என்று புஷ்பாஞ்ஜலி அளிக்கவும்.

4 – ஐம் க்லீம் ஸௌ: ஸ்ரீபா$_3$லா பரமேஸ்வரீ சக்ரேஸீ ஸ்ரீ பாது$_3$காம் பூஜயாமி நம: தர்பயாமி நம:

(மூலேன த்ரி: ஸந்தர்ப்ய, தூ$_4$பம், தீ$_3$பம், நைவேத்$_3$யம் தாம்பூ$_3$லம், நீராஜனம் ச ஸமர்ப்ய) மூல மந்திரத்தினால் மும்முறை தர்ப்பணம் செய்து, தூபம், தீபம், நைவேத்யம், தாம்பூலம், நீராஜனம் முதலியன ஸமர்ப்பித்து

4 – ஐம் க்லீம் ஸௌ: அபீ$_4$ஷ்ட ஸித்$_3$தி$_4$ம் மேதே$_3$ஹி ஸரணாக$_3$த வத்ஸலே | ப$_4$க்த்யா ஸமர்பயே துப்$_4$யம் ஸப்தமாவரணார்சனம் ||

(இது பூஜாம் ஸமர்ப்ய) என்று பூஜையை ஸமர்ப்பித்து,

4 – ஐம் க்லீம் ஸௌ: ஸப்தமாவரண தே$_3$வதா ஸஹிதாயை ஸ்ரீ ப$_3$ாலா த்ரிபுரஸுந்த$_3$ர்யை நம:

(இதி யோனி முத்$_3$ரயா ப்ரணமேத்) யோனி முத்திரையால் வணங்கவும்.

8. அஷ்டமாவரணம்

(ததஸ்சதுரஸ்ரே) பின்பு சதுரத்தில் (பஸ்சிமே) மேற்கில்

4 – வாம் வடுகாய நமோ வடுக ஸ்ரீ பாது$_3$காம் பூஜயாமி நம: தர்பயாமி நம:

(உத்தரே) வடக்கில்

4 – யாம் யோகி$_3$னீப்$_4$யோ நமோ யோகி$_4$னீ
ஸ்ரீ பாது$_3$காம் பூஜயாமி நம: தர்பயாமி நம:

(பூர்வே) கிழக்கில்

4 – க்ஷாம் க்ஷேத்ரபாலாய நமோ க்ஷேத்ரபால
ஸ்ரீ பாது$_3$காம் பூஜயாமி நம: தர்பயாமி நம:

(த$_3$க்ஷே) தெற்கில்

4 – க$_3$ாம் க$_3$ணபதயே நமோ க$_3$ணபதி
ஸ்ரீ பாது$_3$காம் பூஜயாமி நம: தர்பயாமி நம:

(இதி பூஜயேத் தர்பயேச்ச) என்று பூஜித்துத் தர்ப்பணம் செய்யவும்.

(ததோ வாயவ்யே) பின்பு வாயு திசையில்

4 – வம் அஷ்டவஸுப்$_4$யோ நம:

(ஈஸானே) ஈஸான திசையில்

4 – ஹ்ராம் த்$_3$வாத$_3$ஸாதி$_3$த்யேப்$_4$யோ நம:
(ஆக்$_3$னேயே) அக்னி திசையில்

4 – ஹம் ஏகாத$_3$ஸருத்$_3$ரேப்$_4$யோ நம:
(நைர்ருதே) நிர்ருதி திசையில்

4 – ஸம் ஸர்வேப்$_4$யோ பூ$_4$தேப்$_4$யோ நம:

(இதி பூஜயேத் தர்பயேச்ச |) என்று பூஜித்துத் தர்ப்பணம் செய்யவும்.

4 – ஐம் க்லீம் ஸௌ: ஏதா: ஸ்ரீ ப$_3$ாலா த்ரிபுரஸுந்த$_3$ரீ சக்ரே ஸமுத்$_3$ரா: ஸஸித்$_3$த$_4$ய: ஸாயுத$_4$ா: ஸுக்தய: ஸவாஹனா: ஸபரிவாரா: ஸர்வோபசாரை: ஸம்பூஜிதா: ஸந்தர்பிதா: ஸந்துஷ்டா: ஸந்து நம: (புஷ்பாஞ்ஜலி:) என்று புஷ்பாஞ்ஜலி அளிக்கவும்.

4 – ஐம் க்லீம் ஸௌ: ஸ்ரீப$_3$ாலா பரமேஸ்வரீ சக்ரேஸீ ஸ்ரீ பாது$_3$காம் பூஜயாமி நம: தர்பயாமி நம:

(மூலேன த்ரி: ஸந்தர்ப்ய, தூ$_4$பம், தீ$_3$பம், நைவேத்$_3$யம் தாம்பூ$_3$லம், நீராஜனம் ச ஸமர்ப்ய) மூல மந்திரத்தினால் மும்முறை தர்ப்பணம் செய்து, தூபம், தீபம், நைவேத்யம், தாம்பூலம், நீராஜனம் முதலியன ஸமர்ப்பித்து

4 – ஐம் க்லீம் ஸௌ: அபீ$_4$ஷ்டஸித்$_3$தி$_4$ம் மேதே$_3$ஹி ஸரணாக$_3$த வத்ஸலே | ப$_4$க்த்யா ஸமர்பயே துப்$_4$யம் அஷ்டமாவரணார்சனம் ||

(இது பூஜாம் ஸமர்ப்ய) என்று பூஜையை ஸமர்ப்பித்து

4 – ஐம் க்லீம் ஸௌ: அஷ்டமாவரண தே$_3$வதா ஸஹிதாயை ஸ்ரீ பா$_3$லாத்ரிபுரஸுந்த$_3$ர்யை நம:|

(இதி யோனி முத்$_3$ரயா ப்ரணமேத்) யோனி முத்திரையால் வணங்கவும்.

9. நவமாவரணம்

(ததோ தே$_3$வீ தக்ஷஹஸ்தே) பின்பு தேவிக்கு அருகே வலது கையில்

4 – அக்ஷமாலா ஸ்ரீ பாது$_3$காம் பூஜயாமி நம: தர்பயாமி நம:

4 – வர ஸ்ரீ பாது$_3$காம் பூஜயாமி நம: தர்பயாமி நம:

(தத்$_3$வாமே) பின்பு இடது கையில்

4 – புஸ்தக ஸ்ரீ பாது$_3$காம் பூஜயாமி நம: தர்பயாமி நம:

4 – அப$_4$ய ஸ்ரீ பாது$_3$காம் பூஜயாமி நம: தர்பயாமி நம:

(இதி பூஜயேத் தர்பயேச்ச |) என்று பூஜித்துத் தர்ப்பணம் செய்யவும்.

4 – ஐம் க்லீம் ஸௌ: ஏதா: ஸ்ரீ பா$_3$லா த்ரிபுரஸுந்த$_3$ரீ சக்ரே ஸமுத்$_3$ரா: ஸஸித்$_3$த$_4$ய: ஸாயுதா$_4$: ஸுக்தய: ஸவாஹனா: ஸபரிவாரா: ஸர்வோபசாரை: ஸம்பூஜிதா: ஸந்தர்பிதா: ஸந்துஷ்டா: ஸந்து நம: (புஷ்பாஞ்ஜலி:) என்று புஷ்பாஞ்ஜலி அளிக்கவும்.

4 – ஐம் க்லீம் ஸௌ: ஸ்ரீபா$_3$லா பரமேஸ்வரீ சக்ரேஸீ ஸ்ரீ பாது$_3$காம் பூஜயாமி நம: தர்பயாமி நம:

(மூலேன த்ரி: ஸந்தர்ப்ய, தூ$_4$பம், தீ$_3$பம், நைவேத்$_3$யம் தாம்பூ$_3$லம், நீராஜனம் ச ஸமர்ப்ய) மூல மந்திரத்தினால் மும்முறை தர்ப்பணம் செய்து, தூபம், தீபம், நைவேத்யம், தாம்பூலம், நீராஜனம் முதலியன ஸமர்ப்பித்து

4 – ஐம் க்லீம் ஸௌ: அபீ$_4$ஷ்டஸித்$_3$தி$_4$ம் மேதே$_3$ஹி ஸரணாக$_3$த வத்ஸலே | ப$_4$க்த்யா ஸமர்பயே துப்$_4$யம் நவமாவரணார்சனம் ||

(இது பூஜாம் ஸமர்ப்ய) என்று பூஜையை ஸமர்ப்பித்து

4 – ஐம் க்லீம் ஸௌ: நவமாவரண தே$_3$வதா ஸஹிதாயை ஸ்ரீ பா$_3$லா த்ரிபுரஸுந்த$_3$ர்யை நம:

(இதி யோனி முத்$_3$ரயா ப்ரணமேத்) யோனி முத்திரையால் வணங்கவும்.

(புனர் பி$_3$ந்தௌ$_3$ மூலதே$_3$வீம் பூர்வவத் ஸம்பூஜ்ய ஸந்தர்ப்ய | புஷ்பாஞ்ஜலி த்ரயேண ஸம்பூஜயேத் |) மறுபடி பிந்துவில் தேவியை முன்போல் பூஜித்து, தர்ப்பணம் செய்து புஷ்பாஞ்ஜலியால் மும்முறை பூஜிக்கவும்.

(யதா$_2$வகாஸம் நாமாவல் யாதி$_3$னா அர்சனம் குர்யாத்) ஆவரண பூஜைக்குப் பின்பு ஸ்ரீ பாலா அஷ்டோத்தரம் அல்லது ஸஹஸ்ரநாமம் போன்றவைகளால் இயன்ற வரை அர்ச்சனை செய்யவும்.

தூ$_4$ப:

4 – ஸ்ரீ ப$_3$ாலா த்ரிபுரஸுந்த$_3$ர்யை நம: தூ$_4$பம் ஆக்$_3$ராபயாமி |

தீ$_3$ப:

4 – ஸ்ரீ ப$_3$ாலா த்ரிபுரஸுந்த$_3$ர்யை நம: தீ$_3$பம் த$_3$ர்ஸயாமி|
4 – தூ$_4$ப தீ$_3$பானந்தரம் ஆசமனீயம் ஸமர்ப்பயாமி |

நைவேத்$_3$யம்

சதுரஸ்ர மண்டலம் வரைந்து நைவேத்ய பாத்திரங்களை அதன் மேல் வைத்து விசேஷார்க்யத்தால் சிறிது ப்ரோக்ஷித்து மூலமந்திரத்தால் ஏழு முறை அபிமந்திரித்து, தேனு மந்திரத்தாலும் அபிமந்த்ரணம் செய்து தேனு முத்திரை காட்டவும்.

4 – மூலம் ஸாங்க$_3$ாயை ஸாயுத$_4$ாயை ஸவாஹனாயை ஸபரிவராயை ஸர்வாத்மிகாயை ஸ்ரீ ப$_3$ாலாத்ரிபுரஸுந்த$_3$ர்யை நைவேத்$_3$யம் கல்பயாமி நம:

4 – பூ$_4$ர்பு$_4$வஸ்ஸுவ: | தத்ஸவிதுர் வரேண்யம் ப$_4$ர்கே$_3$ா தே$_3$வஸ்ய தீ$_4$மஹி | தி$_4$யோ யோ ந: ப்ரசோத$_3$யாத் | தே$_3$வஸவித: ப்ரஸுவ | ஸ்தயம் தவர்த்தேன (ருதம் த்வாஸத்யேன) பரிஷிஞ்சாமி| அம்ருதோபஸ்தரணமஸி ||

4 ஐம் ப்ராணாய ஸ்வாஹா | 4 – க்லீம் அபானாய ஸ்வாஹா | 4 – ஸௌ: வ்யானாய ஸ்வாஹா | 4 – ஐம் க்லீம் உத$_3$ானாய ஸ்வாஹா | ப்$_3$ரஹ்மணே ஸ்வாஹா ||

4 – ஐம் ஆத்ம தத்வ வ்யாபிகா ஸ்ரீ ப$_3$ாலா த்ருப்யது|

4 – க்லீம் வித்$_3$யாதத்வ வ்யாபிகா ஸ்ரீ ப$_3$ாலா த்ருப்யது|

4 – ஸௌ: ஸிவ தத்வ வ்யாபிகா ஸ்ரீ ப$_3$ாலா த்ருப்யது|

4 – ஐம் க்லீம் ஸௌ: ஸர்வதத்வ வ்யாபிகா ஸ்ரீ ப$_3$ாலா த்ருப்யது|

மத்$_4$யே மத்$_4$யே அம்ருதபானீயம் ஸமர்பயாமி | அம்ருதாபித$_4$ானமஸி | உத்தராபோஸனம் கல்பயாமி| ஹஸ்தௌ ப்ரக்ஷாளயாமி | பாதௌ$_3$ ப்ரக்ஷாளயாமி| க$_3$ண்டூ$_3$ஷம் ஆசமனீயம் ச கல்பயாமி |

என்று நைவேத்யங்களை ஸமர்ப்பிக்கவும். தாமிரத்தினாலான பலி பாத்திரத்தில் நிவேதனமான பொருள்களிலிருந்து சிறிது எடுத்து வைத்துக் கொள்ளவும்.

கர்பூரநீராஜனம்

கர்பூரநீராஜன தீ$_3$பம் த$_3$ர்ஸயாமி | நீராஜனானந்தரம் ஆசமனீயம் ஸமர்ப்பயாமி | புஷ்பை: பூஜயாமி என்று கர்பூரநீராஜனம் செய்து புஷ்பாஞ்ஜலி செய்யவும். தேவிக்கு வலதுபக்கத்தில் த்ரிகோணம், வட்டம், சதுரம் கொண்ட மண்டலம் வரைந்து

4 – ஐம் வ்யாபக மண்ட$_3$லாய நம:

என்று புஷ்பம் போட்டு தீர்த்தமும் நிவேதன பொருட்களும் உள்ள தாமிர பலிபாத்திரத்தை அதன் மேல் வைத்து,

4 – ஓம் ஹ்ரீம் ஸர்வ விக்$_4$னக்ருத்$_3$ப்$_4$ய: ஸர்வ பூ$_4$தேப்$_3$யோ ஹூம் ப$_2$ட் ஸ்வாஹா||

என்று மூன்று முறை கூறி இடது கை தத்வ முத்திரையின் வழியாக ஸாமான்யார்க்யத்தை பலியின் மீது விழும்படி செய்து, பின்பு இடது உள்ளங்கையில் வலது கைவிரல்களால் தட்டி பாண முத்திரை காட்டி பலி ஸ்வீகரிக்கப்பட்டதாகப் பாவித்து யோனி முத்திரையால் நமஸ்கரிக்கவும். பலியை தென்மேற்குத் திசையில் சேர்த்துவிட்டு,

பாதசுத்தி செய்து ஆத்ம ப்ரதக்ஷிணம், ஜபம், * ஸ்தோத்ரம் செய்யவும்.

---

* அஷ்டகம், கவசம் முதலானவை

தர்வஸோத$_4$னம்

4 – ஐம் ஆத்ம தத்வேன ஆணவமல ஸோத$_4$னார்த$_2$ம் ஸ்தூ$_2$லதே$_3$ஹம் பரிஸோத$_4$யாமி ஸ்வாஹா |

4 – க்லீம் வித்$_3$யாதத்வ மாயிகமல ஸோத$_4$னார்த$_2$ம் ஸூக்ஷ்மதே$_3$ஹம் பரிஸோத$_4$யாமி ஸ்வாஹா |

4 – ஸௌ: கார்மிகமல ஸோத$_4$னார்த$_2$ம் காரண தே$_3$ஹம் பரிஸோத$_4$யாமி ஸ்வாஹா |

4 – ஐம் க்லீம் ஸௌ: ஸர்வதத்வேன ஸர்வதே$_3$ஹம் ஸர்வதே$_3$ஹாபி$_4$மானினம் ஜீவாத்மானம் பரிஸோத$_4$யாமி ஸ்வாஹா |

பின்பு 4 – ஆர்த்$_3$ரம் ஜ்வலதி ஜ்யோதி ரஹமஸ்மி | ஜ்யோதிர் ஜ்வலதி ப்$_3$ரஹ்மாஹமஸ்மி | யோ அஹமஸ்மி ப்$_3$ரஹ்மாஹமஸ்மி | அஹமஸ்மி ப்$_3$ரஹ்மாஹமஸ்மி | அஹமேவ அஹம் மாம் ஜுஹோமி ஸ்வாஹா | (இதி சித$_3$க்$_3$னௌ ஹோம பு$_3$த்$_3$த்$_4$யா ஜுஹுயாத்) என்று சிதக்னியில் ஹோமம் செய்கின்ற பாவனையில் விசேஷார்க்யத்தை ஸாதகன் உட்கொள்ள வேண்டும்.

பூஜா ஸமர்ப்பணம் - தேவதோத்$_3$வாஸனம்

4 – ஸாது$_3$ வா S ஸாது$_4$ வா கர்ம யத்$_3$யத$_3$ாசரிதம் மயா|

தத்ஸர்வம் க்ருபயா தே$_3$வி க்$_3$ருஹாணாராத$_4$னம் மம ||

(இதி தே$_3$வ்யா வாமஹஸ்தே பூஜாம் ஸமர்ப்ய) ஸாமான்யார்க்யத்தை தேவியின் இடது கையில் விட்டு சங்கத்தை எடுத்து அதனை மூன்று முறை தேவியின் (யந்திரத்தின்) மேற்புறம் சுழற்றி ஜலத்தை பக்தர்கள் மேலும் தன்மேலும் ப்ரோக்ஷித்துக் கொள்ளவும்.

4 – ஹ்ருத்பத்$_3$மகர்ணிகா – மத்$_4$யே ஸிவேன ஸஹஸங்கரி | ப்ரவிஸ த்வம் மஹாதே$_3$வி ஸர்வைராவரணை: ஸஹ ||

என்று எல்லா ஆவரண தேவதைகளும் ஸ்ரீ பாலாவிடம் ஐக்யமடைந்ததாகப் பாவித்து, கேசரி முத்திரையால் தேஜோரூபமான தேவியை முன்போல் ஸாதகன் தன் ஹ்ருதயத்தில் சேர்த்து மானஸீகமாகப் பூஜிக்கவும்.

ஸாந்தி ஸ்தவம் - விஸேஷார்க்$_4$ய உத்$_3$வாஸனம்

4 – ஸம்பூஜகானாம் பரிபாலகானாம் யதேந்த்$_3$ரி யாணாஞ்ச தபோத$_4$னானாம் | தே$_3$ஸஸ்ய ராஷ்ட்ரஸ்ய குலஸ்ய ராஜ்ஞாம் கரோது ஸாந்திரம் ப$_4$க$_3$வான் குலேஸ: ||

4 – ஸிவாத்$_3$யவனி பர்யந்தம் ப்$_3$ரஹ்மாதி$_3$ ஸ்தம்ப$_3$ ஸம்யுதம் | காலாக்$_3$ன்யாதி$_3$ ஸிவாந்தஞ்ச ஜக$_3$த்$_3$ யஜ்ஞேன த்ருப்யது ||

மூலமந்திரத்துடன் விசேஷார்க்ய பாத்திரத்தை தலை வரை உயர்த்தி, "ஆர்த்ரம் ஜ்வலதி" என்று மீதமுள்ள அர்க்யத்தை சிதக்னியில் ஹோமம் செய்வதாகப் பாவித்து, உபாஸகர்களுக்கும் கொடுத்து, போஜனம் செய்வித்து, தானும் ப்ரஸாதம் ஸ்வீகரித்து இன்புற்றிருக்கவும்.

✦✦✦

ஸ்ரீ ப$_3$ாலா மாலா மந்த்ர:

(ப்ரத$_2$மே மூமேன கரஷட$_3$ங்க$_3$ாதி$_3$ ந்யாஸ: க்ருத்வா |) முதலில் மூலமந்திரத்தினால் கர, ஷடங்க ந்யாஸங்கள் செய்து

த்யானம்

ஐங்காரானன க$_3$ர்விதானல ஸிக$_2$ாம் ஸௌ: க்லீம் கலாம் விப்$_4$ரதீம்
ஸௌவர்ணாம்ப$_3$ர த$_4$ாரிணீம் வரஸுத$_4$ாதௌ$_4$ள தானுராக$_3$ாம் ஸிவாம் |
வந்தே$_3$ புஸ்தக பாஸமங்குஸ ஜபோ ஸ்ரக்$_3$பூ$_4$ஷிதோ ப்ருத்கராம்
தாம் ப$_3$ாலாம் த்ரிபுராம் பத$_3$த்ரயமயீம் ஷட்சக்ர ஸஞ்சாரிணீம் ||

ஓம் நமோ ப$_4$க$_3$வதி ப$_3$ாலாத்ரிபுரஸுந்த$_3$ரி அயுத கோடி ருத்$_3$ரக$_3$ண ஸேவிதே லக்ஷகோடி விஷ்ணுக$_3$ண ஸேவிதே அநேக கோடி ப்$_3$ரஹ்மக$_3$ண ஸேவிதே ப்ரதாபினி ஜ்வலஜ்வல ப்ரஜ்வல மம ஸத்ருமித்ர கலத்ர ப$_3$ந்தூ$_4$னாம் த்$_4$வம்ஸம் குரு குரு சட சட ப்ரசட ப்ரசட தநு தநு பஸ்சிமதி$_3$ஸம் த்$_4$வம்ஸய த்$_4$வம்ஸய உத்தரதி$_3$ஸம் ரோத$_3$ய பூர்வதி$_3$ஸம் ஸம்ஹாரய ஸம்ஹாரய தக்ஷிணதி$_3$ஸம் ப$_3$ந்த$_4$ய ப$_3$ந்த$_4$ய பூத - ப்ரேத - பிஸாச - ப்$_3$ரஹ்மாராக்ஷஸாதி$_3$ ஸகல தே$_3$வதா ப்ரயோக$_3$ான் சே$_2$த$_3$ய சே$_2$தய ஸகல முஷகாதி$_3$ ப்ரயோக$_3$ான் மாரய மாரய சே$_2$த$_3$ய சே$_2$தய ஸகலவிஷம் நாஸய நாஸய மஹாத்ரிபுரவை$_4$ரவி

சதுர்தஸவித்$_3$யா ப்ரபே$_3$ாதி$_4$னி அநேககோடி ருஷிக$_3$ணஸேவிதே லக்ஷகோடி ரவிக$_3$ண ஸேவிதே அக்$_3$னிதேஜோ ரூபத$_4$ாரிணி நவகோடி ஸக்திக$_3$ணஸேவிதே ஆனந்த$_3$ ரூபிணி மமாப$_4$யம் தே$_3$ஹி தே$_3$ஹி ஸர்வவாதி$_3$

ப்ரதிவாதீ₃னாம் மம வஸம் குரு குரு மம புத்ர – மித்ர – கலத்ர ப₃ந்து₄னாம் ரக்ஷாம் குரு குரு ஸகலகாமனாம் குரு குரு ஆம் ஹ்ரீம் க்ரோம் ஸ்ரீம் ஹ்ரீம் க்லீம் ஐம் க்லிம் ஸௌ: ஸௌ: க்லிம் ஐம் க்லீம் ஹ்ரீம் ஸ்ரீம் ஹ்ராம் ஹ்ரீம் ஹ்ரூம் ஹும் ஐம் க்லீம் ஸௌ: ஹும் ப₂ட் ஹ்ரீங்கார விஜ்ரும்பி₄த மஹாகுண்ட₃லினீ ஸ்வரூபிணி ஸகலகாமினீனாம் மம வஸம் குரு குரு ஸகலது₃ராசார புருஷான் ஹன ஹன ப₄க்ஷய ப₄க்ஷய ஸகலராஜ்ஞோ ராஜபுருஷான் மம வஸம் குரு குரு ஹ்ராம் ஹ்ரீம் ஹ்ரூம் ஹ்ரைம் ஹ்ரௌம் ஹ்ர: ப₂ட் ஸ்வாஹா|

|| இதி ஸ்ரீ பா₃லாத்ரிபுரஸுந்த₃ர்யா: மாலா மந்த்ரம்||

+++

ஸ்ரீ ப$_3$ாலா .....தாக்ஷரீ - ஸஹஸ்ராக்ஷரீ ஸ்தோத்ரம்

ஐம் நம: ஸ்ரீ ப$_3$ாலாயை | ஐம் நமோ ப$_3$ாலாயை த்ரிகு$_3$ண ரஹிதாயை க்லீம் ஸிவாரூபின்யை, ஸிவோர்த்$_4$வக$_3$தாயை, த்ரிமாத்ராயை ஸெள: ஸர்வதே$_3$வாதி$_4$தே$_3$வீஸ்வர்யை ஐம் க$_2$ம் ஐம் க$_2$ம் ஐம் க$_2$ம் ப$_2$ட் ஓம் க்லீம் ஓம் க்லீம் ஓம் க்லீம் ஓம் ப$_2$ட் ஹம்ஸ: ஸெள: ஹம்ஸ: ஸெள: ஹம்ஸ: ஸெள: ப$_2$ட் ஹ்ராம் ஹ்ரீம் ஹ்ரூம் ஊர்த்$_4$வாம்னாயேஸ்வர்யை க்$_2$ப்$_2$ரேம் ஹ்ப்$_2$ரேம் ஸ்ப்$_2$ரேம் ஹ்ரீம் ஹ்ரூம் ஹ்ரைம் ஹ்ரெளம் ப$_2$ட் த்ரீம் த்$_4$ரீம் ப்ரீம் ப்$_4$ரீம் த்ரைலோக்யவிஜயேஸ்வர்யை மஹாப்ரகாஸாயை ஸ்வாஹா – ஸதாக்ஷரீ |

ஐம் ஹ்ரீம் க்$_2$ப்$_2$ரேம் ஹ்ப்$_2$ரேம் ஓம் ஹ்ரூம் க்லீம் க்ரீம் ராம் ரீம் ரூம் ஸெள: ஓம்காரரூபிண்யை ஐம் காரஸம்ஸ்தி$_2$தாயை ஹம்ஸ: ஸோஹம் பரமாத்மா ஜக$_3$ன்மயீ யஜ்ஞரூபிண்யை ஜனானந்த$_3$த$_3$ாயின்யை த்ரிஜக$_3$தாதீ$_4$ஸ் வர்யை ஹ்ரீம் ஹ்ரீம் ஹ்ரீம் ப$_2$ட் ப$_2$ட் ப$_2$ட் ஸத்ருநாஸின்யை ஜயப்ரத$_3$ாயை த்ரிவித்$_3$யா சக்ரேஸிவர்யை நரமுண்ட$_3$மாலாத$_3$ாரிண்யை நரசர்மாவகு$_3$ண்டி$_2$னி நராஸ்தி$_2$ஹாரிண்யை மஹாதே$_3$வாஸனி ஸம்ஸாரார்ணவ தாரிணி மம ஸத்ரூன் ப$_4$ஞ்ஜய ப$_4$ஞ்ஜய துரு துரு முரு முரு ஹிரி ஹிரி மனோரத$_2$ம் பூரய பூரய மமாதி$_4$வ்யாதி$_4$ம் நாஸய நாஸய சி$_2$ந்தி$_4$ சி$_2$ந்தி$_4$ பி$_4$ந்தி$_3$ பி$_4$ந்தி$_3$ குருகுல்லே ஸர்வாரிஷ்டம் விநாஸய விநாஸய ஹேரி ஹேரி கே$_3$ரி கே$_3$ரி த்ராஸய த்ராஸய மம ரிபூன் ப்$_4$ராமய ப்$_4$ராமய க$_2$ட்$_3$கே$_3$ன க$_2$ண்ட$_3$ம் க$_2$ண்ட$_3$ம் குரு குரு இஷுனா மர்மம் பே$_4$த$_3$ய பே$_4$த$_3$ய, ஐம் க்$_2$ரேம் க்$_2$ரேம் க்$_2$ரோம் க்$_2$ரேஸம் க்$_2$ர: ரக்தவர்ணஸரீரே மஹாகே$_4$ாரராவே ஸரப$_3$ாணஹஸ்தே வராப$_4$யாங்கித சாருஹஸ்தே ஹூம் ஹூம் ஹூம் ப$_2$ட் சதுர்த$_3$ஸபு$_4$வனமாலினி சதுர்த$_3$ஸ வித்$_3$யாதீ$_4$ஸ்வரி சதுர்வேத$_3$ாத்$_4$ யாயினி சாதுர்வர்ண்ய ஏகாகாரகாரிணி காந்தித$_3$ாயினி மஹா கே$_4$ாரகே$_4$ாரதரே அகே$_4$ாராமுகி$_2$ அகே$_4$ாரமூர்த்$_4$னி

ஸம்ஸ்தி$_2$தே பராபரபரப்$_3$ரஹ்மாதி$_4$ரூடி$_4$னி ஹ்ரீம் ட்$_4$ரீம் க்ஷீம் ப$_2$ட் ஓம் ஐம் ஓம் க்லீம் ஓம் ஸௌ: ஶ்ரீம் ஐம் ஐம் ஐம் ஹ்ஸைம் ஸ்ஹைம் ஓம் ஹ்ர: க$_2$ப$_2$ட் பஞ்சப்ரேதாஸனே மஹாமோக்ஷத$_3$ாத்ரீ ஓம் ஹூம் ப$_2$ட் ஹ்ர: ப$_2$ட் ச்$_2$ராம் ச்$_2$ரீம் ச்$_2$ரோம் ஓம் ஜகத்$_3$யோனிரூபே யோனிஸர்பவிபூ$_4$ஷிணி யோனி ஸ்ருக்ஸரபூ$_4$ஷிணி யோனி மாலினி யோனி ஸ்ருகோசினி யோனிமத்$_4$யக$_3$தே த்$_3$ராம் த்$_3$ரீம் த்$_2$ரூம் க்ஷௌம் ஹ: ப$_2$ட் க்ஷாம் யாம் ராம் லாம் வாம் ஸாம் ஹாம் ஓம் |

ஓம் ப$_2$ட் ஐம் ஹூம் ப$_2$ட் க்லீம் ஹூம் ப$_2$ட் ஸௌ: ஹூம் ப$_2$ட் ஸ்மஸானவாஸினி ஸ்மஸான ப$_4$ஸ்மலேபினி ஸமஸானாங்க$_3$ார நிலயே ஸவாரூடே$_4$ ஸவமாம்ஸப$_4$க்ஷ மஹாப்ரியே ஸவபரிதவ்யாப்தி ஹாஹா ஸப்$_3$த$_3$ாதிப்ரியே ட$_3$ாமரி பூ$_4$தினி யோகி$_3$னி ட$_3$ாகினி ராக்ஷஸி ஸஹவிஹாரிணி பராப்ரா ஸாத$_3$கே$_3$ஹிணி ப$_4$ஸ்மீலேபகாவிபூ$_4$ஷிதே ப்$_2$ரம் க$_2$ப்$_2$ரேம் ஹ்ஸ்ப்$_2$ரேம் வ்ப்$_2$ரைம் ஹ்ஸ்வ்ப்$_2$ரேம் ஸ்ஹ்க்$_2$ப்$_2$ரேம் க$_3$ாம் கீ$_3$ம் கூ$_3$ம் ஸ: ப$_2$ட் க்ம்ரீம் ச்ம்ரீம் ட்$_4$ம்ரீம் ஹ்ம்ரீம் க்ஷ்ம்ரீம் ப$_2$ட் கி$_3$ரிநிவாஸினி கி$_3$ரி புஷ்பஸம்ஸோபி$_4$னி கி$_3$ரிபுத்ரி கி$_3$ரித$_3$ாரிணி கீ$_3$தவாத்$_3$யவிமோஹினி த்ரைலோக்யமோஹினி தே$_3$வி தி$_3$வ்யாங்க$_3$வஸ்த்ரத$_4$ாரிணி தி$_3$வ்ய ஜ்ஞானப்ரதே$_3$ தி$_3$விஷத்$_3$மாதே ஸித்$_3$தி$_4$ப்ரதே$_3$ ஸித்$_3$தி$_4$ஸ்வரூதே ஸித்$_3$தி$_4$ வித்$_3$யோதாதீதாதீதே க$_2$மார்க$_3$ப்ரசாரிணி க$_2$கே$_3$ஸ்வரி க$_2$ட்$_3$–க$_3$ஹஸ்தினி க$_2$ம்பீ$_3$ஜமத்$_4$யக$_3$தே ஓம் ஐம் ஓம் ஹ்ரீம் ஓம் ஶ்ரீம் ஓம் ப$_2$ட் தாம் தீம் தூம் தைம் தௌம் த: ஹாம் ஹீம் ஹூம் ஹைம் ஹௌம் ஹ: வாம் வீம் வூம் வைம் வௌம் வ: சப்$_2$ரேம் ஹ்ப்$_2$ரேம் க்ஷ்ப்ரேம் அம் கம் சம் டம் தம் பம் யம் ஸம் மாத்ருகா சக்ரசக்ரே ஹாஸினி ஹ்ராம் ஹ்ரீம் ஹ்ரூம் ஹ்ரைம் ஹ்ரௌம் ஹ்ர: ஸ்லீம் ஹூம் ப$_2$ட் நிர்வாணரூபே நிர்வாணாதீதே நிர்வாணத$_3$ாத்ரி நிரங்குஸினி நிராகாரே நிரஞ்ஜனாவதாரிணி ஷட்சக்ரேஸ்வரி ஸஹஸ்ராரபத்$_3$மே மஹா ஸூக்ஷ்ம ஸூக்ஷ்மே ஸூக்ஷ்மாதீத ஸூக்ஷ்மநாமரூபிணி மஹாப்ரலயாந்த

ஏகஸாக்ஷிணி ஸம்ஸா ராத்$_4$தி$_4$து$_3$:க$_2$தாரிகே ஸ்ருஷ்டிஸ்தி$_2$த்யந்தகாரிகே க்மாம்லாம்வும்யூம் க்$_3$மாம்லாம்வும்யூம் ஸ்மாம்லாம்வும்யூம் க்ஷமாம்லாம்வும்யூம் ஹ்ரீம் த$_4$ம் சி$_2$ந்தி$_4$ ஸுபு$_3$த்$_3$தி$_4$ம் த$_3$த$_3$த$_3$த$_3$ மோக்ஷமார்க$_3$ம் த$_3$ர்ஸய த$_3$ர்ஸய தவானுசரம் குரு குரு ஹிரி ஹிரி தி$_4$மி தி$_4$மி தி$_4$மி மஹாட$_3$மருவாத$_3$ன மஹாப்ரியே ஆம் ஹூம் ஹூம் ஹூம் ஹூம் ப$_2$ட் மம ஹ்ருத$_3$யே திஷ்ட$_2$ திஷ்ட$_2$ ஸுப$_2$லம் தே$_3$ஹி தே$_3$ஹி | ஸர்வதீர்த$_2$ப$_2$ல ப்ரத$_3$ாபய ப்ரத$_3$ாபய ஸர்வத$_3$ான ப$_2$லம் ப்ராபய ப்ராபய ஜ்யோ திஸ்வரூபிணி ஸர்வயோக$_3$ப$_2$லம் குரு குரு ஸ்ப்$_2$ரோம் க்ரோம் ஹ்ரீம் ஐம் க்லீம் ஸௌ: ஸ்வாஹா | ஸ்ரீ மத்$_3$ப$_3$ாலாயை ஸ்வாஹா |

|| இதி ஸ்ரீ ப$_3$ாலார்ணவே ஸ்ரீ ப$_3$ாலாதே$_3$வ்யா:
ஸஹஸ்ராக்ஷரீ ஸ்தோத்ரம் ஸம்பூர்ணம் ||

✦✦✦

ஸ்ரீ ப$_3$ாலா மந்த்ர க$_3$ர்ப$_4$ாஷ்டகம்

ஐங்காரரூபிணீம் ஸத்யாம்
ஐங்காராக்ஷர மாலினீம் |
ஐம்பீ$_3$ஜரூபிணீம் தே$_3$வீம்
ப$_3$ாலாதே$_3$வீம் நமாம் யஹம் || 1 ||

வாக்$_3$ப$_4$வாம் வாருணீபீதாம்
வாசாஸித்$_3$தி$_4$ப்ரத$_3$ாம் ஶிவாம் |
ப$_3$லிப்ரியாம் வராலாட்$_4$யாம்
வந்தே$_3$ ப$_3$ாலாம் ஶுப$_4$ப்ரத$_3$ாம் || 2 ||

லாக்ஷாரஸநிப$_4$ாம் த்ரேக்ஷாம்
லலஜ்ஜிஹ்வாம் ப$_4$வப்ரியாம் |
லம்ப$_3$கேஶீம் லோகத$_4$ாத்ரீம்
ப$_3$ாலாம் த்$_3$ரவ்யப்ரத$_3$ாம் ப$_4$ஜே || 3 ||

யைகாரஸ்த$_2$ாம் யஜ்ஞரூபாம்
யூம் ரூபாம் மந்த்ரரூபிணீம் |
யுதி$_4$ஷ்டி$_2$ராம் மஹாப$_3$ாலாம்
நமாமி பரமார்த$_2$த$_3$ாம் || 4 ||

நமஸ்தேऽஸ்து மஹாப$_3$ாலாம்
நமஸ்தே ஶங்கரப்ரியாம் |
நமஸ்தேऽஸ்து கு$_3$ணாதீதாம்
நமஸ்தேऽஸ்து நமோ நம: || 5 ||

மஹாமந்த்ராம் மந்த்ரரூபாம்
மோக்ஷத$_3$ாம் முக்தகேஶினீம் |
மாம்ஸாம்ஶீம் சந்த்$_3$ரமௌலிம் ச
ஸ்மராமி ஸததம் ஶிவாம் || 6 ||

ஸவயம்பு$_4$வாம் ஸ்வத$_4$ர்மஸ்த$_2$ாம்
ஸ்வாத்ம பே$_3$ாத$_4$ப்ரகாஸிகாம் |
ஸவர்ணாப$_4$ரண தீ$_3$ப்தாங் க$_3$ாம்
ப$_3$ாலாம் ஜ்ஞானப்ரத$_4$ாம் ப$_4$ஜே || 7 ||

ஹா ஹா ஹா ஸப்$_3$த$_3$நிரதாம்
ஹாஸ்யாம் ஹாஸ்ய ப்ரியாம் விபு$_4$ம் |
ஹூங்காராத்$_3$தை$_3$த்ய க$_2$ண்ட$_3$ாக்$_2$ யாம்
ஸ்ரீப$_3$ாலாம் ப்ரணமாம்யஹம் || 8 ||

இத்யஷ்டகம் மஹாபுண்யம்
ப$_3$ாலாயா: ஸித்$_3$தி$_4$த$_3$ாயகம் |
யே பட$_2$ந்தி ஸத$_3$ா ப$_4$க்த்யா
க$_3$ச்ச$_2$ந்தி பரமாம் க$_3$திம் || 9 ||

அஸ்வமேத$_4$ாதி$_3$ யஜ்ஞானாம்
ப$_2$லம் கோடிகு$_3$ணம் லபே$_4$த் |
ஸத்யம் ஸத்யம் புன: ஸத்யம்
ந தே$_3$யம் யஸ்ய கஸ்யசித் || 10 ||

|| இதி குலசூட$_3$ாமணி தந்த்ரே ஸ்ரீ ப$_3$ாலாயா:
மந்த்ரக$_3$ர்ப$_4$ாஷ்டகம் ||

✦✦✦

ஸ்ரீ ப$_3$ாலா க$_2$ட்$_3$க$_3$மாலா ஸ்தோத்ரம்

ஓம் ஐம் ஹ்ரீம் ஸ்ரீம் ஐம் க்லீம் ஸௌ: நம: ப$_3$ாலா த்ரிபுரஸுந்த$_3$ரி ஹ்ருத$_3$யதே$_3$வி ஸிரோதே$_3$வீ ஸிக$_2$ாதே$_3$வி கவசதே$_3$வி நேத்ராதே$_3$வி அஸ்த்ரதே$_3$வி; தி$_3$வ்யௌக$_4$ாக்$_2$ய கு$_3$ருரூபிணி பரப்ரகாஸானந்த$_3$மயி பரமேஸானந்த$_3$மயி பரஸிவானந்த$_3$மயி காமேஸ்வர்யம்ப$_3$ாமயி மோக்ஷானந்த$_3$மயி காமானந்த$_3$மயி அம்ருதானந்த$_3$மயி ஸித்$_3$தௌ$_4$க$_4$ாக்$_2$ய கு$_3$ருரூபிணி ஈஸானமயி தத்புருஷமயி அகே$_4$ாரமயி வாததே$_3$வமயி ஸத்$_3$யோஜாதமயி; மானவௌக$_4$ாக்$_2$ய கு$_3$ருரூபிணி பஞ்சோத்தரானந்த$_3$மயி பரமானந்த$_3$மயி ஸர்வ ஜஞானந்த$_3$மயி ஸர்வானந்த$_3$மயி ஸித்$_3$த$_4$ானந்த$_3$மயி கே$_3$ாவிந்த$_3$ானந்தமயி ஸங்கரானந்த$_3$மயி கு$_3$ரு சதுஷ்டய ரூபிணி கு$_3$ருமயி பரமகு$_3$ருமயி பராத்பரகு$_3$ருமயி பரமேஷ்டி$_2$ கு$_3$ருமயி; ஸர்வஜ்ஞே நித்யத்ருப்தே அநாதி$_3$பே$_3$ாதே$_4$ ஸ்வதந்த்ரே நித்யத்ருப்தே அனந்தே ரதிமயி ப்ரீதிமயி மனோப$_4$வமயி; ஸர்வஸம்க்ஷோப$_4$ண ப$_3$ாண ஸர்வவித்$_3$ராவண ப$_3$ாணமயி ஸர்வாகர்ஷண ப$_3$ாணமயி வஸீகரணப$_3$ாணமயி உன்மாத$_3$னப$_3$ாணமயி; காமமயி மன்மத$_2$மயி கந்த$_3$ர்பமயி மகரத்$_4$வஜமயி மீனகேதுமயி; அனங்க$_3$குஸுமாமயி அனங்க$_3$மேக$_2$லாமயி அனங்க$_3$மத$_3$னாமயி அனங்க$_3$ மத$_3$னாதுராமயி ஸுப$_4$க$_3$ாமயி ப$_4$க$_3$ாமயி ப$_4$க$_3$ஸர்பிணீமயி ப$_4$க$_3$மாலாமயி; ப்$_3$ராஹ்மீமயி மாஹேஸ்வரீமயி கௌமாரீமயி வைஷ்ணவீமயி வாராஹீமயி இந்த்$_3$ராணீமயி சாமுண்ட$_3$ாமயி மஹாலக்ஷ்மீமயி; அஸிதாங்க$_3$மயி ருருமயி சண்ட$_3$மயி க்ரோத$_4$மயி உன்மத்தமயி கபாலமயி பீ$_4$ஷணமயி ஸம்ஹாரமயி, காமரூப பீட$_2$மயி மலயகி$_3$ரிபீட$_2$மயி குலநாக$_3$கி$_3$ரி பீட$_2$மயி குலாந்தக பீட$_2$மயி சௌஹாரபீட$_2$மயி ஜாலந்த$_4$ர பீட$_2$மயி உட்யானபீட$_2$மயி தே$_3$வீகோட பீட$_2$மயி, ஹேதுகமயி வேதாலமயி த்ரிபுராந்தகமயி அக்$_3$னிஜிஹ்வமயி காலாந்தகமயி

கபாலமயி ஏகபாத$_3$மயி பீ$_4$மரூபமயி மலயமயி ஹாட கேஸ்வரமயி, இந்த்$_3$ரமயி அக்$_3$னிமயி யமமயி நிர்ருதிமயி வருணமயி வாயுமயி குபே$_3$ரமயி ஈஸானமயி த$_3$ண்ட$_3$மயி க$_2$ட்$_3$க$_3$மயி பாஸமயி அங்குஸமயி க$_3$த$_3$ாமயி த்ரிஸூலமயி பத்$_3$மமயி சக்ரமயி, ஸ்ரீம் ஸ்ரீ ப$_3$ாலாத்ரிபுரஸுந்த$_3$ரி ஸர்வானந்த$_3$மயி நமஸ்தே நமஸ்தே நமஸ்தே ஸ்வாஹா ஸௌ: க்லீம் ஐம் |

|| இதி ஸ்ரீ ப$_3$ாலாத்ரிபுரஸுந்த$_3$ர்யா க$_2$ட்$_3$க$_3$மாலா ஸுப$_4$ம் பூ$_4$யாத் ||

✦✦✦

ஸ்ரீ ப$_{3}$ாலா அஷ்டோத்தர ஸத நாமாவளி:

ஓம் கல்யாண்யை நம:
ஓம் த்ரிபுராயை நம:
ஓம் ப$_{3}$ாலாயை நம:
ஓம் மாயாயை நம:
ஓம் த்ரிபுரஸுந்த$_{3}$ர்யை நம:
ஓம் ஸுந்த$_{3}$ர்யை நம:
ஓம் ஸௌப$_{4}$ாக்$_{3}$யவத்யை நம:
ஓம் க்லீம்கார்யை நம:
ஓம் ஸர்வமங்க$_{3}$ளாயை நம:
ஓம் ஹ்ரீம்கார்யை நம: 10

ஓம் ஸ்கந்த$_{3}$ஜனன்யை நம:
ஓம் பராயை நம:
ஓம் பஞ்சத$_{3}$ஸாக்ஷர்யை நம:
ஓம் த்ரிலோக்யை நம:
ஓம் மோஹனாயை நம:
ஓம் அதீ$_{4}$ஸாயை நம:
ஓம் ஸர்வேஸ்யை நம:
ஓம் ஸர்வரூபிண்யை நம:
ஓம் ஸர்வஸம்க்ஷோபி$_{4}$ண்யை நம:
ஓம் பூர்ணாயை நம: 20

ஓம் நவமுத்$_{3}$ரேஸ்வர்யை நம:
ஓம் ஸிவாயை நம:
ஓம் அனங்க$_{3}$குஸுமாயை நம:
ஓம் க்$_{2}$யாதாயை நம:
ஓம் அனங்க$_{3}$பு$_{4}$வனேஸ்வர்யை நம:
ஓம் ஐப்யாயை நம:
ஓம் ஸ்தவ்யாயை நம:

ஓம் ஸ்ருத்யை நம:
ஓம் நித்யாயை நம:
ஓம் நித்யக்லின்னாயை நம: 30

ஓம் அம்ருதோத்$_3$ப$_4$வாயை நம:
ஓம் மோஹின்யை நம:
ஓம் பரமாயை நம:
ஓம் ஆனந்த$_3$ாயை நம:
ஓம் காமேஸ்யை நம:
ஓம் தருண்யை நம:
ஓம் கலாயை நம:
ஓம் கலாவத்யை நம:
ஓம் ப$_4$க$_3$வத்யை நம:
ஓம் பத்$_3$மராக$_3$கிரீடின்யை நம: 40

ஓம் ஸௌக$_3$ந்தி$_4$ன்யை நம:
ஓம் ஸரித்$_3$வேண்யை நம:
ஓம் மந்த்ரிண்யை நம:
ஓம் மந்த்ரரூபிண்யை நம:
ஓம் தத்வத்ரய்யை நம:
ஓம் தத்வமய்யை நம:
ஓம் ஸித்$_3$த$_4$ாயை நம:
ஓம் த்ரிபுரவாஸின்யை நம:
ஓம் ஸ்ரியை நம:
ஓம் மத்யை நம: 50

ஓம் மஹாதே$_3$வ்யை நம:
ஓம் காளின்யை நம:
ஓம் பரதே$_3$வதாயை நம:
ஓம் கைவல்யரேக$_3$ாயை நம:
ஓம் வஸின்யை நம:
ஓம் ஸர்வேஸ்யை நம:

ஓம் ஸர்வமாத்ருகாயை நம:
ஓம் விஷ்ணுஸ்வஸ்ரே நம:
ஓம் தே$_3$வமாத்ரே நம:
ஓம் ஸர்வஸம்பத்ப்ரத$_3$ாயின்யை நம: 60

ஓம் ஆத$_4$ாராயை நம:
ஓம் ஹிதபத்னீகாயை நம:
ஓம் ஸ்வாதி$_4$ஷ்ட$_2$ானஸமாஸ்ராயை நம:
ஓம் ஆஜ்ஞாயை நம:
ஓம் பத்$_3$மாஸனாஸீனாயை நம:
ஓம் வித்$_3$யுத்$_3$ஸ்த$_2$லஸம்ஸ்தி$_2$தாயை நம:
ஓம் அஷ்டத்ரிம்ஸத் கலாமூர்த்யை நம:
ஓம் ஸுஷும்னாயை நம:
ஓம் சாருமத்$_4$யமாயை நம:
ஓம் யோகீ$_3$ஸ்வர்யை நம: 70

ஓம் முனித்$_4$யேயாயை நம:
ஓம் ப்ரப்$_3$ரஹ்ம ஸ்வரூபிண்யை நம:
ஓம் சதுர்பு$_4$ஜாயை நம:
ஓம் சந்த்$_3$ரசூட$_3$ாயை நம:
ஓம் புராண்யை நம:
ஓம் ஆக$_3$மரூபிண்யை நம:
ஓம் ஓம்காராத்$_3$யை நம:
ஓம் மஹாவித்$_3$யாயை நம:
ஓம் மஹாப்ரணவரூபிண்யை நம:
ஓம் பூ$_4$தேஸ்வர்யை நம: 80

ஓம் பூ$_4$தமய்யை நம:
ஓம் பஞ்சாஸத்$_3$வர்ணரூபிண்யை நம:
ஓம் ஷோட$_4$ாந்யாஸமஹாபூ$_4$ஷாயை நம:
ஓம் காமாக்ஷ்யை நம:
ஓம் த$_3$ளமாத்ருகாயை நம:

ஓம் ஆத$_4$ரஸக்த்யை நம:
ஓம் தருண்யை நம:
ஓம் லக்ஷ்ம்யை நம:
ஓம் ஸ்ரீபுரபை$_4$ரவ்யை நம:
ஓம் த்ரிகோணமத்$_4$யநிலயாயை நம: 90

ஓம் ஷட்கோணபுராவாஸாயை நம:
ஓம் நவகோணபுராவாஸாயை நம:
ஓம் பி$_3$ந்து$_3$ஸ்த$_2$லஸமன்விதாயை நம:
ஓம் அகே$_4$ரராயை நம:
ஓம் மந்த்ரிதபத$_3$ாயை நம:
ஓம் ப$_4$ாமின்யை நம:
ஓம் ப$_4$வரூபிண்யை நம:
ஓம் ஏதஸ்யை நம:
ஓம் ஸங்கர்ஷிண்யை நம:
ஓம் த$_4$ாத்ர்யை நம: 100

ஓம் உமாயை நம:
ஓம் காத்யாயின்யை நம:
ஓம் ஸவாயை நம:
ஓம் ஸுலப$_4$ாயை நம:
ஓம் து$_3$ர்லப$_4$ாயை நம:
ஓம் ஸாஸ்த்ர்யை நம:
ஓம் மஹாஸாஸ்த்ர்யை நம:
ஓம் ஸிக$_2$ண்டி$_3$ன்யை நம: 108

+++

ஸ்ரீ ப$_3$ாலா ஸஹஸ்ர நாமாவளி:

ஓம் ஐம் ஹ்ரீம் ஸ்ரீம் ஸுப$_4$க$_3$ாயை நம:
ஓம் ஐம் ஹ்ரீம் ஸ்ரீம் ஸுந்த$_3$ர்யை நம:
ஓம் ஐம் ஹ்ரீம் ஸ்ரீம் ஸௌம்யாயை நம:
ஓம் ஐம் ஹ்ரீம் ஸ்ரீம் ஸுஷும்னாயை நம:
ஓம் ஐம் ஹ்ரீம் ஸ்ரீம் ஸுக$_2$த$_3$ாயின்யை நம:
ஓம் ஐம் ஹ்ரீம் ஸ்ரீம் மனோஜ்ஞாயை நம:
ஓம் ஐம் ஹ்ரீம் ஸ்ரீம் ஸுமனஸே நம:
ஓம் ஐம் ஹ்ரீம் ஸ்ரீம் ரம்யாயை நம:
ஓம் ஐம் ஹ்ரீம் ஸ்ரீம் ஸோப$_4$னாயை நம:
ஓம் ஐம் ஹ்ரீம் ஸ்ரீம் லலிதாயை நம: 10

ஓம் ஐம் ஹ்ரீம் ஸ்ரீம் ஸிவாயை நம:
ஓம் ஐம் ஹ்ரீம் ஸ்ரீம் காந்தாயை நம:
ஓம் ஐம் ஹ்ரீம் ஸ்ரீம் காந்திமத்யை நம:
ஓம் ஐம் ஹ்ரீம் ஸ்ரீம் காந்த்யை நம:
ஓம் ஐம் ஹ்ரீம் ஸ்ரீம் காமத$_3$ாயை நம:
ஓம் ஐம் ஹ்ரீம் ஸ்ரீம் கமலாலயாயை நம:
ஓம் ஐம் ஹ்ரீம் ஸ்ரீம் கல்யாண்யை நம:
ஓம் ஐம் ஹ்ரீம் ஸ்ரீம் கமலாயை நம:
ஓம் ஐம் ஹ்ரீம் ஸ்ரீம் ஹ்ருத்$_3$யாயை நம:
ஓம் ஐம் ஹ்ரீம் ஸ்ரீம் பேஸலாயை நம: 20

ஓம் ஐம் ஹ்ரீம் ஸ்ரீம் ஹ்ருத$_3$யங்க$_3$மாயை நம:
ஓம் ஐம் ஹ்ரீம் ஸ்ரீம் ஸுப$_4$த்$_3$ராக்$_2$யாயை நம:
ஓம் ஐம் ஹ்ரீம் ஸ்ரீம் அதிரமண்யை நம:
ஓம் ஐம் ஹ்ரீம் ஸ்ரீம் ஸர்வஸ்யை நம:
ஓம் ஐம் ஹ்ரீம் ஸ்ரீம் ஸாத்$_4$வ்யை நம:
ஓம் ஐம் ஹ்ரீம் ஸ்ரீம் ஸுமங்க$_3$லாயை நம:
ஓம் ஐம் ஹ்ரீம் ஸ்ரீம் ராமாயை நம:
ஓம் ஐம் ஹ்ரீம் ஸ்ரீம் ப$_4$வ்யவத்யை நம:
ஓம் ஐம் ஹ்ரீம் ஸ்ரீம் ப$_4$வ்யாயை நம:
ஓம் ஐம் ஹ்ரீம் ஸ்ரீம் கமனீயாயை நம: 30

ஓம் ஐம் ஹ்ரீம் ஸ்ரீம் அதிகோமலாயை நம:
ஓம் ஐம் ஹ்ரீம் ஸ்ரீம் ஸோபா$_4$யை நம:
ஓம் ஐம் ஹ்ரீம் ஸ்ரீம் அபி$_4$ராமாயை நம:
ஓம் ஐம் ஹ்ரீம் ஸ்ரீம் ரமண்யை நம:
ஓம் ஐம் ஹ்ரீம் ஸ்ரீம் ரமணீயாயை நம:
ஓம் ஐம் ஹ்ரீம் ஸ்ரீம் ரதிப்ரியாயை நம:
ஓம் ஐம் ஹ்ரீம் ஸ்ரீம் மனோன்மன்யை நம:
ஓம் ஐம் ஹ்ரீம் ஸ்ரீம் மஹாமாயாயை நம:
ஓம் ஐம் ஹ்ரீம் ஸ்ரீம் மாதங்க்$_3$யை நம:
ஓம் ஐம் ஹ்ரீம் ஸ்ரீம் மதி$_3$ராப்ரியாயை நம: 40

ஓம் ஐம் ஹ்ரீம் ஸ்ரீம் மஹாலக்ஷ்ம்யை நம:
ஓம் ஐம் ஹ்ரீம் ஸ்ரீம் மஹாஸக்த்யை நம:
ஓம் ஐம் ஹ்ரீம் ஸ்ரீம் மஹாவித்$_3$யா ஸ்வரூபிண்யை நம:
ஓம் ஐம் ஹ்ரீம் ஸ்ரீம் மஹேஸ்வர்யை நம:
ஓம் ஐம் ஹ்ரீம் ஸ்ரீம் மஹானந்தா$_3$யை நம:
ஓம் ஐம் ஹ்ரீம் ஸ்ரீம் மஹானந்த$_3$ விதா$_4$யின்யை நம:
ஓம் ஐம் ஹ்ரீம் ஸ்ரீம் மானின்யை நம:
ஓம் ஐம் ஹ்ரீம் ஸ்ரீம் மாத$_4$வ்யை நம:
ஓம் ஐம் ஹ்ரீம் ஸ்ரீம் மாத்$_4$வ்யை நம:
ஓம் ஐம் ஹ்ரீம் ஸ்ரீம் மத$_3$ரூபாயை நம: 50

ஓம் ஐம் ஹ்ரீம் ஸ்ரீம் மதோ$_3$த்கடாயை நம:
ஓம் ஐம் ஹ்ரீம் ஸ்ரீம் ஆனந்த$_3$கந்தா$_3$யை நம:
ஓம் ஐம் ஹ்ரீம் ஸ்ரீம் விஜயாயை நம:
ஓம் ஐம் ஹ்ரீம் ஸ்ரீம் விஸ்வேஸ்யை நம:
ஓம் ஐம் ஹ்ரீம் ஸ்ரீம் விஸ்வரூபிண்யை நம:
ஓம் ஐம் ஹ்ரீம் ஸ்ரீம் ஸுப்ரபா$_4$யை நம:
ஓம் ஐம் ஹ்ரீம் ஸ்ரீம் கௌமுத்$_3$யை நம:
ஓம் ஐம் ஹ்ரீம் ஸ்ரீம் காந்தாயை நம:
ஓம் ஐம் ஹ்ரீம் ஸ்ரீம் பி$_3$ந்து$_3$நாத$_3$ ஸ்வரூபிண்யை நம:
ஓம் ஐம் ஹ்ரீம் ஸ்ரீம் காமேஸ்வர்யை நம: 60

ஓம் ஐம் ஹ்ரீம் ஸ்ரீம் காமின்யை நம:
ஓம் ஐம் ஹ்ரீம் ஸ்ரீம் காமவர்தி$_4$ன்யை நம:
ஓம் ஐம் ஹ்ரீம் ஸ்ரீம் பே$_4$ருண்டா$_3$யை நம:

ஓம் ஐம் ஹ்ரீம் ஸ்ரீம் சண்டி$_3$காயை நம:
ஓம் ஐம் ஹ்ரீம் ஸ்ரீம் சண்ட்$_3$யை நம:
ஓம் ஐம் ஹ்ரீம் ஸ்ரீம் சாமுண்ட$_3$ாயை நம:
ஓம் ஐம் ஹ்ரீம் ஸ்ரீம் முண்ட$_3$மாலின்யை நம:
ஓம் ஐம் ஹ்ரீம் ஸ்ரீம் அணுரூபாயை நம:
ஓம் ஐம் ஹ்ரீம் ஸ்ரீம் மஹாரூபாயை நம:
ஓம் ஐம் ஹ்ரீம் ஸ்ரீம் பூ$_4$தேஸ்யை நம: 70

ஓம் ஐம் ஹ்ரீம் ஸ்ரீம் பு$_4$வனேஸ்வர்யை நம:
ஓம் ஐம் ஹ்ரீம் ஸ்ரீம் சித்ராயை நம:
ஓம் ஐம் ஹ்ரீம் ஸ்ரீம் விசித்ராயை நம:
ஓம் ஐம் ஹ்ரீம் ஸ்ரீம் சித்ராங்க்$_3$யை நம:
ஓம் ஐம் ஹ்ரீம் ஸ்ரீம் ஹேமக$_3$ர்ப$_4$ ஸ்வரூபிண்யை நம:
ஓம் ஐம் ஹ்ரீம் ஸ்ரீம் சைதன்ய ரூபிண்யை நம:
ஓம் ஐம் ஹ்ரீம் ஸ்ரீம் நித்யாயை நம:
ஓம் ஐம் ஹ்ரீம் ஸ்ரீம் நித்யாநத்ய ஸ்வரூபிண்யை நம:
ஓம் ஐம் ஹ்ரீம் ஸ்ரீம் ஹ்ரீங்கார்யை நம:
ஓம் ஐம் ஹ்ரீம் ஸ்ரீம் குண்ட$_3$ல்யை நம: 80

ஓம் ஐம் ஹ்ரீம் ஸ்ரீம் த$_4$ாத்ர்யை நம:
ஓம் ஐம் ஹ்ரீம் ஸ்ரீம் வித$_4$ாத்ர்யை நம:
ஓம் ஐம் ஹ்ரீம் ஸ்ரீம் பூ$_4$தஸம்ப்லவாயை நம:
ஓம் ஐம் ஹ்ரீம் ஸ்ரீம் உன்மாதி$_3$ன்யை நம:
ஓம் ஐம் ஹ்ரீம் ஸ்ரீம் மஹாமார்யை நம:
ஓம் ஐம் ஹ்ரீம் ஸ்ரீம் ஸுப்ரஸன்னாயை நம:
ஓம் ஐம் ஹ்ரீம் ஸ்ரீம் ஸுரார்சிதாயை நம:
ஓம் ஐம் ஹ்ரீம் ஸ்ரீம் பரமாயை நம:
ஓம் ஐம் ஹ்ரீம் ஸ்ரீம் ஆனந்த$_3$ நிஷ்யந்த$_3$ாயை நம:
ஓம் ஐம் ஹ்ரீம் ஸ்ரீம் பரமார்த$_2$ ஸ்வரூபிண்யை நம: 90

ஓம் ஐம் ஹ்ரீம் ஸ்ரீம் யோகீ$_3$ஸ்வர்யை நம:
ஓம் ஐம் ஹ்ரீம் ஸ்ரீம் யோக$_3$மாத்ரே நம:
ஓம் ஐம் ஹ்ரீம் ஸ்ரீம் ஹம்ஸின்யை நம:
ஓம் ஐம் ஹ்ரீம் ஸ்ரீம் கமஹம்ஸின்யை நம:
ஓம் ஐம் ஹ்ரீம் ஸ்ரீம் கலாயை நம:
ஓம் ஐம் ஹ்ரீம் ஸ்ரீம் கலாவத்யை நம:

ஓம் ஐம் ஹ்ரீம் ஸ்ரீம் ரக்தாயை நம:
ஓம் ஐம் ஹ்ரீம் ஸ்ரீம் ஸுஷும்னாவர்த்ம ஸாலின்யை நம:
ஓம் ஐம் ஹ்ரீம் ஸ்ரீம் விந்த்$_4$யாத்$_3$ரி நிலயாயை நம:
ஓம் ஐம் ஹ்ரீம் ஸ்ரீம் ஸூக்ஷ்மாயை நம: 100

ஓம் ஐம் ஹ்ரீம் ஸ்ரீம் ஹேமபத்$_3$ம நிவாஸின்யை நம:
ஓம் ஐம் ஹ்ரீம் ஸ்ரீம் ப$_3$ாலாயை நம:
ஓம் ஐம் ஹ்ரீம் ஸ்ரீம் ஸுரூபிண்யை நம:
ஓம் ஐம் ஹ்ரீம் ஸ்ரீம் மாயாயை நம:
ஓம் ஐம் ஹ்ரீம் ஸ்ரீம் வரேண்யாயை நம:
ஓம் ஐம் ஹ்ரீம் ஸ்ரீம் வரத$_3$ாயின்யை நம:
ஓம் ஐம் ஹ்ரீம் ஸ்ரீம் வித்$_3$ருமாப$_4$ாயை நம:
ஓம் ஐம் ஹ்ரீம் ஸ்ரீம் விஸாலாக்ஷ்யை நம:
ஓம் ஐம் ஹ்ரீம் ஸ்ரீம் விஸஷ்டாயை நம:
ஓம் ஐம் ஹ்ரீம் ஸ்ரீம் விஸவநாயக்யை நம: 110

ஓம் ஐம் ஹ்ரீம் ஸ்ரீம் வீரேந்த்$_3$ர வந்த்$_3$யாயை நம:
ஓம் ஐம் ஹ்ரீம் ஸ்ரீம் விஸ்வாத்மனே நம:
ஓம் ஐம் ஹ்ரீம் ஸ்ரீம் விஸ்வாயை நம:
ஓம் ஐம் ஹ்ரீம் ஸ்ரீம் விஸ்வாதி$_3$ வர்தி$_4$ன்யை நம:
ஓம் ஐம் ஹ்ரீம் ஸ்ரீம் விஸ்வோத்பத்ர்யை நம:
ஓம் ஐம் ஹ்ரீம் ஸ்ரீம் விஸ்வமாயாயை நம:
ஓம் ஐம் ஹ்ரீம் ஸ்ரீம் விஸ்வாராத்$_4$யாயை நம:
ஓம் ஐம் ஹ்ரீம் ஸ்ரீம் விகஸ்வராயை நம:
ஓம் ஐம் ஹ்ரீம் ஸ்ரீம் மத$_3$ஸ்வின்னாயை நம:
ஓம் ஐம் ஹ்ரீம் ஸ்ரீம் மதே$_3$ாத்$_3$பி$_4$ன்னாயை நம: 120

ஓம் ஐம் ஹ்ரீம் ஸ்ரீம் மானின்யை நம:
ஓம் ஐம் ஹ்ரீம் ஸ்ரீம் மானவர்தி$_4$ன்யை நம:
ஓம் ஐம் ஹ்ரீம் ஸ்ரீம் மாலின்யை நம:
ஓம் ஐம் ஹ்ரீம் ஸ்ரீம் மோதி$_3$ன்யை நம:
ஓம் ஐம் ஹ்ரீம் ஸ்ரீம் மான்யாயை நம:
ஓம் ஐம் ஹ்ரீம் ஸ்ரீம் மத$_3$ஹஸ்தாயை நம:
ஓம் ஐம் ஹ்ரீம் ஸ்ரீம் மத$_3$ாலயாயை நம:
ஓம் ஐம் ஹ்ரீம் ஸ்ரீம் மத$_3$னநிஷ்யதி$_3$ன்யை நம:

ஓம் ஐம் ஹ்ரீம் ஸ்ரீம் மாத்ரே நம:

ஓம் ஐம் ஹ்ரீம் ஸ்ரீம் மதி$_3$ராக்ஷ்யை நம: 130

ஓம் ஐம் ஹ்ரீம் ஸ்ரீம் மத$_3$ாலஸாயை நம:

ஓம் ஐம் ஹ்ரீம் ஸ்ரீம் மத$_3$ாத்மிகாயை நம:

ஓம் ஐம் ஹ்ரீம் ஸ்ரீம் மத$_3$ாவாஸாயை நம:

ஓம் ஐம் ஹ்ரீம் ஸ்ரீம் மது$_4$பி$_3$ந்து$_3$ க்ருதாத$_4$ராயை நம:

ஓம் ஐம் ஹ்ரீம் ஸ்ரீம் மூலபூ$_4$தாயை நம:

ஓம் ஐம் ஹ்ரீம் ஸ்ரீம் மஹாமூலாயை நம:

ஓம் ஐம் ஹ்ரீம் ஸ்ரீம் மூலாத$_4$ார ஸ்வரூபிண்யை நம:

ஓம் ஐம் ஹ்ரீம் ஸ்ரீம் ஸிந்தூ$_3$ர ரக்தாயை நம:

ஓம் ஐம் ஹ்ரீம் ஸ்ரீம் ரக்தாக்ஷ்யை நம:

ஓம் ஐம் ஹ்ரீம் ஸ்ரீம் த்ரிநேத்ராயை நம: 140

ஓம் ஐம் ஹ்ரீம் ஸ்ரீம் த்ரிகு$_3$ணாத்மிகாயை நம:

ஓம் ஐம் ஹ்ரீம் ஸ்ரீம் வஷின்யை நம:

ஓம் ஐம் ஹ்ரீம் ஸ்ரீம் வாஸின்யை நம:

ஓம் ஐம் ஹ்ரீம் ஸ்ரீம் வாண்யை நம:

ஓம் ஐம் ஹ்ரீம் ஸ்ரீம் வாருண்யை நம:

ஓம் ஐம் ஹ்ரீம் ஸ்ரீம் வாருணீப்ரியாயை நம:

ஓம் ஐம் ஹ்ரீம் ஸ்ரீம் அருணாயை நம:

ஓம் ஐம் ஹ்ரீம் ஸ்ரீம் தருணார்காப$_4$ாயை நம:

ஓம் ஐம் ஹ்ரீம் ஸ்ரீம் ப$_4$ாமின்யை நம:

ஓம் ஐம் ஹ்ரீம் ஸ்ரீம் வஹ்னிவாஸின்யை நம: 150

ஓம் ஐம் ஹ்ரீம் ஸ்ரீம் ஸித்$_3$த$_4$ாயை நம:

ஓம் ஐம் ஹ்ரீம் ஸ்ரீம் ஸித்$_3$தே$_4$ஸ்வர்யை நம:

ஓம் ஐம் ஹ்ரீம் ஸ்ரீம் ஸித்$_3$த்$_4$யை நம:

ஓம் ஐம் ஹ்ரீம் ஸ்ரீம் ஸித்$_3$த$_4$ாம்ப$_3$ாயை நம:

ஓம் ஐம் ஹ்ரீம் ஸ்ரீம் ஸித்$_3$த$_4$மாத்ருகாயை நம:

ஓம் ஐம் ஹ்ரீம் ஸ்ரீம் ஸித்$_3$த$_4$ார்த$_2$ த$_3$ாயின்யை நம:

ஓம் ஐம் ஹ்ரீம் ஸ்ரீம் வித்$_3$யாயை நம:

ஓம் ஐம் ஹ்ரீம் ஸ்ரீம் ஸித்$_3$த$_4$ாட்$_4$யாயை நம:

ஓம் ஐம் ஹ்ரீம் ஸ்ரீம் ஸித்$_3$த$_4$ஸம்மதாயை நம:

ஓம் ஐம் ஹ்ரீம் ஸ்ரீம் வாக்$_3$ப$_4$வாயை நம: 160

ஓம் ஐம் ஹ்ரீம் ஸ்ரீம் வாக்ப்ரத$_3$ாயை நம:
ஓம் ஐம் ஹ்ரீம் ஸ்ரீம் வந்த்$_3$யாயை நம:
ஓம் ஐம் ஹ்ரீம் ஸ்ரீம் வாங்மய்யை நம:
ஓம் ஐம் ஹ்ரீம் ஸ்ரீம் வாதி$_3$ன்யை நம:
ஓம் ஐம் ஹ்ரீம் ஸ்ரீம் பராயை நம:
ஓம் ஐம் ஹ்ரீம் ஸ்ரீம் த்வரிதாயை நம:
ஓம் ஐம் ஹ்ரீம் ஸ்ரீம் ஸத்வராயை நம:
ஓம் ஐம் ஹ்ரீம் ஸ்ரீம் துர்யாயை நம:
ஓம் ஐம் ஹ்ரீம் ஸ்ரீம் த்வரயித்ர்யை நம:
ஓம் ஐம் ஹ்ரீம் ஸ்ரீம் த்வராத்மிகாயை நம: *170*

ஓம் ஐம் ஹ்ரீம் ஸ்ரீம் கமலாயை நம:
ஓம் ஐம் ஹ்ரீம் ஸ்ரீம் கமலாவாஸாயை நம:
ஓம் ஐம் ஹ்ரீம் ஸ்ரீம் ஸகலாயை நம:
ஓம் ஐம் ஹ்ரீம் ஸ்ரீம் ஸர்வமங்க$_3$லாயை நம:
ஓம் ஐம் ஹ்ரீம் ஸ்ரீம் ப$_4$கே$_3$ாத$_3$ர்யை நம:
ஓம் ஐம் ஹ்ரீம் ஸ்ரீம் ப$_4$க$_3$க்லின்னாயை நம:
ஓம் ஐம் ஹ்ரீம் ஸ்ரீம் ப$_4$கி$_3$ன்யை நம:
ஓம் ஐம் ஹ்ரீம் ஸ்ரீம் ப$_4$க$_3$மாலின்யை நம:
ஓம் ஐம் ஹ்ரீம் ஸ்ரீம் ப$_4$க$_3$ப்ரத$_3$ாயை நம:
ஓம் ஐம் ஹ்ரீம் ஸ்ரீம் ப$_4$க$_3$ானந்த$_3$ாயை நம: *180*

ஓம் ஐம் ஹ்ரீம் ஸ்ரீம் ப$_4$கே$_3$ஸ்யை நம:
ஓம் ஐம் ஹ்ரீம் ஸ்ரீம் ப$_4$க$_3$நாயிகாயை நம:
ஓம் ஐம் ஹ்ரீம் ஸ்ரீம் ப$_4$க$_3$ாத்மிகாயை நம:
ஓம் ஐம் ஹ்ரீம் ஸ்ரீம் ப$_4$க$_3$ாவாஸாயை நம:
ஓம் ஐம் ஹ்ரீம் ஸ்ரீம் ப$_4$க$_3$ாயை நம:
ஓம் ஐம் ஹ்ரீம் ஸ்ரீம் ப$_4$க$_3$ாநிபாதின்யை நம:
ஓம் ஐம் ஹ்ரீம் ஸ்ரீம் ப$_4$க$_3$ாவஹாயை நம:
ஓம் ஐம் ஹ்ரீம் ஸ்ரீம் ப$_4$க$_3$ாராத்$_4$யாயை நம:
ஓம் ஐம் ஹ்ரீம் ஸ்ரீம் ப$_4$க$_3$ாட்$_4$யாயை நம:
ஓம் ஐம் ஹ்ரீம் ஸ்ரீம் ப$_4$க$_3$வாஹின்யை நம: *190*

ஓம் ஐம் ஹ்ரீம் ஸ்ரீம் ப$_4$க$_3$நிஷ்யந்தி$_3$ன்யை நம:
ஓம் ஐம் ஹ்ரீம் ஸ்ரீம் ப$_4$ர்க$_3$ாயை நம:
ஓம் ஐம் ஹ்ரீம் ஸ்ரீம் ப$_4$க$_3$ாப$_4$ாயை நம:

ஓம் ஐம் ஹ்ரீம் ஸ்ரீம் ப$_4$க$_3$க$_3$ர்பி$_4$ண்யை நம:

ஓம் ஐம் ஹ்ரீம் ஸ்ரீம் ப$_4$க$_3$ாத்யை நம:

ஓம் ஐம் ஹ்ரீம் ஸ்ரீம் ப$_4$க$_3$பே$_4$ாக$_3$ாயை நம:

ஓம் ஐம் ஹ்ரீம் ஸ்ரீம் ப$_4$க$_3$வேத்$_3$யாயை நம:

ஓம் ஐம் ஹ்ரீம் ஸ்ரீம் ப$_4$கே$_3$ாத்$_3$பவாயை நம:

ஓம் ஐம் ஹ்ரீம் ஸ்ரீம் ப$_4$க$_3$மாத்ரே நம:

ஓம் ஐம் ஹ்ரீம் ஸ்ரீம் ப$_4$க$_3$பே$_4$ாக$_3$ாயை நம: 200

ஓம் ஐம் ஹ்ரீம் ஸ்ரீம் அப$_4$க$_3$வேத்$_3$யாயை நம:

ஓம் ஐம் ஹ்ரீம் ஸ்ரீம் அப$_4$கே$_3$ாத்$_3$ப$_4$வாயை நம:

ஓம் ஐம் ஹ்ரீம் ஸ்ரீம் அப$_4$க$_3$மாத்யை நம:

ஓம் ஐம் ஹ்ரீம் ஸ்ரீம் ப$_4$க$_3$ாகாராயை நம:

ஓம் ஐம் ஹ்ரீம் ஸ்ரீம் ப$_4$க$_3$கு$_3$ஹ்யாயை நம:

ஓம் ஐம் ஹ்ரீம் ஸ்ரீம் ப$_4$கே$_3$ஸ்வர்யை நம:

ஓம் ஐம் ஹ்ரீம் ஸ்ரீம் ப$_4$க$_3$தே$_3$ஹாயை நம:

ஓம் ஐம் ஹ்ரீம் ஸ்ரீம் அப$_4$க$_3$ாவாஸாயை நம:

ஓம் ஐம் ஹ்ரீம் ஸ்ரீம் ப$_4$கே$_3$ாத்$_3$பே$_4$த$_3$ாயை நம:

ஓம் ஐம் ஹ்ரீம் ஸ்ரீம் ப$_4$க$_3$ாலஸாயை நம: 210

ஓம் ஐம் ஹ்ரீம் ஸ்ரீம் ப$_4$க$_3$வித்$_3$யாயை நம:

ஓம் ஐம் ஹ்ரீம் ஸ்ரீம் அப$_4$க$_3$க்லின்னாயை நம:

ஓம் ஐம் ஹ்ரீம் ஸ்ரீம் ப$_4$க$_3$லிங்க$_3$ாயை நம:

ஓம் ஐம் ஹ்ரீம் ஸ்ரீம் ப$_4$க$_3$த்$_3$ரவாயை நம:

ஓம் ஐம் ஹ்ரீம் ஸ்ரீம் ஸகலாயை நம:

ஓம் ஐம் ஹ்ரீம் ஸ்ரீம் நிஷ்கலாயை நம:

ஓம் ஐம் ஹ்ரீம் ஸ்ரீம் காள்யை நம:

ஓம் ஐம் ஹ்ரீம் ஸ்ரீம் கராள்யை நம:

ஓம் ஐம் ஹ்ரீம் ஸ்ரீம் கலப$_4$ாஷிண்யை நம:

ஓம் ஐம் ஹ்ரீம் ஸ்ரீம் கமலாயை நம: 220

ஓம் ஐம் ஹ்ரீம் ஸ்ரீம் ஹம்ஸின்யை நம:

ஓம் ஐம் ஹ்ரீம் ஸ்ரீம் காலாயை நம:

ஓம் ஐம் ஹ்ரீம் ஸ்ரீம் தருணாயை நம:

ஓம் ஐம் ஹ்ரீம் ஸ்ரீம் கருணாவத்யை நம:

ஓம் ஐம் ஹ்ரீம் ஸ்ரீம் ப$_4$ாஸ்வராயை நம:

ஓம் ஐம் ஹ்ரீம் ஸ்ரீம் பை$_4$ரவ்யை நம:

ஓம் ஐம் ஹ்ரீம் ஸ்ரீம் ப$_4$ராஸாயை நம:
ஓம் ஐம் ஹ்ரீம் ஸ்ரீம் ப$_4$த்$_3$ரகாள்யை நம:
ஓம் ஐம் ஹ்ரீம் ஸ்ரீம் குலாங்க$_3$னாயை நம:
ஓம் ஐம் ஹ்ரீம் ஸ்ரீம் ரஸாத்மிகாயை நம: 230

ஓம் ஐம் ஹ்ரீம் ஸ்ரீம் ரஸாவாஸாயை நம:
ஓம் ஐம் ஹ்ரீம் ஸ்ரீம் ரஸஸ்யந்த$_3$ாயை நம:
ஓம் ஐம் ஹ்ரீம் ஸ்ரீம் ரஸாவஹாயை நம:
ஓம் ஐம் ஹ்ரீம் ஸ்ரீம் காமநிஷ்யந்தி$_3$ன்யை நம:
ஓம் ஐம் ஹ்ரீம் ஸ்ரீம் காம்யாயை நம:
ஓம் ஐம் ஹ்ரீம் ஸ்ரீம் காமின்யை நம:
ஓம் ஐம் ஹ்ரீம் ஸ்ரீம் காமத$_3$ாயின்யை நம:
ஓம் ஐம் ஹ்ரீம் ஸ்ரீம் வித்$_3$யாயை நம:
ஓம் ஐம் ஹ்ரீம் ஸ்ரீம் வித$_4$ாத்ர்யை நம:
ஓம் ஐம் ஹ்ரீம் ஸ்ரீம் வித$_4$ாயை நம: 240

ஓம் ஐம் ஹ்ரீம் ஸ்ரீம் விஸ்வத$_4$ாத்ர்யை நம:
ஓம் ஐம் ஹ்ரீம் ஸ்ரீம் வித$_4$ாவித$_4$ாயை நம:
ஓம் ஐம் ஹ்ரீம் ஸ்ரீம் ஸர்வாங்க$_3$ ஸுந்த$_3$ர்யை நம:
ஓம் ஐம் ஹ்ரீம் ஸ்ரீம் ஸௌம்யாயை நம:
ஓம் ஐம் ஹ்ரீம் ஸ்ரீம் லாவண்ய ஸரித$_3$ம்பு$_3$த$_4$யே நம:
ஓம் ஐம் ஹ்ரீம் ஸ்ரீம் சதுராங்க்$_3$யை நம:
ஓம் ஐம் ஹ்ரீம் ஸ்ரீம் சதுர்ப$_3$ாஹயை நம:
ஓம் ஐம் ஹ்ரீம் ஸ்ரீம் சதுராயை நம:
ஓம் ஐம் ஹ்ரீம் ஸ்ரீம் சாருஹம்ஸின்யை நம:
ஓம் ஐம் ஹ்ரீம் ஸ்ரீம் மந்த்ராயை நம: 250

ஓம் ஐம் ஹ்ரீம் ஸ்ரீம் மந்த்ரமய்யை நம:
ஓம் ஐம் ஹ்ரீம் ஸ்ரீம் மாத்ரே நம:
ஓம் ஐம் ஹ்ரீம் ஸ்ரீம் மணிபூரஸமா ஸ்ரயாயை நம:
ஓம் ஐம் ஹ்ரீம் ஸ்ரீம் மந்த்ராத்மிகாயை நம:
ஓம் ஐம் ஹ்ரீம் ஸ்ரீம் மந்த்ரமாத்ரே நம:
ஓம் ஐம் ஹ்ரீம் ஸ்ரீம் மந்த்ரக$_3$ம்யாயை நம:
ஓம் ஐம் ஹ்ரீம் ஸ்ரீம் ஸுமந்த்ரிகாயை நம:
ஓம் ஐம் ஹ்ரீம் ஸ்ரீம் புஷ்பப$_3$ாணாயை நம:

ஓம் ஐம் ஹ்ரீம் ஸ்ரீம் புஷ்பஜைத்ர்யை நம:
ஓம் ஐம் ஹ்ரீம் ஸ்ரீம் புஷ்பிண்யை நம: 260

ஓம் ஐம் ஹ்ரீம் ஸ்ரீம் புஷ்பவர்தி$_4$ன்யை நம:
ஓம் ஐம் ஹ்ரீம் ஸ்ரீம் வஜ்ரேஸ்வர்யை நம:
ஓம் ஐம் ஹ்ரீம் ஸ்ரீம் வஜ்ரஹஸ்தாயை நம:
ஓம் ஐம் ஹ்ரீம் ஸ்ரீம் புராண்யை நம:
ஓம் ஐம் ஹ்ரீம் ஸ்ரீம் புரவாஸின்யை நம:
ஓம் ஐம் ஹ்ரீம் ஸ்ரீம் தாராயை நம:
ஓம் ஐம் ஹ்ரீம் ஸ்ரீம் ஸுதருண்யை நம:
ஓம் ஐம் ஹ்ரீம் ஸ்ரீம் தாராயை நம:
ஓம் ஐம் ஹ்ரீம் ஸ்ரீம் தருண்யை நம:
ஓம் ஐம் ஹ்ரீம் ஸ்ரீம் தாரரூபிண்யை நம: 270

ஓம் ஐம் ஹ்ரீம் ஸ்ரீம் இக்ஷுசாபாயை நம:
ஓம் ஐம் ஹ்ரீம் ஸ்ரீம் மஹாபாஸாயை நம:
ஓம் ஐம் ஹ்ரீம் ஸ்ரீம் ஸுப$_4$த$_3$ாயை நம:
ஓம் ஐம் ஹ்ரீம் ஸ்ரீம் ப்ரியவாதி$_3$ன்யை நம:
ஓம் ஐம் ஹ்ரீம் ஸ்ரீம் ஸர்வத$_3$ாயை நம:
ஓம் ஐம் ஹ்ரீம் ஸ்ரீம் ஸர்வஜனன்யை நம:
ஓம் ஐம் ஹ்ரீம் ஸ்ரீம் ஸர்வார்த$_2$ாயை நம:
ஓம் ஐம் ஹ்ரீம் ஸ்ரீம் ஸர்வபாவன்யை நம:
ஓம் ஐம் ஹ்ரீம் ஸ்ரீம் ஆத்மவித்$_3$யாயை நம:
ஓம் ஐம் ஹ்ரீம் ஸ்ரீம் மஹாவித்$_3$யாயை நம: 280

ஓம் ஐம் ஹ்ரீம் ஸ்ரீம் ப்$_3$ரஹ்மவித்$_3$யாயை நம:
ஓம் ஐம் ஹ்ரீம் ஸ்ரீம் விவஸ்வத்யை நம:
ஓம் ஐம் ஹ்ரீம் ஸ்ரீம் ஸிவாயை நம:
ஓம் ஐம் ஹ்ரீம் ஸ்ரீம் ஈஸ்வர்யை நம:
ஓம் ஐம் ஹ்ரீம் ஸ்ரீம் ஸிவாராத்$_4$யாயை நம:
ஓம் ஐம் ஹ்ரீம் ஸ்ரீம் ஸிவநாத$_2$ாயை நம:
ஓம் ஐம் ஹ்ரீம் ஸ்ரீம் ஸிவாத்மிகாயை நம:
ஓம் ஐம் ஹ்ரீம் ஸ்ரீம் ஆத்மிகாயை நம:
ஓம் ஐம் ஹ்ரீம் ஸ்ரீம் ஜ்ஞானநிலயாயை நம:
ஓம் ஐம் ஹ்ரீம் ஸ்ரீம் நிர்பே$_4$த$_3$ாயை நம: 290

ஓம் ஐம் ஹ்ரீம் ஸ்ரீம் நிர்வ்ருதிப்ரத$_3$ாயை நம:
ஓம் ஐம் ஹ்ரீம் ஸ்ரீம் நிர்வாணரூபிண்யை நம:
ஓம் ஐம் ஹ்ரீம் ஸ்ரீம் நித்யாயை நம:
ஓம் ஐம் ஹ்ரீம் ஸ்ரீம் நியமாயை நம:
ஓம் ஐம் ஹ்ரீம் ஸ்ரீம் நிஷ்கலாயை நம:
ஓம் ஐம் ஹ்ரீம் ஸ்ரீம் ப்ரப$_4$ாயை நம:
ஓம் ஐம் ஹ்ரீம் ஸ்ரீம் ஸ்ரீப$_2$லாயை நம:
ஓம் ஐம் ஹ்ரீம் ஸ்ரீம் ஸ்ரீப்ரத$_3$ாயை நம:
ஓம் ஐம் ஹ்ரீம் ஸ்ரீம் ஸிஷ்யாயை நம:
ஓம் ஐம் ஹ்ரீம் ஸ்ரீம் ஸ்ரீமய்யை நம: 300

ஓம் ஐம் ஹ்ரீம் ஸ்ரீம் ஸிவரூபிண்யை நம:
ஓம் ஐம் ஹ்ரீம் ஸ்ரீம் பராயை நம:
ஓம் ஐம் ஹ்ரீம் ஸ்ரீம் குண்ட$_3$லின்யை நம:
ஓம் ஐம் ஹ்ரீம் ஸ்ரீம் குப்$_3$ஜாயை நம:
ஓம் ஐம் ஹ்ரீம் ஸ்ரீம் குடிலாயை நம:
ஓம் ஐம் ஹ்ரீம் ஸ்ரீம் குடிலாலகாயை நம:
ஓம் ஐம் ஹ்ரீம் ஸ்ரீம் மஹாத$_3$யாயை நம:
ஓம் ஐம் ஹ்ரீம் ஸ்ரீம் மஹாரூபாயை நம:
ஓம் ஐம் ஹ்ரீம் ஸ்ரீம் மஹாமாயாயை நம:
ஓம் ஐம் ஹ்ரீம் ஸ்ரீம் கலாமய்யை நம: 310

ஓம் ஐம் ஹ்ரீம் ஸ்ரீம் வஸங்கர்யை நம:
ஓம் ஐம் ஹ்ரீம் ஸ்ரீம் ஸர்வஜனன்யை நம:
ஓம் ஐம் ஹ்ரீம் ஸ்ரீம் சித்ரவாஸாயை நம:
ஓம் ஐம் ஹ்ரீம் ஸ்ரீம் விசித்ரகாயை நம:
ஓம் ஐம் ஹ்ரீம் ஸ்ரீம் ஸூர்யமண்ட$_3$லமத்$_4$ யஸ்த$_2$ாயை நம:
ஓம் ஐம் ஹ்ரீம் ஸ்ரீம் ஸ்தி$_2$ராயை நம:
ஓம் ஐம் ஹ்ரீம் ஸ்ரீம் ஸங்கரவல்லப$_4$ாயை நம:
ஓம் ஐம் ஹ்ரீம் ஸ்ரீம் ஸுரப்$_4$யை நம:
ஓம் ஐம் ஹ்ரீம் ஸ்ரீம் ஸுமனஸே நம:
ஓம் ஐம் ஹ்ரீம் ஸ்ரீம் ஸூர்யாயை நம: 320

ஓம் ஐம் ஹ்ரீம் ஸ்ரீம் ஸுஷும்னாயை நம:
ஓம் ஐம் ஹ்ரீம் ஸ்ரீம் ஸோமபூ$_4$ஷணாயை நம:
ஓம் ஐம் ஹ்ரீம் ஸ்ரீம் ஸுத$_4$ாப்ரத$_3$ாயை நம:

ஓம் ஐம் ஹ்ரீம் ஸ்ரீம் ஸுதா$_4$தா$_4$ராயை நம:
ஓம் ஐம் ஹ்ரீம் ஸ்ரீம் ஸுஸ்ரியை நம:
ஓம் ஐம் ஹ்ரீம் ஸ்ரீம் ஸம்பத்திரூபிண்யை நம:
ஓம் ஐம் ஹ்ரீம் ஸ்ரீம் அம்ருதாயை நம:
ஓம் ஐம் ஹ்ரீம் ஸ்ரீம் ஸத்யஸங்கல்பாயை நம:
ஓம் ஐம் ஹ்ரீம் ஸ்ரீம் ஸத்யாயை நம:
ஓம் ஐம் ஹ்ரீம் ஸ்ரீம் ஷட்$_3$க்$_3$ரந்தி$_2$ பே$_4$தி$_3$ன்யை நம: 330

ஓம் ஐம் ஹ்ரீம் ஸ்ரீம் இச்ச$_2$ாஸக்த்யை நம:
ஓம் ஐம் ஹ்ரீம் ஸ்ரீம் மஹாஸக்த்யை நம:
ஓம் ஐம் ஹ்ரீம் ஸ்ரீம் க்ரியாஸக்த்யை நம:
ஓம் ஐம் ஹ்ரீம் ஸ்ரீம் ப்ரியங்கர்யை நம:
ஓம் ஐம் ஹ்ரீம் ஸ்ரீம் லீலாயை நம:
ஓம் ஐம் ஹ்ரீம் ஸ்ரீம் லீலாலயாயை நம:
ஓம் ஐம் ஹ்ரீம் ஸ்ரீம் ஆனந்த$_3$ாயை நம:
ஓம் ஐம் ஹ்ரீம் ஸ்ரீம் ஸூக்ஷ்மபோ$_3$த$_4$ ஸ்வரூபிண்யை நம:
ஓம் ஐம் ஹ்ரீம் ஸ்ரீம் ஸகலாயை நம:
ஓம் ஐம் ஹ்ரீம் ஸ்ரீம் ரஸனாயை நம: 340

ஓம் ஐம் ஹ்ரீம் ஸ்ரீம் ஸாராயை நம:
ஓம் ஐம் ஹ்ரீம் ஸ்ரீம் ஸாரக$_3$ம்யாயை நம:
ஓம் ஐம் ஹ்ரீம் ஸ்ரீம் ஸரஸ்வத்யை நம:
ஓம் ஐம் ஹ்ரீம் ஸ்ரீம் பராயை நம:
ஓம் ஐம் ஹ்ரீம் ஸ்ரீம் பராயண்யை நம:
ஓம் ஐம் ஹ்ரீம் ஸ்ரீம் பத்$_3$மாயை நம:
ஓம் ஐம் ஹ்ரீம் ஸ்ரீம் பரநிஷ்ட$_2$ாயை நம:
ஓம் ஐம் ஹ்ரீம் ஸ்ரீம் பராயை நம:
ஓம் ஐம் ஹ்ரீம் ஸ்ரீம் ஸ்ரீமத்யை நம:
ஓம் ஐம் ஹ்ரீம் ஸ்ரீம் ஸ்ரீகர்யை நம: 350

ஓம் ஐம் ஹ்ரீம் ஸ்ரீம் வ்யோம்ன்யை நம:
ஓம் ஐம் ஹ்ரீம் ஸ்ரீம் ஸ்ரீஸிவயோனயே நம:
ஓம் ஐம் ஹ்ரீம் ஸ்ரீம் ஸிவேக்ஷணாயை நம:
ஓம் ஐம் ஹ்ரீம் ஸ்ரீம் நிரானந்த$_3$ாயை நம:
ஓம் ஐம் ஹ்ரீம் ஸ்ரீம் நிராக்$_2$யேயாயை நம:

ஓம் ஐம் ஹ்ரீம் ஸ்ரீம் நிர்த்$_3$வந்த்$_3$வாயை நம:
ஓம் ஐம் ஹ்ரீம் ஸ்ரீம் நிர்கு$_3$ணாத்மிகாயை நம:
ஓம் ஐம் ஹ்ரீம் ஸ்ரீம் ப்$_3$ருஹத்யை நம:
ஓம் ஐம் ஹ்ரீம் ஸ்ரீம் ப்$_3$ராஹ்மண்யை நம:
ஓம் ஐம் ஹ்ரீம் ஸ்ரீம் ப்$_3$ராஹ்ம்யை நம: *360*

ஓம் ஐம் ஹ்ரீம் ஸ்ரீம் ப்$_3$ரஹ்மரூபிண்யை நம:
ஓம் ஐம் ஹ்ரீம் ஸ்ரீம் த்$_3$ருத்யை நம:
ஓம் ஐம் ஹ்ரீம் ஸ்ரீம் ஸம்ருத்யை நம:
ஓம் ஐம் ஹ்ரீம் ஸ்ரீம் ஸ்ருத்யை நம:
ஓம் ஐம் ஹ்ரீம் ஸ்ரீம் மேத$_4$ாயை நம:
ஓம் ஐம் ஹ்ரீம் ஸ்ரீம் ஸ்ரத்$_3$த$_4$ாயை நம:
ஓம் ஐம் ஹ்ரீம் ஸ்ரீம் புஷ்ட்யை நம:
ஓம் ஐம் ஹ்ரீம் ஸ்ரீம் ஸ்துத்யை நம:
ஓம் ஐம் ஹ்ரீம் ஸ்ரீம் மத்யை நம:
ஓம் ஐம் ஹ்ரீம் ஸ்ரீம் அத்$_3$வயாயை நம: *370*

ஓம் ஐம் ஹ்ரீம் ஸ்ரீம் ஆனந்த$_3$ஸம் போ$_3$த$_4$ாயை நம:
ஓம் ஐம் ஹ்ரீம் ஸ்ரீம் வராயை நம:
ஓம் ஐம் ஹ்ரீம் ஸ்ரீம் ஸௌப$_4$ாக்$_3$ய ரூபிண்யை நம:
ஓம் ஐம் ஹ்ரீம் ஸ்ரீம் நிராமயாயை நம:
ஓம் ஐம் ஹ்ரீம் ஸ்ரீம் நிராகாராயை நம:
ஓம் ஐம் ஹ்ரீம் ஸ்ரீம் ஜ்ரும்பி$_4$ண்யை நம:
ஓம் ஐம் ஹ்ரீம் ஸ்ரீம் ஸ்தம்பி$_4$ன்யை நம:
ஓம் ஐம் ஹ்ரீம் ஸ்ரீம் ரத்யை நம:
ஓம் ஐம் ஹ்ரீம் ஸ்ரீம் போ$_3$தி$_4$காயை நம:
ஓம் ஐம் ஹ்ரீம் ஸ்ரீம் கமலாயை நம: *380*

ஓம் ஐம் ஹ்ரீம் ஸ்ரீம் ரௌத்$_3$ர்யை நம:
ஓம் ஐம் ஹ்ரீம் ஸ்ரீம் த்$_3$ராவிண்யை நம:
ஓம் ஐம் ஹ்ரீம் ஸ்ரீம் க்ஷோபி$_4$ண்யை நம:
ஓம் ஐம் ஹ்ரீம் ஸ்ரீம் மத்யை நம:
ஓம் ஐம் ஹ்ரீம் ஸ்ரீம் குசேலின்யை நம:
ஓம் ஐம் ஹ்ரீம் ஸ்ரீம் குசமத்$_4$யஸ்த$_2$ாயை நம:
ஓம் ஐம் ஹ்ரீம் ஸ்ரீம் மத்$_4$யகூடக$_3$த்யை நம:

ஓம்	ஐம்	ஹ்ரீம்	ஸ்ரீம்	ப்ரியாயை	நம:	
ஓம்	ஐம்	ஹ்ரீம்	ஸ்ரீம்	குலோத்தீர்ணாயை	நம:	
ஓம்	ஐம்	ஹ்ரீம்	ஸ்ரீம்	குலவத்யை	நம:	390
ஓம்	ஐம்	ஹ்ரீம்	ஸ்ரீம்	பே$_3$ாத$_4$ாயை	நம:	
ஓம்	ஐம்	ஹ்ரீம்	ஸ்ரீம்	வாக்$_3$வாதி$_3$ன்யை	நம:	
ஓம்	ஐம்	ஹ்ரீம்	ஸ்ரீம்	ஸத்யை	நம:	
ஓம்	ஐம்	ஹ்ரீம்	ஸ்ரீம்	உமாயை	நம:	
ஓம்	ஐம்	ஹ்ரீம்	ஸ்ரீம்	ப்ரியவ்ரதாயை	நம:	
ஓம்	ஐம்	ஹ்ரீம்	ஸ்ரீம்	லக்ஷ்ம்யை	நம:	
ஓம்	ஐம்	ஹ்ரீம்	ஸ்ரீம்	கமலாயை	நம:	
ஓம்	ஐம்	ஹ்ரீம்	ஸ்ரீம்	குலரூபிண்யை	நம:	
ஓம்	ஐம்	ஹ்ரீம்	ஸ்ரீம்	விஸ்வாத்மிகாயை	நம:	
ஓம்	ஐம்	ஹ்ரீம்	ஸ்ரீம்	விஸ்வமோஹின்யை	நம:	400
ஓம்	ஐம்	ஹ்ரீம்	ஸ்ரீம்	விஸ்வாஸக்தாயை	நம:	
ஓம்	ஐம்	ஹ்ரீம்	ஸ்ரீம்	விநாயகாயை	நம:	
ஓம்	ஐம்	ஹ்ரீம்	ஸ்ரீம்	த்$_4$யாயின்யை	நம:	
ஓம்	ஐம்	ஹ்ரீம்	ஸ்ரீம்	நாதி$_3$ன்யை	நம:	
ஓம்	ஐம்	ஹ்ரீம்	ஸ்ரீம்	தீர்த$_2$ாயை	நம:	
ஓம்	ஐம்	ஹ்ரீம்	ஸ்ரீம்	ஸாங்கர்யை	நம:	
ஓம்	ஐம்	ஹ்ரீம்	ஸ்ரீம்	மந்த்ரஸாக்ஷிண்யை	நம:	
ஓம்	ஐம்	ஹ்ரீம்	ஸ்ரீம்	ஸன்மந்த்ரரூபிண்யை	நம:	
ஓம்	ஐம்	ஹ்ரீம்	ஸ்ரீம்	ஹ்ருஷ்டாயை	நம:	
ஓம்	ஐம்	ஹ்ரீம்	ஸ்ரீம்	ஸாங்கர்யை	நம:	410
ஓம்	ஐம்	ஹ்ரீம்	ஸ்ரீம்	ஸுரஸங்கர்யை	நம:	
ஓம்	ஐம்	ஹ்ரீம்	ஸ்ரீம்	ஸுந்த$_3$ராங்க்$_3$யை	நம:	
ஓம்	ஐம்	ஹ்ரீம்	ஸ்ரீம்	ஸுராவாஸாயை	நம:	
ஓம்	ஐம்	ஹ்ரீம்	ஸ்ரீம்	ஸுரவந்த்$_3$யாயை	நம:	
ஓம்	ஐம்	ஹ்ரீம்	ஸ்ரீம்	ஸுரேஸ்வர்யை	நம:	
ஓம்	ஐம்	ஹ்ரீம்	ஸ்ரீம்	ஸுவர்ணவர்ணாயை	நம:	
ஓம்	ஐம்	ஹ்ரீம்	ஸ்ரீம்	ஸத்கீர்த்யை	நம:	
ஓம்	ஐம்	ஹ்ரீம்	ஸ்ரீம்	வர்ணரூபிண்யை	நம:	
ஓம்	ஐம்	ஹ்ரீம்	ஸ்ரீம்	ஸுவர்ணாயை	நம:	
ஓம்	ஐம்	ஹ்ரீம்	ஸ்ரீம்	லலிதாங்க்$_3$யை	நம:	420

ஓம் ஐம் ஹ்ரீம் ஸ்ரீம் வரிஷ்ட$_2$ாயை நம:
ஓம் ஐம் ஹ்ரீம் ஸ்ரீம் ஸ்ரியை நம:
ஓம் ஐம் ஹ்ரீம் ஸ்ரீம் விலாஸின்யை நம:
ஓம் ஐம் ஹ்ரீம் ஸ்ரீம் ஸ்பந்த$_3$ரூபிண்யை நம:
ஓம் ஐம் ஹ்ரீம் ஸ்ரீம் ஸாம்ப$_4$வ்யை நம:
ஓம் ஐம் ஹ்ரீம் ஸ்ரீம் ஸச்சித$_3$ானந்த$_3$ாயை நம:
ஓம் ஐம் ஹ்ரீம் ஸ்ரீம் ஸச்சித$_3$ானந்த$_3$ ஸ்வரூபிண்யை நம:
ஓம் ஐம் ஹ்ரீம் ஸ்ரீம் ஜ்வலின்யை நம:
ஓம் ஐம் ஹ்ரீம் ஸ்ரீம் விஸ்வஜனன்யை நம:
ஓம் ஐம் ஹ்ரீம் ஸ்ரீம் விஸ்வநிஷ்ட$_2$ாயை நம: 430

ஓம் ஐம் ஹ்ரீம் ஸ்ரீம் விலாஸின்யை நம:
ஓம் ஐம் ஹ்ரீம் ஸ்ரீம் ப்$_4$ரூமத்$_3$யாயை நம:
ஓம் ஐம் ஹ்ரீம் ஸ்ரீம் அகி$_2$லநிஷ்பத்$_3$யாயை நம:
ஓம் ஐம் ஹ்ரீம் ஸ்ரீம் நிர்கு$_3$ணாயை நம:
ஓம் ஐம் ஹ்ரீம் ஸ்ரீம் கு$_3$ணவர்தி$_4$ன்யை நம:
ஓம் ஐம் ஹ்ரீம் ஸ்ரீம் ஹ்ருல்லேக$_2$ாயை நம:
ஓம் ஐம் ஹ்ரீம் ஸ்ரீம் பு$_4$வனாயை நம:
ஓம் ஐம் ஹ்ரீம் ஸ்ரீம் ஈஸான்யை நம:
ஓம் ஐம் ஹ்ரீம் ஸ்ரீம் பு$_4$வனாயை நம:
ஓம் ஐம் ஹ்ரீம் ஸ்ரீம் பு$_4$வனாத்மிகாயை நம: 440

ஓம் ஐம் ஹ்ரீம் ஸ்ரீம் விபூ$_4$த்யை நம:
ஓம் ஐம் ஹ்ரீம் ஸ்ரீம் பூ$_4$தித$_3$ாயை நம:
ஓம் ஐம் ஹ்ரீம் ஸ்ரீம் பூ$_4$த்யை நம:
ஓம் ஐம் ஹ்ரீம் ஸ்ரீம் ஸம்பூ$_4$த்யை நம:
ஓம் ஐம் ஹ்ரீம் ஸ்ரீம் பூ$_4$திகாரிண்யை நம:
ஓம் ஐம் ஹ்ரீம் ஸ்ரீம் ஈஸான்யை நம:
ஓம் ஐம் ஹ்ரீம் ஸ்ரீம் ஸாஸ்வத்யை நம:
ஓம் ஐம் ஹ்ரீம் ஸ்ரீம் ஸைவாயை நம:
ஓம் ஐம் ஹ்ரீம் ஸ்ரீம் ஸர்வாண்யை நம:
ஓம் ஐம் ஹ்ரீம் ஸ்ரீம் ஸர்மத$_3$ாயின்யை நம: 450

ஓம் ஐம் ஹ்ரீம் ஸ்ரீம் ப$_4$வான்யை நம:
ஓம் ஐம் ஹ்ரீம் ஸ்ரீம் ப$_4$ாவனாயை நம:
ஓம் ஐம் ஹ்ரீம் ஸ்ரீம் ப$_4$ாவாயை நம:

ஓம் ஐம் ஹ்ரீம் ஸ்ரீம் ப$_4$ாவனாயை நம:
ஓம் ஐம் ஹ்ரீம் ஸ்ரீம் பு$_4$வனாத்மிகாயை நம:
ஓம் ஐம் ஹ்ரீம் ஸ்ரீம் ஹ்ருத்பத்$_3$மநிலயாயை நம:
ஓம் ஐம் ஹ்ரீம் ஸ்ரீம் ஸௌராயை நம:
ஓம் ஐம் ஹ்ரீம் ஸ்ரீம் ஸ்வராவ்ருத்யை நம:
ஓம் ஐம் ஹ்ரீம் ஸ்ரீம் ஸ்வராத்மிகாயை நம:
ஓம் ஐம் ஹ்ரீம் ஸ்ரீம் ஸௌக்ஷ்மரூபாயை நம: 460

ஓம் ஐம் ஹ்ரீம் ஸ்ரீம் பரானந்த$_3$ாயை நம:
ஓம் ஐம் ஹ்ரீம் ஸ்ரீம் ஸ்வாத்மஸ்த$_2$ாயை நம:
ஓம் ஐம் ஹ்ரீம் ஸ்ரீம் விஸ்வத$_3$ாயை நம:
ஓம் ஐம் ஹ்ரீம் ஸ்ரீம் ஸிவாயை நம:
ஓம் ஐம் ஹ்ரீம் ஸ்ரீம் பரிபூர்ணாயை நம:
ஓம் ஐம் ஹ்ரீம் ஸ்ரீம் த$_3$யாபூர்ணாயை நம:
ஓம் ஐம் ஹ்ரீம் ஸ்ரீம் மத$_3$கூ$_4$ர்ணித லோசனாயை நம:
ஓம் ஐம் ஹ்ரீம் ஸ்ரீம் ஸரஸ்யாயை நம:
ஓம் ஐம் ஹ்ரீம் ஸ்ரீம் தருணார்காப$_4$ாயை நம:
ஓம் ஐம் ஹ்ரீம் ஸ்ரீம் மது$_4$ரக்தாயை நம: 470

ஓம் ஐம் ஹ்ரீம் ஸ்ரீம் மனஸ்வின்யை நம:
ஓம் ஐம் ஹ்ரீம் ஸ்ரீம் அனந்தாயை நம:
ஓம் ஐம் ஹ்ரீம் ஸ்ரீம் அனந்த மஹிம்னே நம:
ஓம் ஐம் ஹ்ரீம் ஸ்ரீம் நித்யத்ருப்தாயை நம:
ஓம் ஐம் ஹ்ரீம் ஸ்ரீம் நிரஞ்ஜனாயை நம:
ஓம் ஐம் ஹ்ரீம் ஸ்ரீம் அசிந்த்யாயை நம:
ஓம் ஐம் ஹ்ரீம் ஸ்ரீம் ஸக்திசிந்த்யார்த$_2$ாயை நம:
ஓம் ஐம் ஹ்ரீம் ஸ்ரீம் சிந்த்யாயை நம:
ஓம் ஐம் ஹ்ரீம் ஸ்ரீம் அசிந்த்யஸ்வரூபிண்யை நம:
ஓம் ஐம் ஹ்ரீம் ஸ்ரீம் ஜக$_3$ன்மய்யை நம: 480

ஓம் ஐம் ஹ்ரீம் ஸ்ரீம் ஜக$_3$ன்மாத்ரே நம:
ஓம் ஐம் ஹ்ரீம் ஸ்ரீம் ஜக$_3$த்ஸாராயை நம:
ஓம் ஐம் ஹ்ரீம் ஸ்ரீம் ஜக$_3$த்ப$_4$வாயை நம:
ஓம் ஐம் ஹ்ரீம் ஸ்ரீம் ஆப்யாயின்யை நம:
ஓம் ஐம் ஹ்ரீம் ஸ்ரீம் பரானந்த$_3$ாயை நம:

ஓம் ஐம் ஹ்ரீம் ஸ்ரீம் கூடஸ்த$_2$ாயை நம:
ஓம் ஐம் ஹ்ரீம் ஸ்ரீம் வாஸரூபிண்யை நம:
ஓம் ஐம் ஹ்ரீம் ஸ்ரீம் ஜ்ஞானக$_3$ம்யாயை நம:
ஓம் ஐம் ஹ்ரீம் ஸ்ரீம் ஜ்ஞானமூர்த்யை நம:
ஓம் ஐம் ஹ்ரீம் ஸ்ரீம் ஜ்ஞாபின்யை நம: 490

ஓம் ஐம் ஹ்ரீம் ஸ்ரீம் ஜ்ஞானரூபிண்யை நம:
ஓம் ஐம் ஹ்ரீம் ஸ்ரீம் கே$_2$சர்யை நம:
ஓம் ஐம் ஹ்ரீம் ஸ்ரீம் கே$_2$சரீமுத்$_3$ராயை நம:
ஓம் ஐம் ஹ்ரீம் ஸ்ரீம் கே$_2$சரீயோக$_3$ ரூபிண்யை நம:
ஓம் ஐம் ஹ்ரீம் ஸ்ரீம் அநாத$_2$நாத$_2$ாயை நம:
ஓம் ஐம் ஹ்ரீம் ஸ்ரீம் நிர்நாத$_2$ாயை நம:
ஓம் ஐம் ஹ்ரீம் ஸ்ரீம் கே$_4$ாராயை நம:
ஓம் ஐம் ஹ்ரீம் ஸ்ரீம் அகே$_4$ாரஸ்வ ரூபிண்யை நம:
ஓம் ஐம் ஹ்ரீம் ஸ்ரீம் ஸுத$_4$ாப்ரத$_3$ாயை நம:
ஓம் ஐம் ஹ்ரீம் ஸ்ரீம் ஸுத$_4$ாத$_4$ாராயை நம: 500

ஓம் ஐம் ஹ்ரீம் ஸ்ரீம் ஸுத$_4$ாரூபாயை நம:
ஓம் ஐம் ஹ்ரீம் ஸ்ரீம் ஸுத$_4$ாமய்யை நம:
ஓம் ஐம் ஹ்ரீம் ஸ்ரீம் த$_3$ஹராயை நம:
ஓம் ஐம் ஹ்ரீம் ஸ்ரீம் த$_3$ஹராகாராயை நம:
ஓம் ஐம் ஹ்ரீம் ஸ்ரீம் த$_3$ஹராகாஸ மத்$_4$யக$_3$ாயை நம:
ஓம் ஐம் ஹ்ரீம் ஸ்ரீம் மாங்க$_3$ல்யாயை நம:
ஓம் ஐம் ஹ்ரீம் ஸ்ரீம் மங்க$_3$ளாயை நம:
ஓம் ஐம் ஹ்ரீம் ஸ்ரீம் தி$_3$வ்யாயை நம:
ஓம் ஐம் ஹ்ரீம் ஸ்ரீம் மஹாமாங்க$_3$ல்ய தே$_3$வதாயை நம:
ஓம் ஐம் ஹ்ரீம் ஸ்ரீம் மாங்க$_3$ல்யத$_3$ாயின்யை நம: 510

ஓம் ஐம் ஹ்ரீம் ஸ்ரீம் மான்யாயை நம:
ஓம் ஐம் ஹ்ரீம் ஸ்ரீம் ஸர்வமங்க$_3$ள தாயின்யை நம:
ஓம் ஐம் ஹ்ரீம் ஸ்ரீம் ஸ்வப்ரகாஸாயை நம:
ஓம் ஐம் ஹ்ரீம் ஸ்ரீம் மஹாப$_4$ாஸாயை நம:
ஓம் ஐம் ஹ்ரீம் ஸ்ரீம் ப$_4$ாமின்யை நம:
ஓம் ஐம் ஹ்ரீம் ஸ்ரீம் ப$_4$வரூபிண்யை நம:
ஓம் ஐம் ஹ்ரீம் ஸ்ரீம் காத்யாயன்யை நம:

ஓம் ஐம் ஹ்ரீம் ஸ்ரீம் கலாவாஸாயை நம:
ஓம் ஐம் ஹ்ரீம் ஸ்ரீம் பூர்ணகாமாயை நம:
ஓம் ஐம் ஹ்ரீம் ஸ்ரீம் யஸஸ்வின்யை நம: 520

ஓம் ஐம் ஹ்ரீம் ஸ்ரீம் அர்த$_2$ாவஸான நிலயாயை நம:
ஓம் ஐம் ஹ்ரீம் ஸ்ரீம் நாராயண மனோஹராயை நம:
ஓம் ஐம் ஹ்ரீம் ஸ்ரீம் மோக்ஷமார்க$_3$ வித$_4$ானஜ்ஞாயை நம:
ஓம் ஐம் ஹ்ரீம் ஸ்ரீம் விரிஞ்சோத்பத்தி பூ$_4$மிகாயை நம:
ஓம் ஐம் ஹ்ரீம் ஸ்ரீம் அநுத்தராயை நம:
ஓம் ஐம் ஹ்ரீம் ஸ்ரீம் மஹாராத்$_4$யாயை நம:
ஓம் ஐம் ஹ்ரீம் ஸ்ரீம் து$_3$ஷ்ப்ராபாயை நம:
ஓம் ஐம் ஹ்ரீம் ஸ்ரீம் துரதிக்ரமாயை நம:
ஓம் ஐம் ஹ்ரீம் ஸ்ரீம் ஸுத்$_3$தி$_4$த$_3$ாயை நம:
ஓம் ஐம் ஹ்ரீம் ஸ்ரீம் காமத$_3$ாயை நம: 530

ஓம் ஐம் ஹ்ரீம் ஸ்ரீம் ஸௌம்யாயை நம:
ஓம் ஐம் ஹ்ரீம் ஸ்ரீம் ஜ்ஞானத$_3$ாயை நம:
ஓம் ஐம் ஹ்ரீம் ஸ்ரீம் மானத$_3$ாயின்யை நம:
ஓம் ஐம் ஹ்ரீம் ஸ்ரீம் ஸ்வத$_4$ாயை நம:
ஓம் ஐம் ஹ்ரீம் ஸ்ரீம் ஸ்வாஹாயை நம:
ஓம் ஐம் ஹ்ரீம் ஸ்ரீம் ஸுத$_4$ாயை நம:
ஓம் ஐம் ஹ்ரீம் ஸ்ரீம் மேத$_4$ாயை நம:
ஓம் ஐம் ஹ்ரீம் ஸ்ரீம் மது$_4$ராயை நம:
ஓம் ஐம் ஹ்ரீம் ஸ்ரீம் மது$_4$மந்தி$_3$ராயை நம:
ஓம் ஐம் ஹ்ரீம் ஸ்ரீம் நிர்வாணத$_3$ாயின்யை நம: 540

ஓம் ஐம் ஹ்ரீம் ஸ்ரீம் ஸ்ரேஷ்ட$_2$ாயை நம:
ஓம் ஐம் ஹ்ரீம் ஸ்ரீம் ஸர்மிஷ்ட$_2$ாயை நம:
ஓம் ஐம் ஹ்ரீம் ஸ்ரீம் ஸாரத$_3$ார்சிதாயை நம:
ஓம் ஐம் ஹ்ரீம் ஸ்ரீம் ஸுவர்சலாயை நம:
ஓம் ஐம் ஹ்ரீம் ஸ்ரீம் காமவத்யை நம:
ஓம் ஐம் ஹ்ரீம் ஸ்ரீம் காமகி$_3$ர்யாலய ஸ்தி$_2$தாயை நம:
ஓம் ஐம் ஹ்ரீம் ஸ்ரீம் ருத்$_3$ராத்மிகாயை நம:
ஓம் ஐம் ஹ்ரீம் ஸ்ரீம் ருத்$_3$ரமாத்யை நம:
ஓம் ஐம் ஹ்ரீம் ஸ்ரீம் ருத்$_3$ரக$_3$ம்யாயை நம:
ஓம் ஐம் ஹ்ரீம் ஸ்ரீம் ரஜஸ்வலாயை நம: 550

ஓம் ஐம் ஹ்ரீம் ஸ்ரீம் அகாரஷோட$_3$ ஸாந்தஸ்தா$_2$யை நம:
ஓம் ஐம் ஹ்ரீம் ஸ்ரீம் பை$_4$ரவ்யை$_3$ நம:
ஓம் ஐம் ஹ்ரீம் ஸ்ரீம் ஹ்லாதி$_3$ன்யை நம:
ஓம் ஐம் ஹ்ரீம் ஸ்ரீம் வராயை நம:
ஓம் ஐம் ஹ்ரீம் ஸ்ரீம் க்ருபாதே$_3$ஹாயை நம:
ஓம் ஐம் ஹ்ரீம் ஸ்ரீம் அருணாயை நம:
ஓம் ஐம் ஹ்ரீம் ஸ்ரீம் நாதா$_2$யை நம:
ஓம் ஐம் ஹ்ரீம் ஸ்ரீம் ஸுதா$_4$பி$_3$ந்து$_3$ ஸமாஸ்ரிதாயை நம:
ஓம் ஐம் ஹ்ரீம் ஸ்ரீம் காள்யை நம:
ஓம் ஐம் ஹ்ரீம் ஸ்ரீம் காமகலாயை நம: 560

ஓம் ஐம் ஹ்ரீம் ஸ்ரீம் கன்யாயை நம:
ஓம் ஐம் ஹ்ரீம் ஸ்ரீம் பார்வத்யை நம:
ஓம் ஐம் ஹ்ரீம் ஸ்ரீம் பரரூபிண்யை நம:
ஓம் ஐம் ஹ்ரீம் ஸ்ரீம் மாயாவத்யை நம:
ஓம் ஐம் ஹ்ரீம் ஸ்ரீம் கோ$_4$ரமுக்$_2$யை நம:
ஓம் ஐம் ஹ்ரீம் ஸ்ரீம் நாதி$_3$ன்யை நம:
ஓம் ஐம் ஹ்ரீம் ஸ்ரீம் தீ$_3$பின்யை நம:
ஓம் ஐம் ஹ்ரீம் ஸ்ரீம் ஸுபா$_4$யை நம:
ஓம் ஐம் ஹ்ரீம் ஸ்ரீம் மகாராம்ருத சக்ரேஸ்யை நம:
ஓம் ஐம் ஹ்ரீம் ஸ்ரீம் மஹாஸேனா விமோஹின்யை நம: 570

ஓம் ஐம் ஹ்ரீம் ஸ்ரீம் உத்ஸுகாயை நம:
ஓம் ஐம் ஹ்ரீம் ஸ்ரீம் அநுத்ஸுகாயை நம:
ஓம் ஐம் ஹ்ரீம் ஸ்ரீம் ஹ்ருஷ்டாயை நம:
ஓம் ஐம் ஹ்ரீம் ஸ்ரீம் ஹ்ரீங்கார்யை நம:
ஓம் ஐம் ஹ்ரீம் ஸ்ரீம் சக்ரநாயிகாயை நம:
ஓம் ஐம் ஹ்ரீம் ஸ்ரீம் ருத்$_3$ராயை நம:
ஓம் ஐம் ஹ்ரீம் ஸ்ரீம் ப$_4$வான்யை நம:
ஓம் ஐம் ஹ்ரீம் ஸ்ரீம் சாமுண்டா$_3$யை நம:
ஓம் ஐம் ஹ்ரீம் ஸ்ரீம் ஹ்ரீம்கார்யை நம:
ஓம் ஐம் ஹ்ரீம் ஸ்ரீம் ஸௌக்$_2$யதா$_3$யின்யை நம: 580

ஓம் ஐம் ஹ்ரீம் ஸ்ரீம் க$_3$ருடா$_3$யை நம:
ஓம் ஐம் ஹ்ரீம் ஸ்ரீம் க$_3$ருட்$_3$யை நம:
ஓம் ஐம் ஹ்ரீம் ஸ்ரீம் க்ருஷ்ணாயை நம:

ஓம் ஐம் ஹ்ரீம் ஸ்ரீம் ஸகலாயை நம:
ஓம் ஐம் ஹ்ரீம் ஸ்ரீம் ப்ரஹ்மசாரிண்யை நம:
ஓம் ஐம் ஹ்ரீம் ஸ்ரீம் க்ருஷ்ணாங்க$_3$ாயை நம:
ஓம் ஐம் ஹ்ரீம் ஸ்ரீம் வாஹின்யை நம:
ஓம் ஐம் ஹ்ரீம் ஸ்ரீம் க்ருஷ்ணாயை நம:
ஓம் ஐம் ஹ்ரீம் ஸ்ரீம் கே$_2$சர்யை நம:
ஓம் ஐம் ஹ்ரீம் ஸ்ரீம் கமலாயை நம: 590

ஓம் ஐம் ஹ்ரீம் ஸ்ரீம் ப்ரியாயை நம:
ஓம் ஐம் ஹ்ரீம் ஸ்ரீம் ப$_4$த்$_3$ரிண்யை நம:
ஓம் ஐம் ஹ்ரீம் ஸ்ரீம் ருத்$_3$ரசாமுண்ட$_3$ாயை நம:
ஓம் ஐம் ஹ்ரீம் ஸ்ரீம் ஹ்ரீம்கார்யை நம:
ஓம் ஐம் ஹ்ரீம் ஸ்ரீம் ஸௌப$_4$க$_3$ாயை நம:
ஓம் ஐம் ஹ்ரீம் ஸ்ரீம் த்$_4$ருவாயை நம:
ஓம் ஐம் ஹ்ரீம் ஸ்ரீம் கே$_3$ாருட்$_3$யை நம:
ஓம் ஐம் ஹ்ரீம் ஸ்ரீம் க$_3$ாருட்$_3$யை நம:
ஓம் ஐம் ஹ்ரீம் ஸ்ரீம் ஜ்யேஷ்ட$_2$ாயை நம:
ஓம் ஐம் ஹ்ரீம் ஸ்ரீம் ஸ்வர்க$_3$க$_3$ாயை நம: 600

ஓம் ஐம் ஹ்ரீம் ஸ்ரீம் ப்$_3$ரஹ்மசாரிண்யை நம:
ஓம் ஐம் ஹ்ரீம் ஸ்ரீம் பானானுரக்தாயை நம:
ஓம் ஐம் ஹ்ரீம் ஸ்ரீம் பானஸ்த$_2$ாயை நம:
ஓம் ஐம் ஹ்ரீம் ஸ்ரீம் பீ$_4$மரூபாயை நம:
ஓம் ஐம் ஹ்ரீம் ஸ்ரீம் ப$_4$யாபஹாயை நம:
ஓம் ஐம் ஹ்ரீம் ஸ்ரீம் ரக்தாயை நம:
ஓம் ஐம் ஹ்ரீம் ஸ்ரீம் சண்ட$_3$ாயை நம:
ஓம் ஐம் ஹ்ரீம் ஸ்ரீம் ஸூரானந்த$_3$ாயை நம:
ஓம் ஐம் ஹ்ரீம் ஸ்ரீம் த்ரிகோணாயை நம:
ஓம் ஐம் ஹ்ரீம் ஸ்ரீம் பானத$_3$ர்பிதாயை நம:
610

ஓம் ஐம் ஹ்ரீம் ஸ்ரீம் மஹோத்ஸுகாயை நம:
ஓம் ஐம் ஹ்ரீம் ஸ்ரீம் க்ரதுப்ரீதாயை நம:
ஓம் ஐம் ஹ்ரீம் ஸ்ரீம் கங்காள்யை நம:
ஓம் ஐம் ஹ்ரீம் ஸ்ரீம் கலத$_3$ர்பிதாயை நம:
ஓம் ஐம் ஹ்ரீம் ஸ்ரீம் ஸர்வவர்ணாயை நம:

ஓம் ஐம் ஹ்ரீம் ஸ்ரீம் ஸுவர்ணாப$_4$ாயை நம:
ஓம் ஐம் ஹ்ரீம் ஸ்ரீம் பராம்ருத மஹார்ணவாயை நம:
ஓம் ஐம் ஹ்ரீம் ஸ்ரீம் யோக்$_3$யாயை நம:
ஓம் ஐம் ஹ்ரீம் ஸ்ரீம் அர்ணவாயை நம:
ஓம் ஐம் ஹ்ரீம் ஸ்ரீம் நாக$_3$பு$_3$த்$_4$யை நம:
620
ஓம் ஐம் ஹ்ரீம் ஸ்ரீம் வீரபானாயை நம:
ஓம் ஐம் ஹ்ரீம் ஸ்ரீம் நவாத்மிகாயை நம:
ஓம் ஐம் ஹ்ரீம் ஸ்ரீம் த்$_3$வாத$_3$ஸாந்த ஸரோஜஸ்த$_2$ாயை நம:
ஓம் ஐம் ஹ்ரீம் ஸ்ரீம் நிர்வாண ஸுக$_2$த$_3$ாயின்யை நம:
ஓம் ஐம் ஹ்ரீம் ஸ்ரீம் ஆதி$_3$ஸத்வாயை நம:
ஓம் ஐம் ஹ்ரீம் ஸ்ரீம் த்$_4$யானஸத்வாயை நம:
ஓம் ஐம் ஹ்ரீம் ஸ்ரீம் ஸ்ரீகண்ட$_2$ஸ்வாந்த மோஹின்யை நம:
ஓம் ஐம் ஹ்ரீம் ஸ்ரீம் பராயை நம:
ஓம் ஐம் ஹ்ரீம் ஸ்ரீம் கே$_4$ாராயை நம:
ஓம் ஐம் ஹ்ரீம் ஸ்ரீம் கராளாக்ஷ்யை நம: 630

ஓம் ஐம் ஹ்ரீம் ஸ்ரீம் ஸ்வமூர்த்யை நம:
ஓம் ஐம் ஹ்ரீம் ஸ்ரீம் மேருநாயகாயை நம:
ஓம் ஐம் ஹ்ரீம் ஸ்ரீம் ஆகாஸலிங்க$_3$ ஸம்பூ$_4$தாயை நம:
ஓம் ஐம் ஹ்ரீம் ஸ்ரீம் பராம்ருத ரஸாத் மிகாயை நம:
ஓம் ஐம் ஹ்ரீம் ஸ்ரீம் ஸாங்கர்யை நம:
ஓம் ஐம் ஹ்ரீம் ஸ்ரீம் ஸாஸ்வத்யை நம:
ஓம் ஐம் ஹ்ரீம் ஸ்ரீம் ருத்$_3$ராயை நம:
ஓம் ஐம் ஹ்ரீம் ஸ்ரீம் கபாலகுலதீ$_3$பிகாயை நம:
ஓம் ஐம் ஹ்ரீம் ஸ்ரீம் வித்$_3$யாதனவே நம:
ஓம் ஐம் ஹ்ரீம் ஸ்ரீம் மந்த்ரதனவே நம: 640

ஓம் ஐம் ஹ்ரீம் ஸ்ரீம் சண்ட$_3$ாயை நம:
ஓம் ஐம் ஹ்ரீம் ஸ்ரீம் முண்ட$_3$ாயை நம:
ஓம் ஐம் ஹ்ரீம் ஸ்ரீம் ஸுத$_3$ர்பிதாயை நம:
ஓம் ஐம் ஹ்ரீம் ஸ்ரீம் வாகீ$_3$ஸ்வர்யை நம:
ஓம் ஐம் ஹ்ரீம் ஸ்ரீம் யோக$_3$முத்$_3$ராயை நம:
ஓம் ஐம் ஹ்ரீம் ஸ்ரீம் த்ரிக$_2$ண்ட$_3$ாயை நம:
ஓம் ஐம் ஹ்ரீம் ஸ்ரீம் ஸித்$_3$த$_4$த$_3$ண்டி$_3$தாயை நம:

ஓம் ஐம் ஹ்ரீம் ஸ்ரீம் ப்$_4$ருங்க$_3$ாரபீட$_2$ நிலயாயை நம:
ஓம் ஐம் ஹ்ரீம் ஸ்ரீம் காள்யை நம:
ஓம் ஐம் ஹ்ரீம் ஸ்ரீம் மாதங்க$_3$கன்யகாயை நம: 650

ஓம் ஐம் ஹ்ரீம் ஸ்ரீம் வஸுத$_4$ாச$_2$ாயாயை நம:
ஓம் ஐம் ஹ்ரீம் ஸ்ரீம் வஸுத$_4$ாம்ன்யை நம:
ஓம் ஐம் ஹ்ரீம் ஸ்ரீம் ஸுத$_4$ாமய்யை நம:
ஓம் ஐம் ஹ்ரீம் ஸ்ரீம் ஸ்ருங்கி$_3$ண்யை நம:
ஓம் ஐம் ஹ்ரீம் ஸ்ரீம் பீ$_4$ஷணாயை நம:
ஓம் ஐம் ஹ்ரீம் ஸ்ரீம் ஸாந்த்$_3$ர்யை நம:
ஓம் ஐம் ஹ்ரீம் ஸ்ரீம் ப்ரேதஸ்த$_2$ானாயை நம:
ஓம் ஐம் ஹ்ரீம் ஸ்ரீம் மதங்கி$_3$ன்யை நம:
ஓம் ஐம் ஹ்ரீம் ஸ்ரீம் க$_2$ண்டி$_3$ன்யை நம:
ஓம் ஐம் ஹ்ரீம் ஸ்ரீம் யோகி$_3$ன்யை நம: 660

ஓம் ஐம் ஹ்ரீம் ஸ்ரீம் துஷ்ட்யை நம:
ஓம் ஐம் ஹ்ரீம் ஸ்ரீம் நாதி$_3$ன்யை நம:
ஓம் ஐம் ஹ்ரீம் ஸ்ரீம் பே$_4$தி$_3$ன்யை நம:
ஓம் ஐம் ஹ்ரீம் ஸ்ரீம் நட்யை நம:
ஓம் ஐம் ஹ்ரீம் ஸ்ரீம் க$_2$ட்வாங்கி$_3$ன்யை நம:
ஓம் ஐம் ஹ்ரீம் ஸ்ரீம் காளராத்ர்யை நம:
ஓம் ஐம் ஹ்ரீம் ஸ்ரீம் மேக$_4$மாலாயை நம:
ஓம் ஐம் ஹ்ரீம் ஸ்ரீம் த$_4$ராத்மிகாயை நம:
ஓம் ஐம் ஹ்ரீம் ஸ்ரீம் ப$_4$ாபீட$_2$ஸ்த$_2$ாயை நம:
ஓம் ஐம் ஹ்ரீம் ஸ்ரீம் ப$_4$வரூபாயை நம: 670

ஓம் ஐம் ஹ்ரீம் ஸ்ரீம் மஹாஸ்ரியை நம:
ஓம் ஐம் ஹ்ரீம் ஸ்ரீம் தூ$_4$ம்ரலோசனாயை நம:
ஓம் ஐம் ஹ்ரீம் ஸ்ரீம் ஸாவித்ர்யை நம:
ஓம் ஐம் ஹ்ரீம் ஸ்ரீம் ஸத்க்ருத்யை நம:
ஓம் ஐம் ஹ்ரீம் ஸ்ரீம் கர்த்ர்யை நம:
ஓம் ஐம் ஹ்ரீம் ஸ்ரீம் உமாயை நம:
ஓம் ஐம் ஹ்ரீம் ஸ்ரீம் மாயாயை நம:
ஓம் ஐம் ஹ்ரீம் ஸ்ரீம் மஹாத$_3$யாயை நம:
ஓம் ஐம் ஹ்ரீம் ஸ்ரீம் க$_3$ந்த$_4$ர்வ்யை நம:
ஓம் ஐம் ஹ்ரீம் ஸ்ரீம் ஸுகு$_3$ணாகாராயை நம: 680

ஓம் ஐம் ஹ்ரீம் ஸ்ரீம் ஸத்$_3$கு$_3$ணாயை நம:
ஓம் ஐம் ஹ்ரீம் ஸ்ரீம் கு$_3$ணபூஜிதாயை நம:
ஓம் ஐம் ஹ்ரீம் ஸ்ரீம் நிர்மலாயை நம:
ஓம் ஐம் ஹ்ரீம் ஸ்ரீம் கி$_3$ரிஜாயை நம:
ஓம் ஐம் ஹ்ரீம் ஸ்ரீம் ஸப்$_3$த$_3$ாயை நம:
ஓம் ஐம் ஹ்ரீம் ஸ்ரீம் கீ$_3$ர்வாண்யை நம:
ஓம் ஐம் ஹ்ரீம் ஸ்ரீம் ஸர்மத$_3$ாயின்யை நம:
ஓம் ஐம் ஹ்ரீம் ஸ்ரீம் ஏகாகின்யை நம:
ஓம் ஐம் ஹ்ரீம் ஸ்ரீம் ஸிந்து$_4$கன்யாயை நம:
ஓம் ஐம் ஹ்ரீம் ஸ்ரீம் காவ்யஸூத்ர ஸ்வரூபிண்யை நம: *690*

ஓம் ஐம் ஹ்ரீம் ஸ்ரீம் அவ்யக்தரூபிண்யை நம:
ஓம் ஐம் ஹ்ரீம் ஸ்ரீம் வ்யக்தாயை நம:
ஓம் ஐம் ஹ்ரீம் ஸ்ரீம் யோகி$_3$ன்யை நம:
ஓம் ஐம் ஹ்ரீம் ஸ்ரீம் பீட$_2$ரூபிண்யை நம:
ஓம் ஐம் ஹ்ரீம் ஸ்ரீம் நிர்மத$_3$ாயை நம:
ஓம் ஐம் ஹ்ரீம் ஸ்ரீம் த$_4$ாமத$_3$ாயை நம:
ஓம் ஐம் ஹ்ரீம் ஸ்ரீம் ஆதி$_3$த்யாயை நம:
ஓம் ஐம் ஹ்ரீம் ஸ்ரீம் நித்யாயை நம:
ஓம் ஐம் ஹ்ரீம் ஸ்ரீம் ஸேவ்யாயை நம:
ஓம் ஐம் ஹ்ரீம் ஸ்ரீம் க்ஷராத்மிகாயை நம: *700*

ஓம் ஐம் ஹ்ரீம் ஸ்ரீம் தபின்யை நம:
ஓம் ஐம் ஹ்ரீம் ஸ்ரீம் தாபின்யை நம:
ஓம் ஐம் ஹ்ரீம் ஸ்ரீம் தீ$_3$க்ஷாயை நம:
ஓம் ஐம் ஹ்ரீம் ஸ்ரீம் ஸோதி$_4$ன்யை நம:
ஓம் ஐம் ஹ்ரீம் ஸ்ரீம் ஸவத$_3$ாயின்யை நம:
ஓம் ஐம் ஹ்ரீம் ஸ்ரீம் ஸ்வஸ்த்யை நம:
ஓம் ஐம் ஹ்ரீம் ஸ்ரீம் ஸ்வஸ்திமத்யை நம:
ஓம் ஐம் ஹ்ரீம் ஸ்ரீம் ப$_3$ாலாயை நம:
ஓம் ஐம் ஹ்ரீம் ஸ்ரீம் கபிலாயை நம:
ஓம் ஐம் ஹ்ரீம் ஸ்ரீம் விஸ்பு$_2$லிங்கி$_3$ன்யை நம: *710*

ஓம் ஐம் ஹ்ரீம் ஸ்ரீம் அர்சிஷ்மத்யை நம:
ஓம் ஐம் ஹ்ரீம் ஸ்ரீம் த்$_3$யுதிமத்யை நம:
ஓம் ஐம் ஹ்ரீம் ஸ்ரீம் காளின்யை நம:

ஓம்	ஐம்	ஹ்ரீம்	ஸ்ரீம்	கவ்யவாஹின்யை	நம:	
ஓம்	ஐம்	ஹ்ரீம்	ஸ்ரீம்	ஜனாஸ்ரிதாயை	நம:	
ஓம்	ஐம்	ஹ்ரீம்	ஸ்ரீம்	விஷ்ணுவித்$_3$யாயை	நம:	
ஓம்	ஐம்	ஹ்ரீம்	ஸ்ரீம்	மானஸ்யை	நம:	
ஓம்	ஐம்	ஹ்ரீம்	ஸ்ரீம்	விந்த்$_4$யவாஸின்யை	நம:	
ஓம்	ஐம்	ஹ்ரீம்	ஸ்ரீம்	வித்$_3$யாத$_4$ர்யை	நம:	
ஓம்	ஐம்	ஹ்ரீம்	ஸ்ரீம்	லோகத$_4$ாத்ர்யை	நம:	720
ஓம்	ஐம்	ஹ்ரீம்	ஸ்ரீம்	ஸர்வஸ்யை	நம:	
ஓம்	ஐம்	ஹ்ரீம்	ஸ்ரீம்	ஸாரஸ்வரூபிண்யை	நம:	
ஓம்	ஐம்	ஹ்ரீம்	ஸ்ரீம்	பாபக்$_4$ன்யை	நம:	
ஓம்	ஐம்	ஹ்ரீம்	ஸ்ரீம்	ஸர்வதோப$_4$த்$_3$ராயை	நம:	
ஓம்	ஐம்	ஹ்ரீம்	ஸ்ரீம்	த்ரிஸ்த$_2$ாயை	நம:	
ஓம்	ஐம்	ஹ்ரீம்	ஸ்ரீம்	ஸக்தித்ராத்மிகாயை	நம:	
ஓம்	ஐம்	ஹ்ரீம்	ஸ்ரீம்	த்ரிகோணநிலயாயை	நம:	
ஓம்	ஐம்	ஹ்ரீம்	ஸ்ரீம்	த்ரிஸ்த$_2$ாயை	நம:	
ஓம்	ஐம்	ஹ்ரீம்	ஸ்ரீம்	த்ரயீமாத்ரே	நம:	
ஓம்	ஐம்	ஹ்ரீம்	ஸ்ரீம்	த்ரயீபதயே	நம:	730
ஓம்	ஐம்	ஹ்ரீம்	ஸ்ரீம்	த்ரயீவித்$_3$யாயை	நம:	
ஓம்	ஐம்	ஹ்ரீம்	ஸ்ரீம்	த்ரயீஸாராயை	நம:	
ஓம்	ஐம்	ஹ்ரீம்	ஸ்ரீம்	த்ரயீரூபாயை	நம:	
ஓம்	ஐம்	ஹ்ரீம்	ஸ்ரீம்	த்ரிபுஷ்கராயை	நம:	
ஓம்	ஐம்	ஹ்ரீம்	ஸ்ரீம்	த்ரிவர்ணாயை	நம:	
ஓம்	ஐம்	ஹ்ரீம்	ஸ்ரீம்	த்ரிபுராயை	நம:	
ஓம்	ஐம்	ஹ்ரீம்	ஸ்ரீம்	த்ரிஸ்ரியை	நம:	
ஓம்	ஐம்	ஹ்ரீம்	ஸ்ரீம்	த்ரிமூர்தயே	நம:	
ஓம்	ஐம்	ஹ்ரீம்	ஸ்ரீம்	ஸுராராத்$_4$யாயை	நம:	
ஓம்	ஐம்	ஹ்ரீம்	ஸ்ரீம்	ஸுத்$_3$த$_4$ஸத்வாயை	நம:	740
ஓம்	ஐம்	ஹ்ரீம்	ஸ்ரீம்	ஸுரார்சிதாயை	நம:	
ஓம்	ஐம்	ஹ்ரீம்	ஸ்ரீம்	ஸ்துத்யை	நம:	
ஓம்	ஐம்	ஹ்ரீம்	ஸ்ரீம்	ஸ்துதிமய்யை	நம:	
ஓம்	ஐம்	ஹ்ரீம்	ஸ்ரீம்	ஸ்துத்யாயை	நம:	
ஓம்	ஐம்	ஹ்ரீம்	ஸ்ரீம்	ஸ்துதிரூபாயை	நம:	

ஓம்	ஐம்	ஹ்ரீம்	ஶ்ரீம்	ஸ்துதிப்ரியாயை	நம:	
ஓம்	ஐம்	ஹ்ரீம்	ஶ்ரீம்	காமேஸ்வர்யை	நம:	
ஓம்	ஐம்	ஹ்ரீம்	ஶ்ரீம்	காமவத்யை	நம:	
ஓம்	ஐம்	ஹ்ரீம்	ஶ்ரீம்	காமின்யை	நம:	
ஓம்	ஐம்	ஹ்ரீம்	ஶ்ரீம்	காமரூபிண்யை	நம:	*750*
ஓம்	ஐம்	ஹ்ரீம்	ஶ்ரீம்	அகாரக$_{3}$ர்ப$_{4}$ாயை	நம:	
ஓம்	ஐம்	ஹ்ரீம்	ஶ்ரீம்	ஹ்ரீம்கார்யை	நம:	
ஓம்	ஐம்	ஹ்ரீம்	ஶ்ரீம்	கங்காள்யை	நம:	
ஓம்	ஐம்	ஹ்ரீம்	ஶ்ரீம்	காலயாபின்யை	நம:	
ஓம்	ஐம்	ஹ்ரீம்	ஶ்ரீம்	விஷ்ணுபத்ன்யை	நம:	
ஓம்	ஐம்	ஹ்ரீம்	ஶ்ரீம்	விஸூத்$_{3}$த$_{4}$ார்த$_{2}$ாயை	நம:	
ஓம்	ஐம்	ஹ்ரீம்	ஶ்ரீம்	விஸ்வரூபாயை	நம:	
ஓம்	ஐம்	ஹ்ரீம்	ஶ்ரீம்	ஈஸவந்தி$_{3}$தாயை	நம:	
ஓம்	ஐம்	ஹ்ரீம்	ஶ்ரீம்	விஸ்வவேத்$_{3}$யாயை	நம:	
ஓம்	ஐம்	ஹ்ரீம்	ஶ்ரீம்	மஹாவீர்யாயை	நம:	*760*
ஓம்	ஐம்	ஹ்ரீம்	ஶ்ரீம்	விஸ்வக்$_{4}$ன்யை	நம:	
ஓம்	ஐம்	ஹ்ரீம்	ஶ்ரீம்	விஸ்வரூபிண்யை	நம:	
ஓம்	ஐம்	ஹ்ரீம்	ஶ்ரீம்	குஸலாயை	நம:	
ஓம்	ஐம்	ஹ்ரீம்	ஶ்ரீம்	ஆட்$_{4}$யாயை	நம:	
ஓம்	ஐம்	ஹ்ரீம்	ஶ்ரீம்	ஸீலவத்யை	நம:	
ஓம்	ஐம்	ஹ்ரீம்	ஶ்ரீம்	ஸைலஸ்த$_{2}$ாயை	நம:	
ஓம்	ஐம்	ஹ்ரீம்	ஶ்ரீம்	ஸைலரூபிண்யை	நம:	
ஓம்	ஐம்	ஹ்ரீம்	ஶ்ரீம்	ருத்$_{3}$ராண்யை	நம:	
ஓம்	ஐம்	ஹ்ரீம்	ஶ்ரீம்	சண்ட்$_{3}$யை	நம:	
ஓம்	ஐம்	ஹ்ரீம்	ஶ்ரீம்	க$_{2}$ட்வாங்க்$_{3}$யை	நம:	*770*
ஓம்	ஐம்	ஹ்ரீம்	ஶ்ரீம்	ட$_{3}$ாகின்யை	நம:	
ஓம்	ஐம்	ஹ்ரீம்	ஶ்ரீம்	ஸாகின்யை	நம:	
ஓம்	ஐம்	ஹ்ரீம்	ஶ்ரீம்	ப்ரப$_{4}$ாயை	நம:	
ஓம்	ஐம்	ஹ்ரீம்	ஶ்ரீம்	நித்யாயை	நம:	
ஓம்	ஐம்	ஹ்ரீம்	ஶ்ரீம்	நிர்வேத$_{3}$க$_{2}$ட் வாங்க்$_{3}$யை	நம:	
ஓம்	ஐம்	ஹ்ரீம்	ஶ்ரீம்	ஜனன்யை	நம:	
ஓம்	ஐம்	ஹ்ரீம்	ஶ்ரீம்	ஜனரூபிண்யை	நம:	

ஓம் ஐம் ஹ்ரீம் ஸ்ரீம் தலோத$_3$ர்யை நம:
ஓம் ஐம் ஹ்ரீம் ஸ்ரீம் ஜக$_3$த்ஸூத்ர்யை நம:
ஓம் ஐம் ஹ்ரீம் ஸ்ரீம் ஜக$_3$த்யை நம: 780

ஓம் ஐம் ஹ்ரீம் ஸ்ரீம் ஜ்வலின்யை நம:
ஓம் ஐம் ஹ்ரீம் ஸ்ரீம் ஜ்வாலின்யை நம:
ஓம் ஐம் ஹ்ரீம் ஸ்ரீம் ஸாகின்யை நம:
ஓம் ஐம் ஹ்ரீம் ஸ்ரீம் ஸாரஸம் ஹ்ருத்$_3$யாயை நம:
ஓம் ஐம் ஹ்ரீம் ஸ்ரீம் ஸதவோத்தீர்ணாயை நம:
ஓம் ஐம் ஹ்ரீம் ஸ்ரீம் ஸத$_3$ாஸிவாயை நம:
ஓம் ஐம் ஹ்ரீம் ஸ்ரீம் ஸ்பு$_2$ரயை நம:
ஓம் ஐம் ஹ்ரீம் ஸ்ரீம் ஸ்பு$_2$ரிதாகாராயை நம:
ஓம் ஐம் ஹ்ரீம் ஸ்ரீம் ஸ்பூ$_2$ர்த்யை நம:
ஓம் ஐம் ஹ்ரீம் ஸ்ரீம் ஸ்பு$_2$ரணரூபிண்யை நம: 790

ஓம் ஐம் ஹ்ரீம் ஸ்ரீம் ஸிவதூ$_3$த்யை நம:
ஓம் ஐம் ஹ்ரீம் ஸ்ரீம் ஸிவாயை நம:
ஓம் ஐம் ஹ்ரீம் ஸ்ரீம் ஸிஷ்டாயை நம:
ஓம் ஐம் ஹ்ரீம் ஸ்ரீம் ஸிவஜ்ஞாயை நம:
ஓம் ஐம் ஹ்ரீம் ஸ்ரீம் ஸிவரூபிண்யை நம:
ஓம் ஐம் ஹ்ரீம் ஸ்ரீம் ராகி$_3$ண்யை நம:
ஓம் ஐம் ஹ்ரீம் ஸ்ரீம் ரஞ்ஜன்யை நம:
ஓம் ஐம் ஹ்ரீம் ஸ்ரீம் ரம்யாயை நம:
ஓம் ஐம் ஹ்ரீம் ஸ்ரீம் ரஜன்யை நம:
ஓம் ஐம் ஹ்ரீம் ஸ்ரீம் ரஜனீகராயை நம: 800

ஓம் ஐம் ஹ்ரீம் ஸ்ரீம் விஸ்வம்ப$_4$ராயை நம:
ஓம் ஐம் ஹ்ரீம் ஸ்ரீம் விநீதாயை நம:
ஓம் ஐம் ஹ்ரீம் ஸ்ரீம் இஷ்டாயை நம:
ஓம் ஐம் ஹ்ரீம் ஸ்ரீம் வித$_4$ாத்ர்யை நம:
ஓம் ஐம் ஹ்ரீம் ஸ்ரீம் விதி$_4$வல்லப$_4$ாயை நம:
ஓம் ஐம் ஹ்ரீம் ஸ்ரீம் வித்$_3$யோதின்யை நம:
ஓம் ஐம் ஹ்ரீம் ஸ்ரீம் விசித்ராயை நம:
ஓம் ஐம் ஹ்ரீம் ஸ்ரீம் அர்த$_2$ாயை நம:
ஓம் ஐம் ஹ்ரீம் ஸ்ரீம் விஸ்வாத்$_3$யாயை நம:
ஓம் ஐம் ஹ்ரீம் ஸ்ரீம் வித$_4$ாபி$_4$த$_4$ாயை நம: 810

ஓம் ஐம் ஹ்ரீம் ஸ்ரீம் விஸ்வாக்ஷராயை நம:
ஓம் ஐம் ஹ்ரீம் ஸ்ரீம் அதிவிசக்ஷணாயை நம:
ஓம் ஐம் ஹ்ரீம் ஸ்ரீம் ப்$_3$ரஹ்மயோன்யை நம:
ஓம் ஐம் ஹ்ரீம் ஸ்ரீம் மஹாயோன்யை நம:
ஓம் ஐம் ஹ்ரீம் ஸ்ரீம் கர்மயோன்யை நம:
ஓம் ஐம் ஹ்ரீம் ஸ்ரீம் த்ரயீதனவே நம:
ஓம் ஐம் ஹ்ரீம் ஸ்ரீம் ஹாகின்யை நம:
ஓம் ஐம் ஹ்ரீம் ஸ்ரீம் ஹாரிண்யை நம: 820

ஓம் ஐம் ஹ்ரீம் ஸ்ரீம் ஸௌம்யாயை நம:
ஓம் ஐம் ஹ்ரீம் ஸ்ரீம் ரோகி$_3$ண்யை நம:
ஓம் ஐம் ஹ்ரீம் ஸ்ரீம் ரோக$_3$நாஸின்யை நம:
ஓம் ஐம் ஹ்ரீம் ஸ்ரீம் ஸ்ரீப்ரதா$_3$த்ர்யை நம:
ஓம் ஐம் ஹ்ரீம் ஸ்ரீம் ஸ்ரீத$_4$ராயை நம:
ஓம் ஐம் ஹ்ரீம் ஸ்ரீம் ஸ்ரீகராயை நம:
ஓம் ஐம் ஹ்ரீம் ஸ்ரீம் ஸ்ரீமத்யை நம:
ஓம் ஐம் ஹ்ரீம் ஸ்ரீம் ப்ரியாயை நம:
ஓம் ஐம் ஹ்ரீம் ஸ்ரீம் ஸ்ரீமத்யை நம:
ஓம் ஐம் ஹ்ரீம் ஸ்ரீம் ஸ்ரீகர்யை நம: 830

ஓம் ஐம் ஹ்ரீம் ஸ்ரீம் ஸ்ரேயஸே நம:
ஓம் ஐம் ஹ்ரீம் ஸ்ரீம் ஸ்ரேயஸ்யை நம:
ஓம் ஐம் ஹ்ரீம் ஸ்ரீம் ஸுரேஸ்வர்யை நம:
ஓம் ஐம் ஹ்ரீம் ஸ்ரீம் காமேஸ்வர்யை நம:
ஓம் ஐம் ஹ்ரீம் ஸ்ரீம் ஸம்வர்தமண்ட$_3$லாந் தஸ்தா$_2$யை நம:
ஓம் ஐம் ஹ்ரீம் ஸ்ரீம் புவனோத்$_3$யான வாஸின்யை நம:
ஓம் ஐம் ஹ்ரீம் ஸ்ரீம் பாது$_3$காக்ரம ஸம்த்ருப்தாயை நம:
ஓம் ஐம் ஹ்ரீம் ஸ்ரீம் பை$_4$ரவஸ்தா$_2$யை நம:
ஓம் ஐம் ஹ்ரீம் ஸ்ரீம் பராஜிதாயை நம:
ஓம் ஐம் ஹ்ரீம் ஸ்ரீம் நிர்வாண ஸௌரபா$_4$யை நம: 840

ஓம் ஐம் ஹ்ரீம் ஸ்ரீம் து$_3$ர்கா$_3$யை நம:
ஓம் ஐம் ஹ்ரீம் ஸ்ரீம் மஹிஷா ஸுரமர்தி$_3$ன்யை நம:
ஓம் ஐம் ஹ்ரீம் ஸ்ரீம் ப்$_4$ரமராம்பா$_3$யை நம:
ஓம் ஐம் ஹ்ரீம் ஸ்ரீம் ஸிகா$_2$ரிகாயை நம:

ஓம் ஐம் ஹ்ரீம் ஸ்ரீம் ப்$_3$ரஹ்மவிஷ்ண் வீஸதர்பிதாயை நம:
ஓம் ஐம் ஹ்ரீம் ஸ்ரீம் உன்மத்தஹேலாயை நம:
ஓம் ஐம் ஹ்ரீம் ஸ்ரீம் ரஸிகாயை நம:
ஓம் ஐம் ஹ்ரீம் ஸ்ரீம் யோகி$_3$ன்யை நம:
ஓம் ஐம் ஹ்ரீம் ஸ்ரீம் யோக$_3$த$_3$ர்பிதாயை நம:
ஓம் ஐம் ஹ்ரீம் ஸ்ரீம் ஸந்தானாயை நம: 850

ஓம் ஐம் ஹ்ரீம் ஸ்ரீம் ஆனந்தி$_3$ன்யை நம:
ஓம் ஐம் ஹ்ரீம் ஸ்ரீம் பீ$_3$ஜசக்ராயை நம:
ஓம் ஐம் ஹ்ரீம் ஸ்ரீம் பரமகாருண்யை நம:
ஓம் ஐம் ஹ்ரீம் ஸ்ரீம் கே$_2$சர்யை நம:
ஓம் ஐம் ஹ்ரீம் ஸ்ரீம் நாயிகாயை நம:
ஓம் ஐம் ஹ்ரீம் ஸ்ரீம் யோக்$_3$யாயை நம:
ஓம் ஐம் ஹ்ரீம் ஸ்ரீம் பரிவ்ருத்தாயை நம:
ஓம் ஐம் ஹ்ரீம் ஸ்ரீம் அதிமோஹின்யை நம:
ஓம் ஐம் ஹ்ரீம் ஸ்ரீம் ஸாகம்ப$_4$ர்யை நம:
ஓம் ஐம் ஹ்ரீம் ஸ்ரீம் ஸம்ப$_4$வித்ர்யை நம: 860

ஓம் ஐம் ஹ்ரீம் ஸ்ரீம் ஸத$_3$ானந்த$_3$ாயை நம:
ஓம் ஐம் ஹ்ரீம் ஸ்ரீம் அதிஸுந்த$_3$ர்யை நம:
ஓம் ஐம் ஹ்ரீம் ஸ்ரீம் க்ஷேமம்கர்யை நம:
ஓம் ஐம் ஹ்ரீம் ஸ்ரீம் ஸமாஸ்வாஸாயை நம:
ஓம் ஐம் ஹ்ரீம் ஸ்ரீம் ஸ்வர்க$_3$த$_3$ாயை நம:
ஓம் ஐம் ஹ்ரீம் ஸ்ரீம் பி$_3$ந்து$_3$காரிண்யை நம:
ஓம் ஐம் ஹ்ரீம் ஸ்ரீம் சர்சிதாயை நம:
ஓம் ஐம் ஹ்ரீம் ஸ்ரீம் சர்சிதபத$_3$ாயை நம:
ஓம் ஐம் ஹ்ரீம் ஸ்ரீம் சாருக$_2$ட்வாங்க$_3$ த$_4$ாரிண்யை நம:
ஓம் ஐம் ஹ்ரீம் ஸ்ரீம் அகே$_4$ாராயை நம: 870

ஓம் ஐம் ஹ்ரீம் ஸ்ரீம் மந்த்ரிதபத$_3$ாயை நம:
ஓம் ஐம் ஹ்ரீம் ஸ்ரீம் ப$_4$ாமின்யை நம:
ஓம் ஐம் ஹ்ரீம் ஸ்ரீம் ப$_4$வரூபிண்யை நம:
ஓம் ஐம் ஹ்ரீம் ஸ்ரீம் உஷாயை நம:
ஓம் ஐம் ஹ்ரீம் ஸ்ரீம் ஸங்கர்ஷிண்யை நம:
ஓம் ஐம் ஹ்ரீம் ஸ்ரீம் த$_4$ாத்ர்யை நம:

ஓம் ஐம் ஹ்ரீம் ஸ்ரீம்	உமாயை	நம:	
ஓம் ஐம் ஹ்ரீம் ஸ்ரீம்	காத்யாயன்யை	நம:	
ஓம் ஐம் ஹ்ரீம் ஸ்ரீம்	ஸிவாயை	நம:	
ஓம் ஐம் ஹ்ரீம் ஸ்ரீம்	ஸூலப$_4$ாயை	நம:	880
ஓம் ஐம் ஹ்ரீம் ஸ்ரீம்	து$_3$ர்லப$_4$ாயை	நம:	
ஓம் ஐம் ஹ்ரீம் ஸ்ரீம்	ஸாஸ்த்ர்யை	நம:	
ஓம் ஐம் ஹ்ரீம் ஸ்ரீம்	மஹாஸாஸ்த்ர்யை	நம:	
ஓம் ஐம் ஹ்ரீம் ஸ்ரீம்	ஸிக$_2$ண்டி$_3$ன்யை	நம:	
ஓம் ஐம் ஹ்ரீம் ஸ்ரீம்	யோக$_3$லக்ஷ்ம்யை	நம:	
ஓம் ஐம் ஹ்ரீம் ஸ்ரீம்	பே$_4$ாக$_3$லக்ஷ்ம்யை	நம:	
ஓம் ஐம் ஹ்ரீம் ஸ்ரீம்	ராஜ்யலக்ஷ்ம்யை	நம:	
ஓம் ஐம் ஹ்ரீம் ஸ்ரீம்	கபாலின்யை	நம:	
ஓம் ஐம் ஹ்ரீம் ஸ்ரீம்	தே$_3$வயோன்யை	நம:	
ஓம் ஐம் ஹ்ரீம் ஸ்ரீம்	ப$_4$க$_3$வத்யை	நம:	890
ஓம் ஐம் ஹ்ரீம் ஸ்ரீம்	த$_4$ன்வின்யை	நம:	
ஓம் ஐம் ஹ்ரீம் ஸ்ரீம்	நாதி$_3$ன்யை	நம:	
ஓம் ஐம் ஹ்ரீம் ஸ்ரீம்	ஈஸ்வர்யை	நம:	
ஓம் ஐம் ஹ்ரீம் ஸ்ரீம்	மந்த்ராத்மிகாயை	நம:	
ஓம் ஐம் ஹ்ரீம் ஸ்ரீம்	மஹாத$_3$ாத்ர்யை	நம:	
ஓம் ஐம் ஹ்ரீம் ஸ்ரீம்	ப$_3$லின்யை	நம:	
ஓம் ஐம் ஹ்ரீம் ஸ்ரீம்	கேதுரூபிண்யை	நம:	
ஓம் ஐம் ஹ்ரீம் ஸ்ரீம்	ஸத$_3$ானந்த$_3$ாயை	நம:	
ஓம் ஐம் ஹ்ரீம் ஸ்ரீம்	ஸத$_3$ாப$_4$த்$_3$ராயை	நம:	
ஓம் ஐம் ஹ்ரீம் ஸ்ரீம்	ப$_2$ல்கு$_3$ன்யை	நம:	900
ஓம் ஐம் ஹ்ரீம் ஸ்ரீம்	ரக்தவர்ஷிண்யை	நம:	
ஓம் ஐம் ஹ்ரீம் ஸ்ரீம்	மந்த$_3$ாரமந்தி$_3$ராயை	நம:	
ஓம் ஐம் ஹ்ரீம் ஸ்ரீம்	தீவ்ராயை	நம:	
ஓம் ஐம் ஹ்ரீம் ஸ்ரீம்	க்$_3$ராஹிகாயை	நம:	
ஓம் ஐம் ஹ்ரீம் ஸ்ரீம்	ஸர்வப$_4$க்ஷிண்யை	நம:	
ஓம் ஐம் ஹ்ரீம் ஸ்ரீம்	அக்$_3$னிஜிஹ்வாயை	நம:	
ஓம் ஐம் ஹ்ரீம் ஸ்ரீம்	மஹாஜிஹ்வாயை	நம:	
ஓம் ஐம் ஹ்ரீம் ஸ்ரீம்	ஸூலின்யை	நம:	

ஓம் ஐம் ஹ்ரீம் ஸ்ரீம் ஸுத்$_3$தி$_4$தா$_3$யை நம:
ஓம் ஐம் ஹ்ரீம் ஸ்ரீம் பராயை நம: 910

ஓம் ஐம் ஹ்ரீம் ஸ்ரீம் ஸுவர்ணிகாயை நம:
ஓம் ஐம் ஹ்ரீம் ஸ்ரீம் காலதூ$_3$த்யை நம:
ஓம் ஐம் ஹ்ரீம் ஸ்ரீம் தே$_3$வ்யை நம:
ஓம் ஐம் ஹ்ரீம் ஸ்ரீம் காலஸ்வரூபிண்யை நம:
ஓம் ஐம் ஹ்ரீம் ஸ்ரீம் ஸங்கி$_3$ன்யை நம:
ஓம் ஐம் ஹ்ரீம் ஸ்ரீம் நயன்யை நம:
ஓம் ஐம் ஹ்ரீம் ஸ்ரீம் கு$_3$ர்வ்யை நம:
ஓம் ஐம் ஹ்ரீம் ஸ்ரீம் வாராஹ்யை நம:
ஓம் ஐம் ஹ்ரீம் ஸ்ரீம் ஹும்ப$_2$டா$_3$த்மிகாயை நம:
ஓம் ஐம் ஹ்ரீம் ஸ்ரீம் உக்$_3$ராத்மிகாயை நம: 920

ஓம் ஐம் ஹ்ரீம் ஸ்ரீம் பத்$_3$மவத்யை நம:
ஓம் ஐம் ஹ்ரீம் ஸ்ரீம் தூ$_4$ர்ஜட்யை நம:
ஓம் ஐம் ஹ்ரீம் ஸ்ரீம் சக்ரதா$_4$ரிண்யை நம:
ஓம் ஐம் ஹ்ரீம் ஸ்ரீம் தே$_3$வ்யை நம:
ஓம் ஐம் ஹ்ரீம் ஸ்ரீம் தத்புருஷாயை நம:
ஓம் ஐம் ஹ்ரீம் ஸ்ரீம் ஸிக்ஷாயை நம:
ஓம் ஐம் ஹ்ரீம் ஸ்ரீம் ஸாத்$_4$வ்யை நம:
ஓம் ஐம் ஹ்ரீம் ஸ்ரீம் ஸ்த்ரீரூபதா$_4$ரிண்யை நம:
ஓம் ஐம் ஹ்ரீம் ஸ்ரீம் த$_3$க்ஷாயை நம:
ஓம் ஐம் ஹ்ரீம் ஸ்ரீம் தா$_3$க்ஷாயண்யை நம: 930

ஓம் ஐம் ஹ்ரீம் ஸ்ரீம் தீ$_3$க்ஷாயை நம:
ஓம் ஐம் ஹ்ரீம் ஸ்ரீம் மத$_3$னாயை நம:
ஓம் ஐம் ஹ்ரீம் ஸ்ரீம் மத$_3$னாதுராயை நம:
ஓம் ஐம் ஹ்ரீம் ஸ்ரீம் தி$_4$ஷ்ண்யாயை நம:
ஓம் ஐம் ஹ்ரீம் ஸ்ரீம் ஹிரண்யாயை நம:
ஓம் ஐம் ஹ்ரீம் ஸ்ரீம் ஸரண்யை நம:
ஓம் ஐம் ஹ்ரீம் ஸ்ரீம் த$_4$ரித்ர்யை நம:
ஓம் ஐம் ஹ்ரீம் ஸ்ரீம் த$_4$ரரூபிண்யை நம:
ஓம் ஐம் ஹ்ரீம் ஸ்ரீம் வஸுதா$_4$யை நம:
ஓம் ஐம் ஹ்ரீம் ஸ்ரீம் த்ரித$_3$ஸேஸ்வர்யை நம: 940

ஓம் ஐம் ஹ்ரீம் ஶ்ரீம் த்ரிகோண ஸம்ஸ்த$_2$ாயை நம:
ஓம் ஐம் ஹ்ரீம் ஶ்ரீம் த்ரிவித$_4$ாயை நம:
ஓம் ஐம் ஹ்ரீம் ஶ்ரீம் த்ரிஸ்வராயை நம:
ஓம் ஐம் ஹ்ரீம் ஶ்ரீம் த்ரிபுராம்பி$_3$காயை நம:
ஓம் ஐம் ஹ்ரீம் ஶ்ரீம் த்ரிவித$_4$ாயை நம:
ஓம் ஐம் ஹ்ரீம் ஶ்ரீம் த்ரிதி$_3$வேஸான்யை நம:
ஓம் ஐம் ஹ்ரீம் ஶ்ரீம் த்ரிஸ்த$_2$ாயை நம:
ஓம் ஐம் ஹ்ரீம் ஶ்ரீம் த்ரிபுரத$_3$ாஹின்யை நம:
ஓம் ஐம் ஹ்ரீம் ஶ்ரீம் ஜங்கி$_4$ன்யை நம:
ஓம் ஐம் ஹ்ரீம் ஶ்ரீம் ஸ்பே$_3$ாடின்யை நம: 950

ஓம் ஐம் ஹ்ரீம் ஶ்ரீம் ஸ்பூ$_2$ர்த்யை நம:
ஓம் ஐம் ஹ்ரீம் ஶ்ரீம் ஸ்தம்பி$_4$ன்யை நம:
ஓம் ஐம் ஹ்ரீம் ஶ்ரீம் ஸோஷிண்யை நம:
ஓம் ஐம் ஹ்ரீம் ஶ்ரீம் ப்லுதாயை நம:
ஓம் ஐம் ஹ்ரீம் ஶ்ரீம் ஐங்காராக்$_2$யாயை நம:
ஓம் ஐம் ஹ்ரீம் ஶ்ரீம் வாமதே$_3$வ்யை நம:
ஓம் ஐம் ஹ்ரீம் ஶ்ரீம் க$_2$ண்டி$_3$ன்யை நம:
ஓம் ஐம் ஹ்ரீம் ஶ்ரீம் சண்ட$_3$த$_3$ண்டி$_3$ன்யை நம:
ஓம் ஐம் ஹ்ரீம் ஶ்ரீம் க்லீம்கார்யை நம:
ஓம் ஐம் ஹ்ரீம் ஶ்ரீம் வத்ஸலாயை நம: 960

ஓம் ஐம் ஹ்ரீம் ஶ்ரீம் ஹ்ருஷ்டாயை நம:
ஓம் ஐம் ஹ்ரீம் ஶ்ரீம் ஸோ: கார்யை நம:
ஓம் ஐம் ஹ்ரீம் ஶ்ரீம் மத$_3$ஹம்ஸிகாயை நம:
ஓம் ஐம் ஹ்ரீம் ஶ்ரீம் வஜ்ரிண்யை நம:
ஓம் ஐம் ஹ்ரீம் ஶ்ரீம் த்$_3$ராவிண்யை நம:
ஓம் ஐம் ஹ்ரீம் ஶ்ரீம் ஜைத்ர்யை நம:
ஓம் ஐம் ஹ்ரீம் ஶ்ரீம் ஶ்ரீமத்யை நம:
ஓம் ஐம் ஹ்ரீம் ஶ்ரீம் கே$_3$ாமத்யை நம:
ஓம் ஐம் ஹ்ரீம் ஶ்ரீம் த்$_4$ருவாயை நம:
ஓம் ஐம் ஹ்ரீம் ஶ்ரீம் பரதேஜோமய்யை நம: 970

ஓம் ஐம் ஹ்ரீம் ஸ்ரீம் ஸம்விதே$_3$ நம:
ஓம் ஐம் ஹ்ரீம் ஸ்ரீம் பூர்ணபீட$_2$ நிவாஸின்யை நம:
ஓம் ஐம் ஹ்ரீம் ஸ்ரீம் த்ரித$_4$ாத்மனே நம:
ஓம் ஐம் ஹ்ரீம் ஸ்ரீம் த்ரித$_3$ஸாயை நம:
ஓம் ஐம் ஹ்ரீம் ஸ்ரீம் த்ரிக்$_4$ன்யை நம:
ஓம் ஐம் ஹ்ரீம் ஸ்ரீம் த்ரிபுரமாலின்யை நம:
ஓம் ஐம் ஹ்ரீம் ஸ்ரீம் த்ரிபுராயை நம:
ஓம் ஐம் ஹ்ரீம் ஸ்ரீம் ஶ்ரியை நம:
ஓம் ஐம் ஹ்ரீம் ஸ்ரீம் த்ரிஜனன்யை நம:
ஓம் ஐம் ஹ்ரீம் ஸ்ரீம் த்ரிபு$_4$வே நம: 980

ஓம் ஐம் ஹ்ரீம் ஸ்ரீம் த்ர்யக்ஷர்யை நம:
ஓம் ஐம் ஹ்ரீம் ஸ்ரீம் த்ரைலோக்ய ஸுந்த$_3$ர்யை நம:
ஓம் ஐம் ஹ்ரீம் ஸ்ரீம் குமார்யை நம:
ஓம் ஐம் ஹ்ரீம் ஸ்ரீம் குண்ட$_3$லின்யை நம:
ஓம் ஐம் ஹ்ரீம் ஸ்ரீம் த$_4$ாத்ர்யை நம:
ஓம் ஐம் ஹ்ரீம் ஸ்ரீம் ப$_3$ாலாயை நம:
ஓம் ஐம் ஹ்ரீம் ஸ்ரீம் ப$_4$க்தேஷ்ட த$_3$ாயின்யை நம:
ஓம் ஐம் ஹ்ரீம் ஸ்ரீம் ப$_4$க்திப்ரத$_3$ாயை நம:
ஓம் ஐம் ஹ்ரீம் ஸ்ரீம் கலாவத்யை நம:
ஓம் ஐம் ஹ்ரீம் ஸ்ரீம் ப$_4$க$_3$வத்யை நம: 990

ஓம் ஐம் ஹ்ரீம் ஸ்ரீம் ப$_4$வநாஸன்யை நம:
ஓம் ஐம் ஹ்ரீம் ஸ்ரீம் பத்$_3$மராக$_3$கிரீடின்யை நம:
ஓம் ஐம் ஹ்ரீம் ஸ்ரீம் ஸௌக$_3$ந்தி$_4$ன்யை நம:
ஓம் ஐம் ஹ்ரீம் ஸ்ரீம் ஸரித்$_3$வேண்யை நம:
ஓம் ஐம் ஹ்ரீம் ஸ்ரீம் மந்த்ரிண்யை நம:
ஓம் ஐம் ஹ்ரீம் ஸ்ரீம் மந்த்ரரூபிண்யை நம:
ஓம் ஐம் ஹ்ரீம் ஸ்ரீம் தத்வத்ரய்யை நம:
ஓம் ஐம் ஹ்ரீம் ஸ்ரீம் தத்வமய்யை நம:
ஓம் ஐம் ஹ்ரீம் ஸ்ரீம் ஸித்$_3$த$_4$ாயை நம:
ஓம் ஐம் ஹ்ரீம் ஸ்ரீம் த்ரிபுரவாஸின்யை நம: 1000

ஸ்ரீ ப$_3$ாலா ஸஹஸ்ர நாமாவளி:
ஸமாப்தா

✦✦✦

ஸ்ரீ ப$_3$ாலா த்ரைலோக்ய மோஹன கவசம்

அஸ்ய ஸ்ரீ ப$_3$ாலாத்ரிபுரஸுந்த$_3$ரீ த்ரைலோக்ய மோஹன கவசஸ்ய ஸ்ரீத$_3$க்ஷிணாமூர்தி: ருஷி: | பங்க்தி: ச$_2$ந்த$_3$: | ஸ்ரீ ப$_3$ாலாத்ரிபுரஸுந்த$_3$ரீ தே$_3$வதா

*ஐம் பீ$_3$ஜம் | ஸௌ: ஸக்தி: | க்லீம் கீலகம் || (மூலேன ந்யாஸா:) *கரந்யாஸமும், ஹ்ருத$_3$யாதி$_3$ ந்யாஸமும் செய்யவும்.*

த்$_4$யானம்

அருணகிரண ஜாலை ரஞ்ஜிதா ஸாவகாஸா|
வித்$_4$ருத ஜபவடீகா புஸ்திகாபீ$_4$தி ஹஸ்தா ||
இதர கர வராட்$_4$யா பு$_2$ல்லகல்ஹார ஸம்ஸ்த$_2$ா |
நிவஸது ஹ்ருதி$_3$ ப$_3$ாலா நித்ய கல்யாண ஸீலா ||

ஐம் பீ$_3$ஜம் மே ஸிர: பாது க்லீம் பீ$_3$ஜம் ப்$_4$ருகுடீ மம | ஸௌ: ப$_2$ாலம் பாது மே ப$_3$ாலா ஐம் க்லீம் ஸௌ: நயனே மம | அம் ஆம் இம் ஈம் ஸ்ருதீ பாது ப$_3$ாலா பஞ்சாக்ஷரீ மம | உம் ஊம் ரும் ரூம் ஹ்ருத$_3$யம் பாது ஸௌ: க்லீம் ஐம் த்ரிபுரஸுந்த$_3$ரீ | லும் லூம் ஏம் ஐம் பாதுக$_3$ண்டௌ$_3$ ஐம் க்லீம் ஸௌ: த்ரிபுராம்பி$_3$கா | ஓம் ஔம் அம் அ: முக$_2$ம் பாது ஸௌ: க்லீம் ஐம் த்ரிபுரஸுந்த$_3$ரீ | கம் க$_2$ம் க$_3$ம் க$_4$ம் ஙம் மே கண்ட$_2$ம் க்லீம் ஸௌ: ஐம் ப$_4$க$_3$மாலினீ | சம் ச$_2$ம் ஜம் ஜ$_4$ம் ஞம் மே பாது ப$_3$ாஹு ஸௌ: ஸர்வஸித்$_3$தி$_4$த$_3$ா | டம் ட$_2$ம் ட$_3$ம் ட$_4$ம் ணம் மே பாது வக்ஷ: க்லீம் வீரநாயிகா|

தம் த$_2$ம் த$_3$ம் த$_4$ம் நம் மே பாது ஐம் குக்ஷிம் குலநாயிகா | பம் ப$_2$ம் ப$_3$ம் ப$_4$ம் மம் மே பாது பார்ஸ்வௌ பரமஸுந்த$_3$ரீ | யம் ரம் லம் வம் பாது ப்ருஷ்ட$_2$ம் ஸௌ: க்லீம் ஐம் த்ரிபுராம்பி$_3$கா | ஸம் ஷம் ஸம் ஹம் பாது நாபி$_4$ ப$_4$க$_3$வத்ய ம்ருதேஸ்வரீ | ளம் க்ஷம் கடிம் ஸத$_3$ா பாது க்லீம் க்லீம் க்லீம் மாத்ருகேஸ்வரீ | ஐம் ஐம் ஐம் பாது மே லிங்க$_3$ம் ப$_4$க$_3$லிங்க$_3$ஸ்வரூபிணீ | ஸௌ: க்லீம் ஊரூ ஸத$_3$ா பாது வீரமாதாஷ்ட ஸித்$_3$தி$_4$த$_3$ா ஸௌ: ஐம் ஜானூ ஸத$_3$ா பாது

மஹாமுத்$_3$ராபி$_4$ முத்$_3$ரிதா | ஸௌ: க்லீம் ஐம் பாது மே ஜங்கே$_4$ பா$_3$லா த்ரிபுவனேஸ்வரீ | ஐம் ஐம் ஸௌ: பாது மே கு$_3$ல்பெ$_2$ள த்ரைலோக்ய பீஜா மம | ஐம் ஐம் க்லீம் க்லீம் பாது ஸீர்ஷம் ஐம் க்லீம் ஸௌ: பீ$_3$ஜபூ$_4$ஷிதா | இதி கவச தி$_3$வ்யம் பா$_3$லாயா: ஸாரமுத்தமம்||

✦✦✦

த்ரிபுராக$_3$மோக்தம் பா$_3$லா கவசம்

அஸ்ய ஸ்ரீ பா$_3$லா த்ரிபுரஸுந்த$_3$ரீ கவசஸ்ய ஸ்ரீ தக்ஷி$_3$ணாமூர்த்தி: ருஷி: அனுஷ்டுப்: ச$_2$ந்த$_3$:

ஸ்ரீ பா$_3$லா த்ரிபுரஸுந்த$_3$ரீ தே$_3$வதா
ஐம் பீ$_3$ஜம் | ஸௌ: ஸக்தி: | க்லீம் கீலகம் |

* கர ந்யாஸமும் ஹ்ருத$_3$யாதி $_3$ந்யாஸமும் செய்து கொள்ளவும்.

த்$_4$யானம்

வந்தே$_3$ ஸிந்தூ$_3$ர தி$_3$வ்யாங்கீ$_3$ம் தருணாருண ஸந்நிப$_4$ாம் | அக்ஷ ஸ்ரக்புஸ்தகாபீ$_4$தி வரத$_3$ாதி$_3$ லஸத்கராம் || பு$_2$ல்ல பங்கஜ மத்$_4$யஸ்த$_2$ாம் மந்த$_3$ஸ்மித மனோஹராம் | கௌஸும்ப$_4$ாம்ப$_3$ரஸஞ்ச$_2$ன்ன யுக$_3$ஸ்த மனோஹராம் || த$_3$ஸாப்$_3$த$_3$வயஸோபேதாம் ஸர்வாப$_4$ரண பூ$_4$ஷிதாம் | காஸ்மீர கர்த$_3$மாலிப்த தனுச்ச$_2$ாயா விராஜிதாம் ||

ஏவம் த்$_4$யாத்வா ஜபேந்நித்யம் ஸர்வ காமார்த$_2$ ஸித்$_3$த$_4$ரே |
ஐம் காரிணீ ஸிர: பாது க்லீம் காரி ஹ்ருத$_3$யே மம |
ஸௌ: பாது பத$_3$யுக்$_3$மம் மே ஸர்வாங்க$_3$ம் ஸகலாவது|
வாக்$_3$தே$_3$வீ மே ஸிர: பாது பாது பா$_2$லம் குமாரிகா |
ப்$_4$ரூயுக்$_3$மம் ஸ்ங்கரீ பாது ----ருதியுக்$_3$மம் கி$_3$ரீ----வரீ|

நேத்ரே த்ரிணேத்ர வரத$_3$ா நாஸிகாயாம் மே மஹேஸ்வரீ| ஓஷ்டம் பூக$_3$ஸ்தனீபாது கபு$_3$கம் த$_3$ஸவர்ஷிகா | கபோலௌ கமனீயா மே கண்ட$_2$ம் காமார்சிதாऽவது | ப$_3$ாஹூமே பாது வாராஹி கரௌ மே ஸகலாத்மிகா|

வக்ஷ: ப்ரதே பத்$_3$மாக்ஷீ குசௌ காஞ்சன ஹாஸினீ || உத$_3$ரம் ஸுந்த$_3$ரீ பாது நாபி$_4$ நாகே$_3$ந்த்$_3$ர வந்தி$_3$தா | பார்ஸ்வம் பஸுபதி: பாது ப்ருஷ்ட$_2$ம் பாது விலாஸினீ | கடிம் கல்ஹாராமாலாட்$_4$யா ஜக$_4$னம் லலிதாம்பி$_3$கா | மேட்$_4$ரம் மஹேஸரமணீ ஊரூ பாது த்ரிலோசனா | ஜானுனீ பாது ஜயத$_3$ா கு$_3$ல்பௌ$_2$ வித்$_3$யா ப்ரத$_3$ாயினீ | பாதௌ$_3$ ஸுரார்சிதா பாது ப்ரபத$_3$ம் த்ரிபுரேஸ்வரீ | வித்தம் வித்தேஸ்வரீ பாது பஸுன் பஸுபதிப்ரியா | புத்ரான் புத்ரப்ரியா பாது த$_4$ர்மான் த$_4$ர்மப்ரத$_3$ாயினீ|

க்ஷேத்ரம் க்ஷேத்ரேஸவனிதா கு$_3$ஹ்ய க$_3$ம்பீ$_4$ர நாதி$_3$னீ || த$_4$ாதூன் த$_4$ாதுமயீ பாது ஸர்வம் ஸர்வேஸ்வராவது | இத்யேதத் கவசம் புண்ய ஸர்வ பாப ப்ரணா-----னம் | ஸர்வ ஸௌப$_4$ாக்$_3$ய ஜனகம் ஸர்வ ஸத்ரு நிப$_3$ர்ஹணம்| விஷ ஜ்வரஹரம் பூ$_4$த வேதாளாதி$_3$ நிவாரகம் | அபஸ்மார வ்யாதி$_4$ ஸூல நேத்ர ரோக$_3$ாதி$_3$ ப$_3$ாத$_4$னை: |

பீட்$_3$யமானோऽபி ஸததம் ஆதி$_4$பி$_4$: காய ஸம்ப$_4$வை: || ஜபேத் குமாரீ கவசம் த்ரிகாலேஷு த்ரிமாஸகம் | முச்யதே ஸகலாத்$_3$ரோக$_3$ாத் குஞ்சுகாதி$_3$வபந்தக$_3$: | குமாரீம் த்ரிஸதம் ஜப்த்வா கவசம் து த்ரிவாரகம் | படே$_2$த்$_3$யஸ்து புமான்லோகே குமாரீ தஸ்ய ஸித்$_3$த்$_4$யதி | நி: ஸாரத்ய ப்ரயத்னேன ஸுத$_4$ாத$_4$ாரா ஸமுஜ்ஜ்வலா| குமாரீ கவச தி$_3$வ்யம் ஸத்ருப$_3$ாத$_4$ாவிநாஸனம் | ஜப்யம் ஸர்வப்ரயத்னேன தத் தத் ஸித்$_3$தி$_4$ ப்ரத$_3$ம் மஹத் |

✦✦✦

ஸ்ரீ ப$_3$ாலா ஹ்ருத$_3$யம்:

தே$_3$வ்யுவாச

மஹாதே$_3$வ நமஸ்துப்$_4$யம் விரூபாக்ஷாய தே நம: | ப$_3$ாலா ஹ்ருத$_3$ய மந்த்ரஸ்ய ப்ரயோக$_3$ம் வத$_3$ ஸுவ்ரத ||

ஈ....வர உவாச

ப$_3$ாலாயா ஹ்ருத$_3$யம் மந்த்ரம் கு$_3$ப்தாத் கு$_3$ப்ததரம் தத$_2$ா| ஏதச்ச$_2$ரவண மாத்ரேண மந்த்ர ஸித்$_3$தி$_4$ம் அவாப்னுயாத் | ந த்$_4$யானம் ந ச ஹோமம் ந ச ஜபம் ந ச தர்பணம் | ஸக்ருது$_3$ச்சாரணாத்தஸ்ய சிந்திதஞ்ச ப$_4$வேத்$_3$ த்$_4$ருவம்| ப$_3$ாலாயா ஹ்ருத$_3$யம் மந்த்ரம் ப்$_2$ரஹ்மாதீ$_3$னாம் ச து$_3$ர்பல$_4$ம் | ஸக்ருச்ச் $_2$ரவண மாத்ரேண வாஞ்சி$_2$தம் ப$_2$லமாப்னுயாத் | ஸஞ்சார வான் ப$_4$வேத் பங்கு$_3$: வாதீ$_3$ மூகத்வமாப்னுயாத் | த$_3$ரித்$_3$ரோப$_4$வதி ஸ்ரீமான் மூர்கே$_2$ா ப$_4$வதி பண்டி$_3$த: | ஹ்ருன்மந்த்ரம் ஜப்யதே யேன வாஞ்சி$_2$தம் ப$_2$லமவாப்னுயாத் |நைதான் வினா கலௌ கௌ$_3$ரி கு$_3$ணவான் கீர்த்தி மாந்நர: |வக்ஷ்யேऽஹம் தே$_3$வி தே ப்ரீத்யை ஸ்ரத்$_3$த$_4$யாஸ்ருணு பார்வதி | பாஸபீ $_3$ஜம் ஸமுச்சார்ய பு$_4$வனேஸீம் ததே$_2$ாச்சரேத் | அங்குஸம் பீ$_3$ஜமுச்சார்ய வாக்$_3$ப$_4$வம் தத உச்சரேத் | காமராஜம் ததே$_2$ாச்சார்ய பராபீ$_3$ஜம் ஸமுச்சரேத் | ஸ்ரீபீ$_3$ஜம் பு$_4$வனேஸீம் ச தாம் ப$_3$ாலா பரமேஸ்வரீம் | உச்சரேத்$_3$தே$_3$வி ஸம்பு$_3$த்$_3$த்$_4$யா பஸ்சாத$_3$ா வேஸயத்$_3$வயம்| பாஸம் பீ$_3$ஜ ஸமுச்சார்ய பு$_4$வனேஸீம் ததே$_2$ாச் சரேத்| அங்குஸ பீ$_3$ஜமுச்சார்ய ச ததே$_2$ாச்சரேத் | ஹ்ருத$_3$யம் பத$_3$முச்சார்ய சிரம் திஷ்ட$_2$த்$_3$வயம் வதே$_3$த்| ஹூம் ப$_2$ட் ஸ்வாஹா ஸமாயுக்தம் ப$_3$ாலாயா ஹ்ருத$_3$யம் மனு:|

ஸ்ரீ ப$_3$ாலா ஹ்ருத$_3$ய மந்த்ரம்

ஓம் ஆம் ஹ்ரீம் க்ரோம் ஐம் க்லீம் ஸௌ: ஸ்ரீம் ஹ்ரீம் ப$_3$ாலே பரமேஸ்வரி தே$_3$வி ஆவேஸய ஆவேஸய ஆம் ஹ்ரீம் க்ரோம் மம ஹ்ருத$_3$யே சிரம் திஷ்ட$_2$ திஷ்ட$_2$ ஹூம் ப$_2$ட் ஸ்வாஹா ||

+++

ஸ்ரீ ப$_3$ாலா ஸ்தவராஜ:

ஸுத$_4$ா ஸாகர மத்$_4$யேது கல்பவ்ருக்ஷவனாந்தரே |

மணித்$_3$வீபே மஹாஸௌதே$_4$ சிந்தாமணி க்$_3$ருஹாங்க$_3$ணே | இந்த்$_3$ராதி$_3$ லோகபாலைஸ்ச பரிவாரைஸ்ச ஸேவிதாம் | ஸரஸ்வத்யாச லக்ஷ்ம்யாச ஸிம்ஹாஸன பரிஸ்தி$_2$தாம் |

பி$_3$ந்து$_3$ த்ரிகோண ஷட்கோண வ்ருத்தமஷ்ட த$_3$லத்$_3$வயாம் | பூ$_4$புரத்ரய ஸம்யுக்த சின்மயம் சக்ரமாஸ்ரயே|

பி$_3$ந்து$_3$ மத்$_4$யேஸ்தி$_2$தாம் ப$_3$ாலாம் குமாரீம் ச ஸுப$_4$ப்ரத$_3$ாம் | ஸர்வலக்ஷண ஸம்பன்னாம் தேஜோ ரூபாம் வரானனாம் | ஸுப்ரஸன்னாம் ப$_4$ஜே ப$_3$ாலாம் வரத$_3$ாப$_4$ய ப்ரத$_3$ாம்| நவர்ஷ விஸிஷ்டாந்தாம் புஸ்தகம் பி$_3$ப்$_4$ரதீம் வராம்| ருத்$_3$ராக்ஷ மாலிகா யுக்தாம் ஸமந்த$_3$ஹஸிதே$_3$க்ஷணாம்| கர்பூர அக$_3$ரு கஸ்தூரீ ரோசா குங்குமாஞ்ஜனை: | சந்த$_3$னம் தே$_3$வத$_3$ாரோஸ்ச தி$_3$வ்ய க$_3$ந்த$_4$ானு லேபனாம்| பீதாம்ப$_3$ரத$_4$ாம் ஸ்யாமாம் நாநா ரத்ன விபூ$_4$ஷிதாம்| த்ரிகோணேஷு ரதிம் ப்ரீதிம் விஜயம்ப$_3$ாம் ஸுபூஜயேத் | ட$_3$ாகினீ ராகினீ சைவ காகினீம் லாகினீம் தத$_2$ா | ஸாகினீம் ஹாகினீம் சைவ ஷட்கோணேஷு ப்ரபூஜயேத் | ப்$_3$ராஹ்மீ மாஹேஸ்வரீம் சைவ மாஹேந்த்$_3$ரீம் சாமுண்ட$_3$ா ச ஸுபூஜயேத் | மஹாலக்ஷ்மீ தத: பஸ்சாத் த$_3$லேஷ்வஷ்ட ஸுபூஜயேத் | அஸிதாங்க$_3$ ரூருஸ்சண்ட$_3$: க்ரோத$_4$னோன்மத்த பை$_4$ரவ: | கபாலோ பீ$_4$ஷணஸ் சைவ ஸம்ஹாராக்$_2$யஸ்தத: பரம் | ப$_3$ஹிரஷ்டத$_3$லாந்தேஷு பூஜனீயம் யத$_2$ாக்ரமம் | அனங்க$_3$குஸுமானங்க$_3$ மேக$_2$லாமத$_3$னா தத$_2$ா | அனங்க$_3$வேகி$_3$னிரேக$_2$ அனங்க$_3$மத$_3$னாதுரா அனங்க$_3$ குஸுமாக்$_2$யாதா ததஸ்சானங்க$_3$ மாலினீ | ப$_3$ஹிரஷ்டத$_3$லேஷ் வேதா: பூஜனீயா யத$_2$ா க்ரமம் வஸினீ காமினீ பஸ்சாத் மோஹினீ விமலா புரா | அருணா ஜயினீ சைவ ஈஸ்வரீ

கௌலினீ தத$_3$ா | ப$_3$ஹிரஷ்டத$_3$லாந்தேஷு பூஜனீயா யத$_2$ாக்ரமம் இந்த்$_3$ராதி$_3$ லோகபாலாம்ஸ்ச பூஜயேத்$_3$பூ$_4$ புரேஷு ச| ஏவம் க்ரமேண தாம் தே$_3$வீம் ப$_3$ாலா இஷ்ட ப்ரத$_3$ாயினீம் | ப$_4$க்த்யா ய: பூஜயேந்நித்யம் ஸோவித்$_3$வான்னாத்ர ஸம்ஸய:

+++

ஸ்ரீ ப$_3$ாலா பஞ்சரத்ன ஸ்தோத்ரம்

ஆஈ ஆனந்த$_3$வல்லீ அம்ருதகரதலே ஆதி$_3$ஸக்தி: பராயீ மாயீ மாயாத்மரூபீ ஸ்ப$_2$டிகமணிமயீ மாமதங்கீ$_3$ ஷட$_3$ங்கீ$_3$ || ஜ்ஞானீ ஜ்ஞானாத்மரூபீ த$_3$லிதபரிமலே நாத$_3$ ஓங்காரமூர்த்தி பே$_4$ாகீ$_3$ யோக$_3$ாஸனஸ்த$_2$ா பு$_4$வனவஸங்கரீ ஸுந்த$_3$ரீ நமஸ்தே || 1 ||

மாலா மந்த்ரீ கடாக்ஷீ மம ஹ்ருத$_3$யஸுகீ$_2$ ம்ருத்யுப$_4$ாவ ப்ரசண்ட$_3$ | வ்யாலா யஜ்ஞோபவீதா விகடகடிதடா வீரஸக்தி: ப்ரஸன்னா || ப$_3$ாலா ப$_3$ாலேந்து$_3$ மௌலிர்மத$_3$க$_3$ஜக$_3$மனா ஸாக்ஷிகா ஸ்வஸ்திமந்த்ரீ | காலீ கங்காலரூபீ கடிகடிகடி ஹ்ரீம் காரிணீ க்லீம் நமஸ்தே || 2 ||

மூலாத$_4$ாரா மஹாத்மா ஹுதவஹஸலிலா மூலமந்த்ரா த்ரிநேத்ரா | ஹாரா கேயூரவல்லீ அகி$_2$லத்ரிபத$_3$கா அம்பி$_3$காயை ப்ரியாயை || வேத$_3$ா வேத$_3$ாங்க$_3$நாத$_3$ா விநதக$_4$னமுகீ$_2$ வீரதந்த்ரீ ப்ரசாரீ | ஸாரீ ஸம்ஸாரவாஸீ ஸகலது$_3$ரிதஹா ஸர்வதோ ஹ்ரீம் நமஸ்தே || 3 ||

ஐம் க்லீம் ஹ்ரீம் மந்த்ரரூபா ஸகலஸ ஸித$_4$ரா ஸம்ப்ரத$_3$ாய ப்ரத$_4$ானா | க்லீம் ஹ்ரீம் ஸ்ரீம் பீஜ முக்$_2$யை: ஹிமகரதி$_3$னக்ருத் ஜ்யோதிரூபா ஸரூபா || ஸோம் க்லீம் ஐம் ஸக்திரூபா ப்ரணவ ஹரிஸதே விது$_2$நாத$_3$ாத்மகோடி | க்ஷாம் க்ஷீம் க்ஷூம்காரநாதே$_3$ ஸகல கு$_3$ணமயீ ஸுந்த$_3$ரீ ஐம் நமஸ்தே || 4 ||

அத்$_4$யானாத்$_4$யாரூபா அஸுரப$_4$யகரீ ஆத்மஸக்தி ப்ரரூபா | ப்ரத்யக்ஷா பீட$_2$ரூபீ ப்ரலயயுக$_3$த$_4$ரா ப்$_3$ரஹ்மவிஷ்ணுத்ரிரூபீ || ஸுத்$_3$த$_4$ாத்மா ஸித்$_3$த$_4$ரூபா ஹிமகிரணநிப$_4$ா ஸ்தோத்ர ஸம்க்ஷோப$_4$ஸக்தி: ஸ்ருஷ்டி ஸ்திஷ்டி$_2$த்ரிமூர்த்தீ த்ரிபுரஹரஜயீ ஸுந்த$_3$ரீ ஐம் நமஸ்தே
|| 5 ||

|| இதி ஸ்ரீ ப$_3$ாலா பஞ்சரத்ன ஸ்தோத்ர ஸம்பூர்ணம் ||

✦✦✦

ஸ்ரீ பாலா த்ரிசதீ

(குலார்ணவ ரகஸ்ய யோகினீ தந்திரம்)

அருண கிரண ஜாலை; ரஞ்சித ஸசானகாசா
வித்ருத ஜப வடீகா புஸ்தக பீதிஹஸ்தா|
இதர கர வராட்யா புல்ல கல்ஹார ஸம்ஸ்த்தா
நிவஸது ஹ்ருதி பாலா நித்ய கல்யாண சீஸா||

(ஆரம்பத்தில் ஓம் என்றும் முடிவில் நம: என்றும் சேர்த்து சொல்லவும்)

ஸம்மோகின்யை
தேவ்யை
ஐம் கார ஸ்வரவாஸின்யை
" ரூபிண்யை
" வரவர்ணின்யை
" ரூபாயை நம:
அப்ஜாக்ஷ்யை
ஐம்கார காரசோபிதாயை
" வரதானாட்யாயை
" வரரூபிண்யை 10

ஐம் கார்ய விதுஷ்யை
ஐம் கார ப்ரசுரேஸ்வர்யை
" வல்லபாயை
ஆத்யாயை
ஐம்காராம்ருதசுந்தர்யை
" கமலாசனாயை
" குணரூபிண்யை
" பிரஹ்ம ஸதநாயை
" ப்ரகடேஸ்வர்யை
" சக்தி வரதாயை 20

” ப்லுதவைபவாயை
” மிதைச்வர்யாயை
” ச்யுதரூபிண்யை
” வாண்யை
அமலாயை
ஐம் கார ப்ரவாயை
பராயை
ஐம்கார விஸ்வ ஜனன்யை
ஐம்கார ராஜ வந்திதாயை
ஐம்கார வல்யை

அருணாயை
ஐம்காராம்ருத ரூபிண்யை
ஐம்கார பார்கவீ வித்யாயை
ஐம் கார விஜயேச்வர்யை
ஐம்கார வசின்யை
வந்த்யாயை
ஐம்கார ஜப வைபவாயை
கஜா ரூபாயை
ஈசான ப்ரிய சுந்தர்யை
க்லீம் கார கீர்த்தயே

சித்ரூபாயை
க்லீம் கார கீர்த்தி தாயின்யை
” கின்னரீ பூஜாயாயை
” கிம் சுகப்ரியாயை
” விஸ்வ ரூபிண்யை
” வசின்யை
சக்தயை
க்லீம் காரானங்க ரூபிண்யை
க்லீம் கார வதனாயை

க்லின்னாயை
க்லீம் காரா கிலவச்யதாயை
” மோகின்யை

நித்யாயை
ஈவந்திதாயை
கிரீடின்யை
சம்பராரிவே
க்லீம் கார
கீர்த்திதாயை
வம்சவர்த்தின்யை
க்லீம் கார மன்மத ஸக்யை 60

க்லீம் க்லீம் கிஞ்ஜல்க ஸன்னிபாயை
க்லீம் கார புஷ்டிதாயின்யை
பூர்ணாயை
க்ருஷ்ண வந்த்யாயை
அகிலேஸ்வர்யை
க்லீம் கார வசின்யை
சக்த்யை
கீரால பவினோதின்னய
கீலம் கார தாரிண்யை
க்ரௌர்ய நாசின்யை 70

குதர ப்ரியாயை
க்லீம் காரால பவதனாயை
கிங்கிணீ நூபுர ப்ரியாயை
க்லீம் கார பவனாந்தஸ்தாயை
க்ரியா காலஸ்வரூபிண்யை
க்லீம் கார ஸௌத மத்யஸ்தாயை
ஸாதகானாம் ஸஹாயின்யை
க்லீம் கார சக்ர நிலயாயை
க்ருபால்யை
க்ருத்தி வாஸின்யை 80

க்லீம் கார கலாஸனாயை
க்லுப்தயே
கிம் புருஷார்சிதாயை
க்லீம் கார வாஸாயை

க்ருபண சேதின்யை
க்ருத்த நாசின்யை
க்லீம் கார திலகா மோதாயை
க்ரீடித ஸம்ப்ரமாயை
க்ருச்ர சாந்த்ராயண ப்ரியாயை
க்லீம் கார விச்வ ஸ்ருஷ்டாயை 90

அம்பிகாயை
க்லீம் பூர்ணாயை
க்ருத்ஸ்ன ஸம்பூர்ணாயை
க்ருபீட வசின்யை
சிவாயை
க்லீம் மாயக்ரீட வித்வேஷாயை
க்ருபால்யை
க்ருபாநிதயே
க்லீம் விஸ்வஸம்ப்ரமகர்யை
விச்வேச்யை 100

விஸ்வமாலின்யை
க்ருத்ஸ்நாயை
க்ருத்ஸ்னப்ரபஞ்ஜின்யை
க்லீம் கார சுந்தரீ ரூபாயை
க்லீப வம்சவினாசின்யை
க்லீம் பாலின்யை
க்ருஷ்ண வர்ணாயை
கின்ன ராலாப ஸம்ப்ரமாயை
ஸெள: கார ஸாரஸதனாயை
ஸஹஸ்ரம் ஸத்ய வாதின்யை 110

ஸெள: ப்ராஸாத ஸமாஸீனாயை
ஸாதகானாம் ஸமாஹிதாயை
ஸெள: கார கல்ப திலகாயை
ஸாது ஸஜ்ஜன தோஷிண்யை
ஸெள: கரஸெள பரிபூஜ்யாயை
ஸெளரப ப்ரியஸாதின்யை

ஸெள: கார பரமா சக்த்யை
ஸெளத ரத்ன ஸரோருஹாயை
ஸெள: கார ஸெளம்ய சுபகாயை
ஸதா ஸத்யோ வரப்ரதாயை

ஸெள: கார ஸம்ப்ரம கர்யை
ஸெள: பாக்யஸ்வைர்ய தாயை
ஸெள: கார விபவா நந்தாயை
ஸெள ஜன்யபர வந்திதாயை
ஸெள கார ஸம்பதாயை
ஸெள பத்ர வனிதார்சிதாயை
ஸதா ஸம்மோகனா க்ருத்யை
ஸெள: கார ஸர்வரதாயை
ஸச்சிதானந்த ரூபிண்யை

ஸெள: கார ஸார ஸரூபாயை
ஸமுத்ர வஸனாயை
ஸத்யை
ஸெஸ: கார கௌதுக ப்ரீதாயை
ஸெளர வைரீ வினாசின்யை
ஸெள: கார ஸாந்த்ர ஹ்ருதாயை
ஸனகாதி பூஜிதாயை
ஸெள: கார ஸாத்ய ஸம்பூஜ்யாயை
ஸெளம்ய ரூபாயை
ஸதர்ச்சிதாயை

ஸெள: கார ஸம்ப்ரமகர்யை
ஸாதகா பீஷ்ட தாயின்யை
ஸெள: கார ஸகலா காராயை
ஸங்கர்ஷண வரார்ச்சிதாயை
ஸெள: கார மாத்ரு சித் ரூபாயை
மானஸார்ச்சித பாதுகாயை
ஸெள, கார ஸர்வ வசின்யை
ஸகீஜன வரார்ச்சிதாயை

ஸெள: கார ஸம்ப்ரதாயஜ்ஞாயை
ஸர்வ மந்திர ஸ்வரூபிண்யை
ஸெள; கார ஸம்பதா தாராயை
ஸர்வாபத் ஸம்வினாசின்யை
ஸெள; கார ஸர்வ சைதன்யாயை
ஸம்ப்ரதாய குலேச்வர்யை
ஸெள: கார ஸெளக்ய நிலயாயை
ஸெளக்தாயை
ஸுக ரூபிண்யை
ஸெள; கார ரூப கல்யாண்யை 160

ஸைந்த வத் வீபவாஸின்யை
ஸெள: கார வித்ருமா ராத்யாயை
ஸதா ஸத்பிர் நிஷேவிதாயை
ஸெள: கார ரஸ வல்லபாயை
ஸெளர மண்டல வாஸின்யை
ஸெள: கார ரஸ ஸம்பூர்ணாயை
ஸாம்ராஜ்யாயை
ஸிந்து ரூபிண்யை
ஸெள: பராசக்தி ஸத்வாயை
ஸத் வீர்யாயை 170

ஸகுணேஸ்வர்யை
ஸெள: கார பீட நிலயாயை
ஸெள பாக்ய நிதி ஸர்ப்பிண்யை
ஸெள: க்லீம் ஐம் ஐந்திர வதனாயை
" ஸபலாத்மிகாயை
" ஸம்ஸாராநதஸ்தாயை
" யோகி நீகிரியாயை
" ஈசபத்ன்யை
" ஸகிவந்திதாயை
" சாந்த நிர்முக்தாயை 180

" வச்யமார்க்காயை
" குலகும்பஸ்தாயை
" பில்வ வம்சஸ்தாயை

" வடு பஞ்சம்யை
" கல்ப கானனாயை
" சித்ப்ரபா மத்யாயை
" சிந்திதார்த்த தாயை
" குருகுல்லாம்பாயை
" தர்ம சரீண்யை
" குணபாராத்யாயை 190

ஸௌ: க்லீம் ஐம் ஸௌம்ய ஸுந்தர்யை
" ஷோட சகலாயை
" ஸௌ குமாரிண்யை
" மந்திர மஹிஷ்யை
" மந்திர மந்திராயை
" மானுஷாராத்யாயை
" மாக தேச்வர்யை
" மௌநிவரதாயை
" மஞ்சு பாஷிண்யை
ஸௌ: க்லீம் ஐம் மதுரா ராத்யாயை 200

" மாம்ஸ சோணித மானஸாயை
" மங்களா காராயை
" மதனாவத்யை
" ஸாத்ய கமனாயை
" மானஸார்ச்சிதாயை
" ராஜ்ய ரஸிகாயை
" ராம பூஜிதாயை
" ராத் ரிஜ்யோதஸ் நாயை
" ராத்ரி மத்யஸ்தாயை
" ரம்ய விக்ரஹாயை 210

" பூர்ண புண்யேசாயை
" ப்ருதுக ப்ரியாயை
" வடுகா ராத்யாயை
" வரதானாட்யாயை
" வஜ்ர வல்லக்யை

” நாரத நுதாயை
” நந்திவாகனாயை
” உத்பலாங்காயை
” உத்பவேச்வர்யை
” நாக கமனாயை 220

” நா ரூபிண்யை
” நந்தினீ வித்யாயை
நாரஸிம்ஹ் வராச்சிதாயை
ஸௌ: க்லீம் ஐம் யோக பூஜ்யாயை
சதுஷ்ஷஷ்டி கலாதர்யை
ஸௌ: க்லீம் ஐம் ப்ரஹ்ம காயத்ரீயை
பிருஹஸ்பதி ஸுபூஜிதாயை
ஸௌ: க்லீம் ஐம் ரத்னபவனாயை
ரத்ன மண்டப வாஸின்யை
ஸௌ: க்லீம் ஐம் கல்ப ஸந்தான வாடிகா வாஸின்யை 230

சுபாயை
ஸௌ: க்லீம் ஐம் சித்ரவதனாயை
சித்ரிண்யை
சித்திதார்த்த தாயை
ஸௌ; க்லீம் ஐம் வைச்யதேவேச்யை
வைச்வா நாவார்ச்சிதாயை
ஸௌ: க்லீம் ஐம் ஏணநயனாயை
ஏகானேக ஸ்வரூபிண்யை
ஸௌ: க்லீம் ஐம் தண்டினீ பூஜ்யாயை
பண்டாஸுர விநாசின்யை 240

ஸௌ: க்லீம் ஐம் முத்ரிணீ ஸேவ்யாயை
வாராஹ்யை
ஈப்ஸிதேச்வர்யை
ஸௌ: க்லீம் ஐம் வாணி வந்த்யாயை
வாக்வாதின்யை
வரப்ரதாயை
ஸௌ: க்லீம் ஐம் மார்கஸ்தாயை

வாசவப்ர முகார்சிதாயை
செள க்லீம் ஐம் லோக செளந்தர்யாயை
லோபா முத்ரார்சிதேச்வர்யை 250

ஸெள: க்லீம் ஐம் ஹம்ஸவாகனாயை
ஹயக்ரீவ ஹருதாலயாயை
ஸெள, க்லீம் ஐம் மதிரா மோதாயை
மாத்வீபான மனஸ்வின்யை
ஸெள: க்லீம் ஐம் மாஷவடக மானஸாயை
மஹதர்சிதாயை
ஸெள: க்ரூம் ஐம் தனதான்யாத்யாயை
” தைர்ய ரூபிண்யை
” ஸாத்ய வரதாயை
ஸெள தாமினீ ஸம்ப்ரபாயை 260

ஸெள: க்லிம் ஐம் விஜய ப்ரக்யாயை
விஸ்வத்யானவி மோகின்யை
ஸெள: க்லிம் ஐம் வித்ருமாதாயை
விச்வநாடக காரிண்யை
செள: க்லிம் ஐம் விவிதாபத்தி பஞ்ஜன்கி
வீரசண்டிகாயை
ஸெள: க்லிம் ஐம் சரபதமனாயை
புஷ்ப பாண கராம்புஜாயை
ஸெள: க்லிம் ஐம் புண்ட்ரசா பாட்யாயை
ஸெளரதர்வினாசின்யை 270

ஸெள: க்லீம் ஐம் ஸத்ய சந்துஷ்டாயை
சத்ய வந்த்யாயை
சதர்சிதாயை
செள; க்லீம் ஐம் சம்ப்ரதாயஜ்ஞாயை
சம்யகைச்வர்ய ரூபிண்யை
செள: க்லீம் ஐம் ஸஜ்ஜனதுதாயை
சத்லீவேகாயை
சனாதனாயை
செள; க்லீம் ஐம் விஸ்வஜனன்யை
விச்வஸ்ருஷ்டி விதாயின்யை 280

சௌ: க்லீம் ஐம் சர்வ தேவேச்யை
சங்கர மாசித சுந்தர்யை
சௌ; க்லீம் ஐம் சாரசோத்
புல்லங்குங்கு மார்த்ர ஸ்தன த்வயாயை
சௌ: க்லீம் ஐம் மார மந்த்ரஸ்தாயை
மதோன் மத்த மதோல்ல சரயை
சௌ; க்லீம் ஐம் மத கூர்ணுங்யை
காமேஸ்வர மனோமய்யை
ஸௌ: க்லீம் ஐம் மந்த்ரகோசஸ்தாயை
மஹதோட்யாண பீடகாயை
மாகதீ மணிதா மாட்யாயை

மாசோத ஸ்தவ மனஸ்வின்யை
சௌ: க்லீம் ஐம் மத்யஸ்தாயை
மஹஜ்ஜனன ரூபிண்யை
சௌ: க்லீம் ஐம் மீன நயனாயை
விந்த்யாசல நிவாஸின்யை
சௌ: க்லீம் ஐம் திரிபுரா தேவ்யை
திரிபுர சுந்தர்யை
அர்பட்யா சசிகண்ட மண்டித ஜடாசுபாம்
ந்ருமுண்டஸ் ரஜம் சந்தூக ப்ரசவா
குணம் பரதராம் பிரேதாசனாத் யாஸினீம்

த்வாம் த்யாயந்தி சதுர்புஜாம் த்ரிநயனாம்
ஆபீன துங்கஸ்தனீம் மத்யே நிம்ன
வலித்ரயாம் சித்தனும் த்வத்யே சம்விக்த்யயே

✦✦✦

ப்$_3$ரஹ்மாண்ட$_3$ புராணத்திலுள்ள ஸ்ரீ லிலிதா அஷ்டோத்தர ....தம்

ஓம் ஸிவ ப்ரியாயை நம:
ஓம் ஸிவாராத்$_4$யாயை நம:
ஓம் ஸிவேஷ்டத$_3$ாயை நம:
ஓம் ஸிவ கோமளாயை நம:
ஓம் ஸிவோத்ஸவாயை நம:
ஓம் ஸிவ ரஸாயை நம:
ஓம் ஸிவ தி$_3$வ்ய ஸிக$_2$ாமணயே நம:
ஓம் ஸிவ பூர்ணாயை நம:
ஓம் ஸிவ க$_4$னாயை நம:
ஓம் ஸிவ ஸ்த$_2$ாயை நம: 10

ஓம் ஸிவ வல்லப$_4$ாயை நம:
ஓம் ஸிவாபி$_4$ன்னாயை நம:
ஓம் ஸிவார்த்$_3$த$_4$ாங்க்$_3$யை நம:
ஓம் ஸிவாதீ$_4$னாயை நம:
ஓம் ஸிவங்கர்யை நம:
ஓம் ஸிவ நாமஜபாஸக்தாயை நம:
ஓம் ஸிவ ஸாந்நித்$_4$ய காரிண்யை நம:
ஓம் ஸிவ ஸக்த்யை நம:
ஓம் ஸிவாத்$_4$யக்ஷாயை நம:
ஓம் ஸிவ காமேஸ்வர்யை நம: 20

ஓம் ஸிவாயை நம:
ஓம் ஸிவ யோகி$_3$ஸ்வரீபீட$_2$தே$_3$வ்யை நம:
ஓம் ஸிவாஜ்ஞாவஸ்வர்த்தின்யை நம:
ஓம் ஸிவ வித்$_3$யாதிநிபுணாயை நம:
ஓம் ஸிவ பஞ்சாக்ஷரப்ரியாயை நம:
ஓம் ஸிவ ஸௌப$_4$ாக்$_3$யஸம்பன்னாயை நம:
ஓம் ஸிவ கைங்கர்ய காரிண்யை நம:
ஓம் ஸிவாங்க$_3$ஸ்த$_2$ாயை நம:
ஓம் ஸிவா ஸக்தாயை நம:
ஓம் ஸிவ கைவல்யத$_3$ாயின்யை நம: 30

ஓம் ஸிவ க்ரீடா$_3$யை நம:
ஓம் ஸிவ நித$_4$யே நம:
ஓம் ஸிவாஸ்ரய ஸமந்விதாயை நம:
ஓம் ஸிவ லீலாயை நம:
ஓம் ஸிவ கலாயை நம:
ஓம் ஸிவ காந்தாயை நம:
ஓம் ஸிவ ப்ரதா$_3$யை நம:
ஓம் ஸிவ ஸ்ரீ லலிதா தே$_3$வ்யை நம:
ஓம் ஸிவஸ்ய நயநாம்ருதாயை நம:
ஓம் ஸிவ சிந்தாமணி பதா$_3$யை நம: 40

ஓம் ஸிவ வஸ்ய ஹ்ருத$_3$யோஜ்ஜ்வலாயைநம:
ஓம் ஸிவோத்தமாயை நம:
ஓம் ஸிவாகாராயை நம:
ஓம் ஸிவகாமப்ரபூரிண்யை நம:
ஓம் ஸிவ லிங்கா$_3$ர்ச்சன பராயை நம:
ஓம் ஸிவாலிங்க$_3$ன கௌதுக்யை நம:
ஓம் ஸிவாலோகன ஸந்துஷ்டாயை நம:
ஓம் ஸிவ லோக நிவாஸின்யை நம:
ஓம் ஸிவ கைலாஸ நக$_3$ர ஸ்வாமின்யை நம:
ஓம் ஸிவ ரஞ்ஜன்யை நம: 50

ஓம் ஸிவ ஸ்யாஹோ பிருஷிகாயை நம:
ஓம் ஸிவ ஸங்கல்ப பூரகாயை நம:
ஓம் ஸிவ ஸௌந்த$_3$ர்ய ஸர்வாங்க்$_3$யை நம:
ஓம் ஸிவ ஸௌபா$_4$க்$_3$ய தா$_3$யின்யை நம:
ஓம் ஸிவ ஸப்$_3$தை$_3$க நிரதாயை நம:
ஓம் ஸிவ த்$_4$யான பராயணாயை நம:
ஓம் ஸிவ ப$_4$க்தைக ஸுலபா$_4$யை நம:
ஓம் ஸிவ ப$_4$க்தஜனப்ரியாயை நம:
ஓம் ஸிவானுக்$_3$ரஹ ஸம்பூர்ணாயை நம:
ஓம் ஸிவாநந்த$_3$ரஸார்ணவாயை நம: 60

ஓம் ஸிவ ப்ரகாஸ ஸந்துஷ்டாயை நம:
ஓம் ஸிவ ஸைல குமாரிகாயை நம:
ஓம் ஸிவாஸ்ய பங்கஜார்காபா$_4$யை நம:

ஓம் ஸிவாந்த: புரவாஸின்யை நம:
ஓம் ஸிவ ஜீவாதுகலிகாயை நம:
ஓம் ஸிவ புண்யபரம்பராயை நம:
ஓம் ஸிவாக்ஷமாலா ஸந்த்ருப்தாயை நம:
ஓம் ஸிவ நித்ய மனோஹராயை நம:
ஓம் ஸிவ ப$_4$க்த ஸிவஜ்ஞான ப்ரத$_3$ாயை நம:
ஓம் ஸிவ விலாஸின்யை நம: 70

ஓம் ஸிவ ஸம்மோஹன கர்யை நம:
ஓம் ஸிவ ஸாம்ராஜ்ய ஸாலின்யை நம:
ஓம் ஸிவ ஸாக்ஷாத்ப்$_3$ரஹ்ம வித்$_3$யாயை நம:
ஓம் ஸிவ தாண்ட$_3$வ ஸாக்ஷிண்யை நம:
ஓம் ஸிவாக$_3$மார்த்த$_2$தத்வஜ்ஞாயை நம:
ஓம் ஸிவ மான்யாயை நம:
ஓம் ஸிவாத்மிகாயை நம:
ஓம் ஸிகார்யைக சதுராயை நம:
ஓம் ஸிவ ஸாஸ்த்ர ப்ரவர்த்தகாயை நம:
ஓம் ஸிவ ப்ரஸாத$_3$ ஜனன்யை நம: 80

ஓம் ஸிவஸ்ய ஹிதகாரிண்யை நம:
ஓம் ஸிவோஜ்ஜவலாயை நம:
ஓம் ஸிவ ஜ்யோதிஷே நம:
ஓம் ஸிவ பே$_4$ாக$_3$ஸுக$_2$ம்கர்யை நம:
ஓம் ஸிவ நித்ய தருண்யை நம:
ஓம் ஸிவ கல்பகவல்லர்யை நம:
ஓம் ஸிவ பி$_3$ல்வார்ச்சன கர்யை நம:
ஓம் ஸிவ ப$_4$க்தார்த்தி ப$_4$ஞ்ஜன்யை நம:
ஓம் ஸிவாக்ஷி குமுத ஜ்யோத்ஸ்னாயை நம:
ஓம் ஸிவ ஸ்ரீகருணாகராயை நம: 90

ஓம் ஸிவாநந்த$_3$ஸுத$_4$ா பூர்ணாயை நம:
ஓம் ஸிவ ப$_4$ாக்$_3$யயாப்$_3$தி$_4$ சந்த்$_3$ரிகாயை நம:
ஓம் ஸிவ ஸ்க்த்யைக்ய லலிதாயை நம:
ஓம் ஸிவ க்ரீட$_3$ா ரஸோஜ்ஜ்வலாயை நம:
ஓம் ஸிவ ப்ரேம மஹாரத்ந காடி$_2$ன்ய
கலஸிஸ்தன்யை நம:

ஓம் ஸிவ லாலித லாக்ஷார்த்$_3$
ர சரணாம்பு$_3$ஜ கோமலாயை நம:
ஓம் ஸிவ சித்தைக ஹரண
வ்யோலோல க$_4$ன வேணிகாயை நம:
ஓம் ஸிவாபீ$_4$ஷ்டப்ரதா$_3$ன ஸ்ரீகல்ப வல்லீ
கராம்பு$_3$ஜாயை நம:
ஓம் ஸிவேதரமஹாதாப நிர்மூலாம்ருத
வர்ஷிண்யை நம:
ஓம் ஸிவ யோகீ$_3$ந்த்$_3$ர து$_3$ர்வாஸ
மஹிம்ன ஸ்துதி தோஷிதாயை நம: 100

ஓம் ஸிவ ஸம்பூரண விமலஜ்ஞான
து$_3$க்$_3$தா$_4$ப்$_3$தி$_4$ ஸாயின்யை நம:
ஓம் ஸிவ ப$_4$க்தாக்$_3$ரக$_3$ண்யேஸி விஷ்ணு
ப்$_3$ரஹ்மேந்த்$_3$ர வந்தி$_3$தாயை நம:
ஓம் ஸிவ மாயாஸமாக்ராந்த மஹிஷா
ஸுரமர்தி$_3$ன்யை நம:
ஓம் ஸிவ த$_3$த்த ப$_3$லோன்மத்த
ஸும்பா$_4$த்$_3$யஸுர நாஸின்யை நம:
ஓம் ஸிவ த்$_3$விஜார்ப$_4$க
ஸ்தன்யஜ்ஞான க்ஷீர ப்ரதா$_3$யின்யை நம:
ஓம் ஸிவாதிப்ரிய ப$_4$க்தாதி$_3$ நந்தி$_3$
ப்$_4$ருங்கி$_3$ரிடிஸ்துதாயை நம:
ஓம் ஸிவானலஸமுத்$_3$பூ$_4$த
ப$_4$ஸ்மோத்$_3$தூ$_4$லித விக்$_3$ரஹாயை நம:
ஓம் ஸிவஜ்ஞானாப்$_3$தி$_4$ பாரஜ்ஞ
மஹாத்ரிபுர ஸுந்தர்யை நம: 108

|| இதி லலிதோபாக்$_2$யானே ஸ்தோத்ரக$_2$ண்டே$_3$ அகஸ்த்ய ஹயக்$_3$ரீவ ஸம்வாதே$_3$ ஸ்ரீ லலிதாஷ்டோத்தரஸதம் ||

அர்க்கியம்

* சந்தனம் புஷ்பம் அக்ஷதை யவம் தர்பத்தின் நுனி எள் அருகு இவை கலந்த ஜலம் அர்க்யம் எனப்படும் *(3)*

** ஸ்னான ஸமயத்தில் துர்கா ஸூக்தம், ஸ்ரீஸூக்தம், தேவீ உபநிஷத்துக்கள் இவைகளை ஜபித்துக்கொண்டு முற்கூறப்பட்ட கந்தாஷ்டகம் கலந்த ஜலத்தினால் அபிஷேகம் செய்து வைக்க வேண்டும்.

* ஜாதிக்காய், கிராம்பு, தக்கோலம் இவை போடப்பட்ட ஜலம் ஆசமனீயத்திற்கு உரியதாகும்.

** தயிர், நெய், தேன் இவைகளின் கலவையே மதுபர்கம் இந்தி *(2)*

பாத்யம்

*வலது கையில் புஷ்பத்தையும், இடது கையில் உள்ள உத்தரிணியால் விசேஷார்க்ய ஜலத்தின் ஒரு துளியையும் ஒரே சமயத்தில் அர்ப்பணம் செய்ய வேண்டும்.

** சாமை, அருகு, தாமரைப்பூ, விஷ்ணுக்ராந்தி இவை கலந்த ஜலம் பாத்யம் எனப்படும்.

பயஸஸ்து ஸமுத்பன்னம மதுராம்லம் சசிப்ரபம்,
தத்யாநீதம் மயாதேவி ஸ்னானார்த்தம் ப்ரதிக்ருஹ்யதாம்.
ஹ்ரீம் புவனேச்வர்யை ததி ஸ்னானாம் ஸமர்பயாமி நம:

✦✦✦

ஸ்ரீ பாலா ஸஹஸ்ரநாம ஸ்தோத்ரம்

|| கார்திகெய உவாச ||

தேவ தேவ மஹாதேவ ஸ்ருஷ்டி ஸ்தித்யன்தகாரக |
த்வம் கதி: ஸர்வதேவானாம் த்வம் கதி: ஸர்வதேஹினாம் ||1||

த்வம் கதி: ஸர்வதேவானாம் த்வம் கதிர்விபோ |
த்வமேவ ஜகதாதாரஸ்த்வமேவ விஶ்வகாரணம் ||2||

த்வமேவ பூஜ்ய ஸர்வேஷாம் த்வதன்யோ னாஸ்தி மே கதி: |
கிம் குஹ்யம் பரமம் லோகே கிமேகம் ஸர்வஸித்திதம் ||3||

கிமேகம் பரமம் ஸ்ருஷ்டி: கிம் பௌமேஶ்வர்ய மோக்ஷதம் |
வினா தீர்தேன தபஸா வினா வேதைர்வினா மகை: ||4||

வினா ஜாப்யேன த்யானேன கதம் ஸித்திமவாப்னுயாத் |
கஸ்மாதுத்பத்யதே ஸ்ருஷ்டி: கஸ்மிம்ஶ்ச விலயோ பவேத் ||5||

கஸ்மாதுத்தீர்யதே தேவ ஸம்ஸாரார்ணவ ஸன்கடாத் |
ததஹம் ஶ்ரோதுமிச்சாமி கதயஸ்வ மஹேஶ்வர ||6||

|| ஸ்ரீ மஹாதேவ உவாச ||

ஸாது ஸாது த்வயா ப்ருஷ்டோ&ஸ்ம்யஹம் பார்வதீனன்தன |
அஸ்தி குஹ்யதமம் புத்ர கதயிஷ்யாம்ய ஸம்ஶயம் ||1||

ஸத்த்வம் ரஜஸ்தமஶ்சைவ ப்ரஹ்ம-விஷ்ணு-ஶிவாதய: |
யே சான்யே பஹவோ பூதா: ஸர்வே ப்ரக்ருதி ஸம்பவா: ||2||

சைவ தேவீ பராஶக்திர்-மஹாத்ரிபுரஸுன்தரீ |
சைவ ஸம்ஹரதெ விஶ்வம் ஜகதேதச்சராசரம் ||3||

ஆதாரம் ஸர்வபூதானாம் சைவ ரோகார்திஹாரிணீ ||4||

இச்சாஶக்தி: க்ரியாரூபா ப்ரஹ்ம-விஷ்ணு-ஶிவாத்மிகா |
த்ரிதா ஶக்திஸ்வரூபேண ஸ்ருஷ்டி-ஸ்திதி-வினாஶினீ ||5||

ஸ்ருஜ்யதே ப்ரஹ்மரூபேண விஷ்ணுரூபேண ரக்ஷதி |
ஹரதெ ருத்ரரூபேண ஜகதேதச்சராசரம் ||6||

யஸ்ய யொனௌ ஜகத் ஸர்வமத்யாபி வர்ததே&கிலம் |
யஸ்யாம் ப்ரலீயதெ சான்தெ யஸ்யாம் ச ஜாயதெ புன: ||7||

யாம் ஸமாராத்ய த்ரைலொக்யே ஸம்ப்ராப்தம் பதமுத்தமம் |
தஸ்யா: னாமஸஹஸ்ரம் தே கதயாமி ஶ்ருணுஷ்வ தத் ||8||

|| வினியோக: ||

ஓம் அஸ்ய ஸ்ரீ பாலா த்ரிபுரா ஸஹஸ்ரனாம ஸ்தோத்ர மன்த்ரஸ்ய
பகவான் தக்ஷிணாமூர்திர்வாமதேவோ றுஷி:
காயத்ரீ சன்த:
ப்ரகட-குப்த-குப்ததர-ஸம்ப்ரதாய-குல-கௌலொத்தீர்ணா னிகர்ப-ரஹஸ்யாதி-
ரஹஸ்ய-பராபர-ரஹஸ்யாசின்த்யவர்தினீ தேவதா
ஆகாஶ பீஜம், மாயா ஶக்தி:, காமராஜ கீலகம்
(ஜீவோ பீஜம், புத்தி: ஶக்தி:, உதானோ பீஜம், ஸுஷும்னா-னாட்யாதி-
ஸரஸ்வதீ ஶக்தி:)
ஸமஸ்த தர்மார்த காம மோக்ஷார்தே ஜபே வினியோக: ||

|| த்யானம் ||

ஆதாரே தருணார்க பிம்பஸத்ருஶம் ஹேமப்ரபம் வாக்பவம்
பீஜம் மன்மதமின்த்ர கோபஸத்ருஶம் ஹ்றுத்பன்கஜே ஸம்ஸ்திதம் |
சக்ரம் பாலமயம் ஶஶான்க ருசிரம் பீஜம் து தார்தீயகம்
யே த்யாயன்தி பதத்ரயம் தவ ஶிவே தே யான்தி ஸூக்ஷ்மாம் கதிம் ||

|| ஸஹஸ்ரனாம ஸ்தவராஜ: ||

கல்யாணீ கமலா காளீ கராளீ காகரூபிணீ |
காமாக்ஷா காமதா காம்யா காமனா காமசாரிணீ ||1||

கௌமாரீ கருணாமூர்தி: கலிகல்மஷனாஶினீ |
காத்யாயனீ கலாதாரா கௌமுதீ கமலப்ரியா ||2||

கீர்திதா புத்திதா மேதா னீதிஜ்ஞா னீதிவத்ஸலா |
மாஹேஶ்வரீ மஹாமாயா மஹாதேஜா மஹேஶ்வரீ ||3||

காலராத்ரிர்மஹாராத்ரி: காலின்தீ கல்பரூபிணீ |
மஹாஜிஹ்வா மஹாலோலா மஹாதம்ஷ்ட்ரா மஹாபுஜா ||4||

மஹா-மோஹான்தகாரக்னீ மஹாமோக்ஷ-ப்ரதாயினீ |
மஹாதாரித்ர்ய-ராஶிக்னீ மஹாஶத்ரு-விமர்தினீ ||5||

மஹாஶக்திர்-மஹாஜ்யோதிர்-மஹா&ஸுர-விமர்தினீ |
மஹாகாயா மஹாபீஜா மஹாபாதகனாஶினீ ||6||

மஹாமகா மன்த்ரமயீ மணிபூர னிவாஸினீ |
மானஸீ மானதா மான்யா மனஶ்சக்ஷுரகோசரா ||7||

கணமாதா ச காயத்ரீ கண-கன்தர்வ-ஸேவிதா |
கிரிஜா கிரிஶா ஸாத்வீ கிரிஸா கிரிஸம்பவா ||8||

சன்டேஶ்வரீ சன்த்ரரூபா ப்ரசன்டா சன்டமாலினீ |
சர்சிகா சர்சிதாகாரா சன்டிகா சாருரூபிணீ ||9||

யஜ்ஞேஶ்வரீ யஜ்ஞரூபா ஜப-யஜ்ஞ-பராயணா |
யஜ்ஞமாதா யஜ்ஞகோப்த்ரீ யஜ்ஞேஶீ யஜ்ஞஸம்பவா ||10||

யஜ்ஞஸித்தி: க்ரியாஸித்திர்யஜ்ஞான்கீ யஜ்ஞரக்ஷகா |
யஜ்ஞப்ரியா யஜ்ஞரூபா யாஜ்ஞா யஜ்ஞக்ருபா&&லயா ||11||

ஜாலன்தரீ ஜகன்மாதா ஜாதவேதா ஜகத்ப்ரியா |
ஜிதேன்த்ரியா ஜிதக்ரோதா ஜனனீ ஜன்மதாயினீ ||12||

கன்கா கோதாவரீ கௌரீ கௌதமீ ச ஶதஹ்றுதா |
குர்குரா வேதகர்பா ச ரேவிகா கரஸம்பவா ||13||

ஸின்துர்மன்தாகினீ க்ஷிப்ரா யமுனா ச ஸரஸ்வதீ |
சன்த்ரபாகா பிபாஶா ச கன்டகீ வின்த்யவாஸினீ ||14||

னர்மதா கஹ்ன காவேரீ வேத்ரவத்யா ச கௌஶிகீ |
மஹோத்ததனயா சைவ அஹல்யா சண்யகாவதீ ||15||

அயோத்யா மதுரா மாயா காஶீ கான்சி வன்திகா |
த்வாராவதீ ச தீர்தேஶீ மஹாகில்பிஷனாஶினீ ||16||

பத்மினீ பத்மமத்யஸ்தா பத்ம கின்ஜல்கவாஸினீ |
பத்மவக்த்ரா ச பத்மாக்ஷீ பத்மஸ்தா பத்மஸம்பவா ||17||

ஹ்ரீம்காரீ குன்டலீ தாத்ரீ ஹ்ருத்பத்மஸ்தா ஸுலோசனா |
ஸ்ரீம்காரீ பூஷணா லக்ஷ்மீ: க்லீம்காரீ க்லேஶனாஶினீ ||18||

ஹரிப்ரியா ஹரேர்மூர்திர்-ஹரினேத்ர க்ருதாலயா |
ஹரி-வக்த்ரோத்பவா ஶான்தா ஹரிவக்ஷ: ஸ்திதாலயா ||19||

வைஷ்ணவீ விஷ்ணுரூபா ச விஷ்ணுமாதா ஸ்வரூபிணீ |
விஷ்ணுமாயா விஶாலாக்ஷீ விஶால னயனோஜ்ஜ்வலா ||20||

விஶ்வேஶ்வரீ ச விஶ்வாத்மா விஶ்வேஶீ விஶ்வரூபிணீ |
விஶ்வேஶ்வரீ ஶிவாதாரா ஶிவனாதா ஶிவப்ரியா ||21||

ஶிவமாதா ஶிவாக்ஷீ ச ஶிவதா ஶிவரூபிணீ |
பவேஶ்வரீ பவாராத்யா பவேஶீ பவனாயிகா ||22||

பவமாதா பவகம்யா பவகன்டகனாஶினீ |
பவப்ரியா பவானன்தா பவானீ பவமோசினீ ||23||

கீதிர்வரேண்யா ஸாவித்ரீ ப்ரஹ்மாணீ ப்ரஹ்மரூபிணீ |
ப்ரஹ்மேஶீ ப்ரஹ்மதா ப்ராஹ்மீ ப்ரஹ்மாணீ ப்ரஹ்மவாதினீ ||24||

துர்கஸ்தா துர்கரூபா ச துர்கா துர்கதினாஶினீ |
த்ரயோதா ப்ரஹ்மதா ப்ராஹ்மீ ப்ரஹ்மாணீ ப்ரஹ்மவாதினீ ||25||

த்வகஸ்தா த்வகரூபா ச த்வகா த்வகார்திஹாரிணீ |
ஸ்வர்கமா னிர்கமா தாதா தாயா தோக்த்ரீ துராபஹா ||26||

தூரக்னீ ச துராராத்யா தூரதுஷ்க்ருதனாஶினீ |
பன்சஸ்தா பன்சமீ பூர்ணா பூர்ணபீடனிவாஸினீ ||27||

ஸத்த்வஸ்தா ஸத்த்வரூபா ச ஸத்த்வதா ஸத்த்வஸம்பவா |
ரஜஸ்தா ச ரஜோரூபா ரஜோகுண-ஸமுத்பவா ||28||

தாமஸீ ச தமோரூபா தாமஸீ தமஸ:ப்ரியா |
தமோகுண-ஸமுத்பூதா ஸாத்த்விகீ ராஜஸீ தமீ ||29||

கலா காஷ்டா னிமேஷா ச ஸ்வக்றுதா ததனன்தரா |
அர்தமாஸா ச மாஸா ச ஸம்வத்ஸர-ஸ்வரூபிணீ ||30||

யுகஸ்தா யுகரூபா ச கல்பஸ்தா கல்பரூபிணீ |
னானாரத்ன விசித்ரான்கீ னானா&&பரண-மன்டிதா ||31||

விஶ்வாத்மிகா விஶ்வமாதா விஶ்வபாஶா விதாயினீ |
விஶ்வாஸகாரிணீ விஶா விஶ்வஶக்திர்-விசக்ஷணா ||32||

ஜபாகுஸும ஸன்காஶா தாடிமீ குஸுமோபமா |
சதுரன்கா சதுர்பாஹுஶ்சதுரா சாருஹாஸினீ ||33||

ஸர்வேஶீ ஸர்வதா ஸர்வா ஸர்வஜ்ஞா ஸர்வதாயினீ |
ஸர்வேஶ்வரீ ஸர்வவித்யா ஶர்வாணீ ஸர்வமன்களா ||34||

னளினீ னன்தினீ னன்தா ஆனன்தானன்தவர்த்தினீ |
வ்யாபினீ ஸர்வபூதேஷு பவபார-வினாஶினீ ||35||

குலீனா குலமத்யஸ்தா குலதர்மோபதேஶினீ |
ஸர்வஶ்றுன்கார வேஶாட்யா பாஶாம்குஶ கரோத்யதா ||36||

ஸூர்யகோடி ஸஹஸ்ராபா சன்த்ரகோடி னிபானனா |
கணேஶ-கோடி-லாவண்யா விஷ்ணுகோட்யிரிமர்தினீ ||37||

தாவாக்னி கோடி ஜ்வலினீ ருத்ர கோட்யுக்ரரூபிணீ |
ஸமுத்ரகோடி-கம்பீரா வாயுகோடி-மஹாபலா ||38||

ஆகாஶகோடி-விஸ்தாரா யமகோடி-பயன்கரா |
மேருகோடி-ஸமுச்சாயா குணகோடி-ஸம்றுத்திதா ||39||

னிஷ்கலன்கா னிராதாரா னிர்குணா குணவர்ஜிதா |
அஶோகா ஶோகரஹிதா தாபத்ரய-விவர்ஜிதா ||40||

விஶிஷ்டா விஶ்வஜனனீ விஶ்வமோஹ-விதாரிணீ |
சித்ரா விசித்ரா சித்ராஶீ ஹேதுகர்பா குலேஶ்வரீ ||41||

இச்சாஶக்தி: ஜ்ஞானஶக்தி: க்ரியாஶக்தி ஶுசி ஸ்மிதா |
ஶ்ருதி-ஸ்ம்றுதிமயீ ஸத்யா ஶ்ருதிரூபா ஶ்ருதிப்ரியா ||42||

ஶ்ருதிப்ரஜ்ஞா மஹாஸத்யா பன்சதத்த்வோபரிஸ்திதா |
பார்வதீ ஹிமவன்புத்ரீ பாஶஸ்தா பாஶரூபிணீ ||43||

ஜயன்தீ பத்ரகாளீ ச அஹல்யா குலனாயிகா |
பூததாத்ரீ ச பூதேஶீ பூதஸ்தா பூதபாவினீ ||44||

மஹாகுன்டலினீ ஶக்திர்-மஹாவிபவ-வர்த்தினீ |
ஹம்ஸாக்ஷீ ஹம்ஸரூபா ச ஹம்ஸஸ்தா ஹம்ஸரூபிணீ ||45||

ஸோம-ஸூர்யாக்னி-மத்யஸ்தா மணிபூரக வாஸினீ |
ஷட்பத்ராம்போஜ-மத்யஸ்தா மணிபூர நிவாஸினீ ||46||

த்வாதஶார ஸரோஜஸ்தா ஸூர்யமன்டலவாஸினீ |
அகலன்கா ஶஶான்காபா ஷோடஶார-நிவாஸினீ ||47||

த்விபத்ரதல மத்யஸ்தா லலாடதலவாஸினீ |
டாகினீ ஶாகினீ சைவ லாகினீ காகினீ ததா ||48||

ராகினீ ஹாகினீ சைவ ஷட்சக்ரக்ரம-வாஸினீ |
ஸ்ருஷ்டி-ஸ்திதி-வினாஶா ச ஸ்ருஷ்டி-ஸ்தித்யன்தகாரிணீ ||49||

ஸ்ரீகன்டா ஸ்ரீப்ரியா கன்டா னாதாக்யா பின்துமாலினீ |
சது:ஷஷ்டி-கலாதாரா மேருதன்ட-ஸமாஶ்ரயா ||50||

மஹாகாளீ த்யுதிர்மேதா ஸ்வதா துஷ்டிர்மஹாத்யுதி: |
ஹிம்குலா மன்கலஶிவா ஸுஷும்ணா-மத்யகாமினீ ||51||

பராகோரா கராளாக்ஷீ விஜயா ஜயஶாலினீ |
ஹ்ருத்பத்மனிலயா தேவீ பீமா பைரவ னாதினீ ||52||

ஆகாஶ லின்கபூதா ச புவனோத்யான-வாஸினீ |
மஹாஸூக்ஷ்மாऽபயா காளீ பீமரூபா மஹாபலா ||53||

மேனகாகர்பஸம்பூதா தப்தகான்சனஸன்னிபா |
அன்த:ஸ்தா கூடபீஜா ச த்ரிகூடாசலவாஸினீ ||54||

வர்ணாக்ஷா வர்ணரஹிதா பன்சாஶத்வர்ணபேதினீ |
வித்யாதரீ லோகதாத்ரீ அப்ஸரா அப்ஸர:ப்ரியா ||55||

தக்ஷா தாக்ஷாயனீ தீக்ஷா தக்ஷயஜ்ஞ வினாஶினீ |
யஶஸ்வினீ யஶ:பூர்ணா யஶோதாகர்ப-ஸம்பவா ||56||

தேவகீ தேவமாதா ச ராதிகா க்ருஷ்ணவல்லபா |
அருன்ததீ ஶசீன்த்ராணீ கான்தாரீ கன்தமோதினீ ||57||

த்யானாதீதா த்யானகம்யா த்யானா த்யானாவதாரிணீ |
லம்போதரீ ச லம்போஷ்டா ஜாம்பூவதீ ஜலோதரீ ||58||

மஹோதரீ முக்தகேஶீ முக்தி-காமார்த-ஸித்திதா |
தபஸ்வினீ தபொனிஷ்டா சாபர்ணா பர்ணபக்ஷிணீ ||59||

பாணசாபதரா வீரா பான்சாலீ பன்சமப்ரியா |
குஹ்யா கம்பீரா கஹனா குஹ்யதத்த்வ-நிரன்ஜனா ||60||

அஶரீரா ஶரீரஸ்தா ஸம்ஸாரார்ணவ-தாரிணீ |
அம்ருதா நிஷ்கலா பத்ரா ஸகலா க்ருஷ்ணபின்களா ||61||

சக்ரேஶ்வரீ சக்ரஹஸ்தா பாஶசக்ரவினாஶினீ |
பத்மராக ப்ரதீகாஶா நிர்மலாகாஶஸன்னிபா ||62||

ஊர்த்வஸ்தா ஊர்த்வரூபா ச ஊர்த்வபத்ம-நிவாஸினீ |
கார்ய-காரண-கர்த்ரீ ச பர்வாக்யா ரூபஸம்ஸ்திதா ||63||

ரஸஜ்ஞா ரஸமத்யஸ்தா கன்தஜ்ஞா கன்தரூபிணீ |
பரப்ரஹ்மஸ்வரூபா ச பரப்ரஹ்ம நிவாஸினீ ||64||

ஶப்தப்ரஹ்ம ஸ்வரூபா ச ஶப்தஸ்தா ஶப்தவர்ஜிதா |
ஸித்திர்வ்ருத்தி பராவ்ருத்தி: ஸகீர்திர்தீப்தி ஸம்ஸ்திதா ||65||

ஸ்வகுஹ்யா ஶாம்பவீ ஶக்திஸ்தத்வஜ்ஞா தத்த்வரூபிணீ |
ஸரஸ்வதீ பூதமாதா மஹாபூதாதிபப்ரியா ||66||

ஶ்ருதிப்ரஜ்ஞாத்யமே ஸித்தி: தக்ஷகன்யா அபராஜிதா |
காம-ஸன்தீபனீ காமா ஸதாகாமா குதூஹலா ||67||

போகோபசார குஶலா அமலா ஹ்யமலானனா |
பக்தானுகம்பினீ மைத்ரீ ஶரணாகதவத்ஸலா ||68||

ஸஹஸ்ரபுஜா சிச்சக்தி: ஸஹஸ்ராக்ஷா ஶதானனா |
ஸித்தலக்ஷ்மீர்-மஹாலக்ஷ்மீர்-வேதலக்ஷ்மீ ஸுலக்ஷணா ||69||

யஜ்ஞஸாரா தபஸ்ஸாரா தர்மஸாரா ஜனேஶ்வரீ |
விஶ்வோதரீ விஶ்வஸ்ருஷ்டா விஶ்வாக்யா விஶ்வதோமுகீ ||70||

விஶ்வாஸ்ய ஶ்ரவண க்ராணா விஶ்வமாலா பராத்மிகா |
தருணாதித்ய ஸன்காஶா கரணானேக ஸன்குலா ||71||

க்ஷோபிணீ மோஹினீ சைவ ஸ்தம்பினீ ஜ்றும்பிணீ ததா |
ரதினீ த்வஜினீ ஸேனா ஸர்வமன்த்ரமயீ த்ரயீ ||72||

ஜ்ஞானமுத்ரா மஹாமுத்ரா ஜபமுத்ரா மஹோத்ஸவா |
ஜடாஜூடதரா முக்தா ஸூக்ஷ்ம ஶான்திர்விபீஷணா ||73||

த்வீபிசர்ம பரீதானா சீரவல்கலதாரிணீ |
த்ரிஶூல டமருதரா னரமாலா விபூஷிணீ ||74||

அத்யுக்ரரூபிணீ சோக்ரா கல்பான்த தஹனோபமா |
த்ரைலோக்யஸாதனீ ஸாத்யா ஸித்தஸாதக வத்ஸலா ||75||

ஸர்வவித்யாமயீ ஸாரா அஸுராம்புதிதாரிணீ |
ஸுபகா ஸுமுகீ ஸௌம்யா ஸுஶூரா ஸோமபூஷணா ||76||

ஶுத்த ஸ்படிகஸன்காஶா மஹாவ்றுஷபவாஹினீ |
மஹிஶீ மஹிஷாரூடா மஹிஷாஸுரகாதினீ ||77||

தமினீ தாமினீ தான்தா தயா தோக்த்ரீ துராபஹா |
அக்னிஜிஹ்வா மஹாகோரா&கோரா கோரதரானனா ||78||

னாராயணீ னாரஸிம்ஹீ ன்றுஸிம்ஹ-ஹ்றுதயஸ்திதா |
யோகேஶ்வரீ யோகரூபா யோகமாலா ச யோகினீ ||79||

கேசரீ பூசரீ கேலா னிர்வாணபத ஸம்ஶ்ரயா |
னாகினீ னாககன்யா ச ஸுரேஶா னாகனாயிகா ||80||

விஷஜ்வாலாவதீ தீப்தா கலாஶத விபூஷணா |
பீமவக்த்ரா மஹாவக்த்ரா வக்த்ராணாம் கோடிதாரிணீ ||81||

மஹாதாத்மா ச தர்மஜ்ஞா தர்மாதி-ஸுகதாயினீ |
க்ருஷ்ணர்மூர்திர்-மஹாமூர்திர்-கோரமூர்திர்-வரானனா ||82||

ஸர்வேன்த்ரிய மனோமாதா ஸர்வேன்த்ரிய மனோமயீ |
ஸர்வஸன்க்ராம ஜயதா ஸர்வப்ரஹரணோத்யதா ||83||

ஸர்வபீடோபஶமனீ ஸர்வாரிஷ்ட வினாஶினீ |
ஸர்வைஶ்வர்ய ஸமுத்பத்தி ஸர்வக்ரஹ வினாஶினீ ||84||

பீதிக்னீ பக்திகம்யா ச பக்தானாமார்தினாஶினீ |
மாதன்கீ மத்தமாதன்கீ மாதன்க கணமண்டிதா ||85||

அம்ருதோததி மத்யஸ்தா கடி ஸூத்ரைரலன்க்ருதா |
அம்ருதத்வீப மத்யஸ்தா ப்ரபலா வத்ஸலோஜ்ஜ்வலா ||86||

மணிமன்டப மத்யஸ்தா ரத்ன ஸிம்ஹாஸனஸ்திதா |
பரமானன்தமுதிதா ஈஷத்-ப்ரஹஸிதானனா ||87||

குமுதா லலிதா லோலா லாக்ஷா லோஹிதலோசனா |
திக்வாஸா தேவதூதீ ச தேவதேவாதி தேவதா ||88||

ஸிம்ஹோபரி ஸமாரூடா ஹிமாசலனிவாஸினீ |
அட்டாட்டஹாஸினீ கோரா கோரதைத்ய வினாஶினீ ||89||

அத்யுக்ரா ரக்தவஸனா னாக-கேயூர-மன்டிதா |
முக்தாஹார ஸ்தனொபேதா துன்கபீன-பயோதரா ||90||

ரக்தோத்பல-தலாகாரா மதாகூர்ணித-லோசனா |
கன்டமன்டித-தாடன்கா குன்ஜாஹார விபூஷணா ||91||

ஸன்கீத-ரன்க-ரஸனா வீணாவாத்ய குதூஹலா |
ஸமஸ்ததேவமூர்திஶ்ச ஹ்யஸுரக்ஷயகாரிணீ ||92||

கட்கினீ ஶூலஹஸ்தா ச சக்ரிணீ சாக்ஷமாலினீ |
கட்கினீ சக்ரிணீ தான்தா வஜ்ரிணீ வஜ்ரதன்டினீ ||93||

ஆனன்தோததி மத்யஸ்தா கடி-ஸூத்ரைரலன்க்ருதா |
னானாபரண தீப்தான்கீ னானாமணி விபூஷணா ||94||

ஜகதானன்த ஸம்பூதிஶ்சின்தாமணி குணாகாரா |
த்ரைலோக்யனமிதா பூஜ்யா சின்மயானன்தரூபிணீ ||95||

த்ரைலோக்யனன்தினீ தேவீ து:க-து:ஸ்வப்னனாஶினீ |
கோராக்னி-தாஹ-ஶமனீ ராஜதைவாதி-ஶாலினீ ||96||

மஹா&பராத ராஶிக்னீ மஹாவைரி பயாபஹா |
ராகாதி தோஷரஹிதா ஜராமரணவர்ஜிதா ||97||

சன்த்ரமன்டல மத்யஸ்தா பீயூஷார்ணவ ஸம்பவா |
ஸர்வதேவை: ஸ்துதாதேவீ ஸர்வஸித்தி னமஸ்க்ருதா ||98||

அசின்த்ய ஶக்திரூபா ச மணிமன்த்ர மஹௌஷதீ |
ஸ்வஸ்தி: ஸ்வஸ்திமனீ பாலா மலயாசல ஸம்ஸ்திதா ||99||

தாத்ரீ விதாத்ரீ ஸம்ஹாரா ரதிஜ்ஞா ரதிதாயினீ |
ருத்ராணீ ருத்ரரூபா ச ரௌத்ரீ ரௌத்ரார்திஹாரிணீ ||100||

ஸர்வஜ்ஞா சௌரதர்மஜ்ஞா ரஸஜ்ஞா தீனவத்ஸலா |
அனாஹதா த்ரினயனா னிர்பரா ன்ரிவ்ருதௌ பரா ||101||

பரா கோரகராளாக்ஷீ ஸ்வமாதா ப்ரியதாயினீ |
மன்த்ராத்மிகா மன்த்ரகம்யா மன்த்ரமாதா ஸமன்த்ரிணீ ||102||

ஶுத்தானன்தா மஹாபத்ரா னிர்த்வன்த்வா னிர்குணாத்மிகா |
தரணீ தாரிணீ ப்ருத்வீ தரா தாத்ரீ வஸுன்தரா ||103||

மேருமன்திர மத்யஸ்தா ஶிவா ஶன்கர வல்லபா |
ஸ்ரீகதி: ஸ்ரீமயீ ஶ்ரேஷ்டா ஸ்ரீகரீ ஸ்ரீவிபாவினீ ||104||

ஸ்ரீதா ஸ்ரீமா ஸ்ரீனிவாஸா ஸ்ரீமதீ ஸ்ரீமதாம் கதி: |
உமா ஶாரன்கிணீ க்ருஷ்ணா குடிலா குடிலாலகா ||105||

த்ரிலோசனா த்ரிலோகாத்மா புண்யதா புண்யகீர்திதா |
அம்ருதா ஸத்யஸன்கல்பா ஸத்யாஶா க்ரன்திவிபேதினீ ||106||

பரேஶா பரமா வித்யா பராவித்யா பராத்பரா |
ஸுன்தரான்கீ ஸுவர்ணாபா ஸுராஸுர னமஸ்க்ருதா ||107||

ப்ரஜா ப்ரஜாவதீ தன்யா தன தான்ய ஸம்ருத்திதா |
ஈஶானீ புவனேஶானீ புவனா புவனேஶ்வரீ ||108||

அனன்தானன்த-மஹிமா ஜகத்ஸாரா ஜகத்பவா |
அசின்த்யஶக்தி-மஹிமா சின்த்யாசின்த்ய ஸ்வரூபிணீ ||109||

ஜ்ஞானகம்யா ஜ்ஞானமூர்திர்ஜ்ஞானதா ஜ்ஞானஶாலினீ |
அமிதா கோரரூபா ச ஸுதாதாரா ஸுதாவஹா ||110||

பாஸ்கரீ பாஸுரீ பாதீ பாஸ்வதுத்தானஶாயினீ |
அனஸூயா க்ஷமா லஜ்ஜா துர்லபா புவனாத்மிகா ||111||

விஶ்வவன்த்யா விஶ்வபீஜா விஶ்வதீர்-விஶ்வஸம்ஸ்திதா |
ஶீலஸ்தா ஶீலரூபா ச ஶீலா ஶீலப்ரதாயினீ ||112||

போதினீ போதகுஶலா ரோதினீ வாதினீ ததா |
வித்யோதனீ விசித்ராத்மா வித்யுத்படலஸன்னிபா ||113||

விஶ்வயோனிர்மஹாயோனி: கர்மயோனி: ப்ரியம்வதா |
ரோகிணீ ரோகஶமனீ மஹாரோக பயாவஹா ||114||

வரதா புஷ்டிதா தேவீ மானதா மானவப்ரியா |
க்ருஷ்ணான்கவாஹினீ சைவ க்ருஷ்ணா க்ருஷ்ணமஹோதரீ ||115||

ஶாம்பவீ ஶம்புரூபா ச ஶம்புரூபா ஶம்புஸம்பவா |
விஶ்வோதரீ விஶ்வமாதா யோகமுத்ரா ச யோகினீ ||116||

வாகீஶ்வரீ யோகமுத்ரா யோகினீ கோடிஸேவிதா |
கௌலிகானன்தகன்யா ச ஶ்றுன்காடபீடவாஸினீ ||117||

க்ஷேமன்கரீ ஸர்வரூபா திவ்யரூபா திகம்பரா |
தூம்ரவக்த்ரா தூம்ரநேத்ரா தூம்ரகேஶீ ச தூஸரா ||118||

பினாகி ருத்ர வேதாளீ மஹாவேதாளரூபிணீ |
தபினீ தாபினீ தக்ஷா விஷ்ணுவித்யா த்வனாதிதா ||119||

அன்குரா ஜடரா தீவ்ரா அக்னிஜிஹ்வா பயாபஹா |
பஶுக்னீ பஶுரூபா ச பஶுதா பஶுவாஹினீ ||120||

பிதா மாதா ச ப்ராதா ச பஶுபாஶ வினாஶினீ |
சன்த்ரமா சன்த்ரரேகா ச சன்த்ரகான்தி-விபூஷணா ||121||

குன்குமான்கித ஸர்வான்கீ ஸுதீர்புத்புதலோசனா |
ஶுக்லாம்பரதரா தேவீ வீணா-புஸ்தக-தாரிணீ ||122||

ஶ்வேதவஸ்த்ரதரா தேவீ ஶ்வேதபத்மாஸனஸ்திதா |
ரக்தாம்பரா ச ரக்தான்கீ ரக்தபத்ம விலோசனா ||123||

னிஷ்டுரா க்ரூரஹ்ருதயா அக்ரூரா மிதபாஷிணீ |
ஆகாஶலின்க-ஸம்பூதா புவனோத்யானவாஸினீ ||124||

மஹாஸூக்ஷ்மா ச கன்காளீ பீமரூபா மஹாபலா |
அனுபம்ய குணோபேதா ஸதா மதுரபாஷிணீ ||125||

விரூபாக்ஷீ ஸஹஸ்ராக்ஷீ ஶதாக்ஷீ பஹுலோசனா |
துஸ்தரீ தாரிணீ தாரா தருணீ தாரரூபிணீ ||126||

ஸுதாதாரா ச தர்மஜ்ஞா தர்மயோகோபதேஶினீ |
பகேஶ்வரீ பகாராத்யா பகினீ பகனாப்ரியா ||127||

பகவிஶ்வா பகக்லின்னா பகயோனிர்பகப்ரதா |
பகேஶ்வரீ பகரூபா பககுஹ்யா பகாவஹா ||128||

பகோதரீ பகானன்தா பகாட்யா பகமாலினீ |
ஸர்வஸன்க்ஷோபிணீ ஶக்தி: ஸர்வவித்ராவிணீ ததா ||129||

மாலினீ மாதவீ மாத்வீ மதரூபா மதோத்கடா |
பேருன்டா சன்டிகா ஜ்யோத்ஸ்னா விஶ்வசக்ஷுஸ்தபோவஹா ||130||

ஸுப்ரஸன்னா மஹாதூதீ யமதூதீ பயன்கரீ |
உன்மாதினீ மஹாரூபா திவ்யரூபா ஸுரார்சிதா ||131||

சைதன்யரூபிணீ னித்யா னித்யக்லின்னா மதோல்லஸா |
மதிரானன்த கைவல்யா மதிராக்ஷீ மதாலஸா ||132||

ஸித்தேஶ்வரீ ஸித்தவித்யா ஸித்தாத்யா ஸித்தவன்திதா |
ஸித்தார்சிதா ஸித்தமாதா ஸித்தஸர்வார்த-ஸாதிகா ||133||

மனோன்மயீ குணாதீதா பரம்ஜ்யோதி: ஸ்வரூபிணீ |
பரேஶீ பாரகா பாரா பாரஸித்தி: பராகதி: ||134||

விமலா மோஹினீரூபா மதுபானபராயணா |
வேதவேதான்கஜனனீ ஸர்வஶாஸ்த்ர விஶாரதா ||135||

ஸர்வவேதமயீ வித்யா ஸர்வஶாஸ்த்ரமயீ ததா |
ஸர்வஜ்ஞானமயீ தேவீ ஸர்வதர்மமயீஶ்வரீ ||136||

ஸர்வயஜ்ஞமயீ யஜ்வா ஸர்வமன்த்ராதிகாரிணீ |
த்ரைலோக்யாகர்ஷிணீ தேவீ ஸர்வாத்யானன்தரூபிணீ ||137||

ஸர்வஸம்பத்த்யதிஷ்டாத்ரீ ஸர்வவித்ராவிணீ பரா |
ஸர்வஸம்க்ஷோபினீ தேவீ ஸர்வமன்களகாரிணீ ||138||

த்ரைலோக்யரன்ஜனீ தேவீ ஸர்வஸ்தம்பனகாரிணீ |
த்ரைலோக்யஜயினீ தேவீ ஸர்வோன்மாத ஸ்வரூபிணீ ||139||

ஸர்வஸம்மோஹினீ தேவீ ஸர்வவஶ்யன்கரீ ததா |
ஸர்வார்தஸாதினீ தேவீ ஸர்வஸம்பத்திதாயினீ ||140||

ஸர்வகாமப்ரதா தேவீ ஸர்வமன்களகாரிணீ |
ஸர்வஸித்திப்ரதா தேவீ ஸர்வது:க விமோசினீ ||141||

ஸர்வம்ருத்யு ப்ரஶமனீ ஸர்வவிக்ன வினாஶினீ |
ஸர்வான்க ஸுன்தரீ மாதா ஸர்வஸௌபாக்யதாயினீ ||142||

ஸர்வதா ஸர்வஶக்திஶ்ச ஸர்வைஶ்வர்ய பலப்ரதா |
ஸர்வஜ்ஞானமயீ தேவீ ஸர்வவ்யாதி வினாஶினீ ||143||

ஸர்வாதாரா ஸர்வரூபா ஸர்வபாபஹரா ததா |
ஸர்வானன்தமயீ தேவீ ஸர்வரக்ஷாஸ்வரூபிணீ ||144||

ஸர்வலக்ஷ்மீமயீ வித்யா ஸர்வேப்ஸித பலப்ரதா |
ஸர்வது:க ப்ரஶமனீ பரமானன்ததாயினீ ||145||

த்ரிகோணனிலயா த்ரிஷ்டா த்ரிமாதா த்ரிதனுஸ்திதா |
த்ரிவித்யா சைவ த்ரிஸ்மாரா த்ரைலோக்ய த்ரிபுரேஶ்வரீ ||146||

த்ரிகோதரஸ்தா த்ரிவிதா த்ரிபுரா த்ரிபுராத்மிகா |
த்ரிதாத்ரீ த்ரிதஶா த்ர்யக்ஷா த்ரிக்னீ த்ரிபுரவாஹினீ ||147||

த்ரிபுரஸ்ரீ: ஸ்வஜனனீ பாலாத்ரிபுரஸுன்தரீ |
ஸ்ரீமத் த்ரிபுரஸுன்தர்யா மன்த்ரனாம ஸஹஸ்ரகம் ||148||

|| பலஶ்ருதி ||

குஹ்யாத் குஹ்யதரம் புத்ர தவ ப்ரீத்யா ப்ரகீர்திதம் |
கோபனீயம் ப்ரயத்னேன படனீயம் ப்ரயத்னத: ||1||

னாத: பரதரம் புண்யம் னாத: பரதரம் ஶுபம் |
னாத: பரதரம் ஸ்தோத்ரம் னாத: பரதரா கதி: ||2||

ஸ்தோத்ரம் ஸஹஸ்ரனாமாக்யம் மம வக்த்ராத் வினிஸ்ம்ருதம் |
ய: படேத் பரமா பக்த்யா ஶ்ருணுயாத் வா ஸமாஹித: ||3||

மோக்ஷார்தீ லபதெ மோக்ஷம் ஸுகார்தீ ஸுகமவாப்னுயாத் |
பலார்தீ லபதெ காமான் தனார்தீ லபதெ தனம் ||4||

வித்யார்தீ லபதெ வித்யாம் யஶா&ர்தீ லபதெ யஶ: |
கன்யார்தீ லபதெ கன்யாம் ஸுதார்தீ லபதெ ஸுதம் ||5||

கர்பிணீ லபதெ புத்ரம் கன்யா வின்ததி ஸத்-பதிம் |
மூர்கோ&பி லபதெ ஶாஸ்த்ரம் சௌரோ&பி லபதெ கதிம் ||6||

ஸன்க்ரான்தாவமாவஸ்யாம் அஷ்டம்யாம் பௌமவாஸரே |
படேத் வா பாடயேத் வாபி ஶ்ருணுயாத் வா ஸமாஹித: ||7||

பௌர்ணமாஸ்யாம் சதுர்தஶ்யாம் னவம்யாம் ச விஶேஷத: |
ஸ முக்த: ஸர்வபாபேப்யொ காமேஶ்வர ஸமொ பவேத் ||8||

லக்ஷ்மீவான் ஸுதவாம்ஶ்சைவ வல்லப: ஸர்வயோஷிதாம் |
தஸ்யா வஶ்யம் பவெத் தாஸ்யம் த்ரைலோக்யம் ஸசராசரம் ||9||

ருத்ரம் த்ருஷ்ட்வா யதா தேவா விஷ்ணும் த்ருஷ்ட்வா ச தானவா: |
பன்னகா கருடம் த்ருஷ்ட்வா ஸிம்ஹம் த்ருஷ்ட்வா யதா ம்ருகா: ||10||

மன்டூகா போகினம் த்ருஷ்ட்வா மார்ஜாரம் மூஷகோ யதா |
கீடவத் ப்ரபலாயான்தே தஸ்ய வக்த்ராவலோகனாத் ||11||

அக்னிசௌரபயம் தஸ்ய கதாசின்னைவ ஸம்பவேத் |
பாதகா விவிதா: ஸன்தி மேருமன்தர ஸன்னிபா: ||12||

பஸ்மஸாத் தத்க்ஷணம் குர்யாத் த்ருணம் வஹ்னியுதம் யதா |
ஏகதா படனாதேவ ஸர்வபாப க்ஷயோ பவேத் ||13||

தஶதா படனாதேவ வான்சா ஸித்தி: ப்ரஜாயதே |
னஶ்யன்தி ஸஹஸா ரோகா தஶதா&&வர்தனேன ச ||14||

ஸஹஸ்ரம் வா படேத் யஸ்து கேசரோ ஜாயதெ னர: |
ஸஹஸ்ரதஶகம் யஸ்து படேத் பக்திபராயண: ||15||

ஸா தஸ்ய ஜகதாம் தாத்ரீ ப்ரத்யக்ஷா பவதி த்ருவம் |
லக்ஷம் பூர்ணம் யதா புத்ர ஸ்தவம் ராஜம் படேத் ஸுதீ: ||16||

பவபாஶ வினிர்முக்தொ மம துல்யொ ன ஸம்ஶய: |
ஸர்வ தீர்தேஷு யத் புண்யம் ஸர்வயஜ்ஞேஷு யத் பலம் ||17||

ஸர்வதேவேஷு யத் புண்யம் தத்பலம் பரிகீர்திதம் |
தத் பலம் கோடிகுணிதம் ஸக்ருஜ்ஜப்த்வா லபேன்னர: ||18||

ஶ்ருத்வா மஹாபலஶ்சாஶு புத்ரவான் ஸர்வஸம்பத: |
தேஹான்தே பரமம் ஸ்தானம் யத் ஸுரைரபி துர்லபம் ||19||

அத்வைத-யோகிபிர்ஜ்ஞேயம் மார்ககைரபி துர்லபம் |
ஸ யாஸ்யதி ன ஸன்தேஹ: ஸ்தவராஜ ப்ரகீர்தனாத் ||20||

ய: ஸதா படதே பக்தோ முக்திஸ்தஸ்ய ன ஸம்ஶய: ||21||

|| ஶ்ரீ வாமகேஶ்வர தன்த்ரே ஸனத்குமார ஸம்வாதே ஶ்ரீ ஜகதம்பா பாலா த்ரிபுர ஸுன்தர்யா: ஸஹஸ்ரனாம ஸ்தவராஜ: ஸம்பூர்ணம் ||

பாலா த்ரிபுரஸுன்தரீ கட்கமாலா ஸ்தோத்ரம்

அஸ்ய ஸ்ரீ பாலா த்ரிபுரஸுன்தரீ கட்கமாலா மஹா மன்த்ரஸ்ய
தக்ஷிணாமூர்தி ருஷயே னம: காயத்ரீ சன்தஸே னம: ஸ்ரீ பாலா த்ரிபுரஸுன்தரீ
தேவதாயை னம:
ஐம் பீஜம் க்லீம் ஶக்தி: ஸௌ: கீலகம்
மம ஸர்வாபீஷ்ட ஸித்த்யர்தே ஜபே வினியோக:
மூல மன்த்ரோக்த க்ரமேண அம்கன்யாஸ கரன்யாஸ குர்யாத்

த்யானம்

பாலபானு ப்ரதீகாஶாம் பலாஶ குஸும ப்ரபாம்
கமலாயத னேத்ராம் தாம் விதி விஷ்ணு ஶிவஸ்துதாம் |
பிப்ராதிம் இக்ஷுசாபம் ச புஷ்பௌகம் பாஶமம்குஶம்
னமாமி லலிதாம் பாலாம் த்ரிபுராம் இஷ்ட ஸித்திதாம் ||

ஹ்ரீம் ஸ்ரீம் னமோ பாலா த்ரிபுரஸுன்தரீ ஹ்ருதயதேவி ஶிரோதேவி ஶிகாதேவி
கவசதேவி னேத்ரதேவி அஸ்த்ரதேவி ரதி ப்ரீதி மனோபாவே க்ஷோபண
த்ராவண ஆகர்ஷண வஶீகரண ஸம்மோஹன காம மன்மத கன்தர்ப
மகரத்வஜ மீனகேதன ரத்யாதி த்ரிஶக்தி க்ஷோபணாதி பன்ச பாணஶக்தி
ஸஹித ப்ரதமாவர்ண ரூபிணி ||

ஸ்ரீ பாலா த்ரிபுரஸுன்தரீ ஸுபகே பகே பகஸர்பிணி பகமாலினி
அனன்கஸுமே அனன்கமேகலே அனன்கமதனே அனன்கமதனாதுரே
ஸுபகாத்யஷ்டஶக்தி ஸமன்வித த்விதீயாவர்ண ரூபிணீ ||

ஸ்ரீ பாலா த்ரிபுரஸுன்தரீ ப்ராஹ்மி மாஹேஶ்வரீ கௌமாரீ வைஷ்ணவீ வாராஹீ
இன்த்ராணீ சாமுண்டீ மஹாலக்ஷ்மீ ப்ரஹ்மே இத்யாதி அஷ்டமாத்ருகா
பீடஸமன்வித த்ருதீயாவர்ண ரூபிணீ ||

ஸ்ரீ பாலா த்ரிபுரஸுன்தரீ அஸிதான்கபைரவ ருத்ரபைரவ சண்டபைரவ
க்ரோதபைரவ உன்மத்த பைரவ கபாலிபைரவ பீஷணபைரவ ஸம்ஹாரபைரவ
அஸிதான்கபைரவ அஷ்டபைரவ ஸஹித சதுர்தாவர்ண ரூபிணீ ||

ஸ்ரீ பாலா த்ரிபுரஸுன்தரீ காமாகிரிபீட கோல்ஹாரகிரிபீட குலான்தகிரிபீட
சௌஹாரபீட ஜாலன்தரபீட ஓட்யாணபீட தேவீபீட காமரூபாத்யஷ்டபீட
ஸமன்வித பம்சமாவர்ண ரூபிணீ ||

ஸ்ரீ பாலா த்ரிபுரஸுன்தரீ ஹேதுகபைரவ த்ரிபுரான்தகபைரவ பேதாளபைரவ
அக்னிஜிவ்ஹாபைரவ காலான்தபைரவ கபாலிபைரவ ஏகபாதபைரவ

பீமரூபபைரவ மலயபைரவ ஹாடகேஶ்வரபைரவ ஹேதுகா தஶபைரவ ஸஹித ஷஷ்டமாவர்ண ரூபிணீ ‖

ஸ்ரீ பாலா த்ரிபுரஸுந்தரீ இந்த்ர அக்னி யம நைருதி வருண வாயு ஸோம ஈஶான ப்ரஹ்மவிஷ்ணு இந்த்ராத்யஷ்ட திக்பாலக ப்ரஹ்மவிஷ்ணு ஸமன்வித ஸப்தமாவர்ண ரூபிணீ ‖

ஸ்ரீ பாலா த்ரிபுரஸுந்தரீ வஜ்ரஶக்தி தண்ட பாஶ அங்குஶ கதா த்ரிஶூல பத்ம சக்ர வஜ்ராதி ஆயுதஶக்த் ஸமன்வித அஷ்டமாவர்ண ரூபிணீ ‖

ஸ்ரீ பாலா த்ரிபுரஸுந்தரீ வடுக யோகினீ க்ஷேத்ரபால கணபதி அஷ்டவஸு த்வாதஶாதித்ய ஏகாதஶருத்ர வடுகாதி திக்தேவதா ஸமன்வித நவமாவர்ண ரூபிணீ ‖

ஸ்ரீ பாலா த்ரிபுரஸுந்தரீ ஸ்ரீ ஸ்ரீ மஹாபட்டாரிகே நமஸ்தே நமஸ்தே நம: ‖

ஏதன்மாலா மஹாமன்த்ரம் ஸர்வஸௌபாக்யதாயகம் |
ஜபே நித்யம் ப்ரயத்னேன ஸாதக்யோபீஷ்டம் ஆப்னுயாத் |
ஏகவார ஜபே சைவ நித்ய பூஜா பலம் லபேத் |
நித்யம் அஷ்டோத்தரஶதம் ய: படேத் ஸாதக உத்தம தஸ்ய ஸர்வார்த ஸித்திஸ்யாம் நாத்ர கார்ய விசாரணா ‖

‖ இதி ஸ்ரீ தத்தாத்ரேய ஸம்ஹிதாயாம் பாலாபடலே ஸ்ரீ பாலா த்ரிபுரஸுந்தரீ கட்கமாலா ஸ்தோத்ரம் ஸம்பூர்ணம் ‖

|| ஶ்ரீபா3லா மந்த்ர ஸித்3தி4 ஸ்தவ: - மஹாகால ஸம்ஹிதா ||

ப்3ராஹ்மீ ரூப த4ரே தே3வீ ப்3ரஹ்மாத்மா ப்3ரஹ்ம பாலிகா |
வித்3யா மந்த்ராதி3கம் ஸர்வம் ஸித்3தி4ம் தே3ஹி பரமேஶ்வரீ || 1 ||

மஹேஶ்வரீ மஹாமாயா மானந்தா3 மோஹ ஹாரிணீ |
மந்த்ர ஸித்3தி4 ப2லம் தே3ஹி மஹாமந்த்ரா (அ) ர்ணவேஶ்வரீ || 2 ||

கு3ஹ்யேஶ்வரீ கு3ணாதீதா கு3ஹ்ய தத்த்வார்த2 தா3யினீ |
கு3ண த்ரயாத்மிகா தே3வீ மந்த்ர ஸித்3தி4ம் த3த3ஸ்வ மாம் || 3 ||

நாராயணீ ச நாகேஶீ ந்ருமுண்ட3 மாலினீ பரா |
நானானனா நாகுலேஶீ மந்த்ர ஸித்3தி4ம் ப்ரதே3ஹி மே || 4 ||

க்4ருஷ்டி சக்ரா மஹாரௌத்3ரீ க4னோபம விவர்ணகா |
கோ4ர கோ4ரதரா கோ4ரா மந்த்ர ஸித்3தி4 ப்ரதா3 ப4வ || 5 ||

ஶக்ராணீ ஸர்வ தை3த்யக்4னீ ஸஹஸ்ர லோசனீ ஶுபா4 |
ஸர்வாரிஷ்ட வினிர்முக்தா ஸா தே3வீ மந்த்ர ஸித்3தி4தா3 || 6 ||

சாமுண்டா3 ரூப தே3வேஶீ சலஜ் ஜிஹ்வா ப4யானகா |
சதுஷ்பீடே2ஶ்வரீ தே3ஹி மந்த்ர ஸித்3தி4ம் ஸதா3 மம || 7 ||

லக்ஷ்மீ லாவண்ய வர்ணா ச ரக்தா ரக்த மஹாப்ரியா |
லம்ப3கேஶா ரத்னபூ4ஷா மந்த்ர ஸித்3தி4ம் ஸதா3 த3த3 || 8 ||

பா3லா வீரார்சிதா வித்3யா விஶால நயனானனா |
விபூ4திதா3 விஷ்ணுமாதா மந்த்ர ஸித்3தி4ம் ப்ரயச்ச2 மே || 9 ||

|| ப2லஶ்ருதி: ||

மந்த்ர ஸித்3தி4 ஸ்தவம் புண்யம் மஹா மோக்ஷ ப2ல ப்ரத3ம் |
மஹா மோஹ ஹரம் ஸாக்ஷாத் ஸத்யம் மந்த்ரஸ்ய ஸித்3தி4த3ம் ||

|| இதி ஶ்ரீமஹாகால ஸம்ஹிதாயாம்
ஶ்ரீபா3லா மந்த்ர ஸித்3தி4 ஸ்தவம் ஸம்பூர்ணம் ||

10

தடைகள் தகர்ந்து சுகபோக வாழ்வு தந்தருளும் தன்னிகரற்ற மாமுனிவர் ஸ்ரீபரத்வாஜ் சுவாமிகள்

ஸ்ரீ யோகமாயா புவனேஸ்வரி பீடம் அம்பத்தூர் கள்ளிக்குப்பம் ஸ்ரீபரத்வாஜ் ஆசிரமம் பீடாதிபதி ஸ்ரீபரத்வாஜ்

சுவாமிகள் நாளும் பல்வேறு விசேட பிரார்த்தனைகள் சாதனைகள் தொடர்ந்து செய்து வருகிறார். உலக மக்களின் க்ஷேமமே அவரது குறிக்கோள். மக்கள் நோய் நொடியின்றி கஷ்டமின்றி சண்டை சச்சரவு இன்றி நிம்மதியாக வாழ்ந்திட பல்வேறு விசேட ஜெப, தப, ஞான வேள்விகளைச் செய்து வருகிறார். உழவர்கள் நலமாக வாழவும், பயிர் பச்சைகள் நல்லபடி விளைந்து விளைச்சல் பெருகவும் என நதி பூஜைகள் ஆயிரக் கணக்கில் செய்து வருகிறார். இவரை வந்து தரிசித்தவர் யாவரும் இவரது பிரத்யேக பலன் தரும் பூஜைகளால் அவர்தம் கஷ்டங்கள் தீர்ந்து நிம்மதியான சுகவாழ்வு வாழ்கின்றனர். சென்ற இருவருடங்களில் அவர் செய்த சில அதிசய சாதனைகளை பக்தர்கள் மெச்சிக் கொண்டாடுகின்றனர். பண்டிதர்கள் பெரிதும் பாராட்டுகின்றனர்.

27.7.2017 அன்று ஸ்ரீபரத்வாஜ் சுவாமிகள் பத்து பெரிய கூடை நிறைய பன்னீர் ரோஜாக்களால் ஸ்ரீவாராஹிக்கும், ஸ்ரீபுவனேஸ்வரிக்கும் அர்ச்சனை செய்தார். அம்மன்களை மஞ்சள் பட்டு சேலைகள் உடுத்தி மஞ்சள் முக வாராஹியாக சாமந்தி மாலைகளால் அலங்கரித்து வர்ண வர்ண மாலைகள் தோரணமாகச் செய்து பூஜித்தார். அம்பிக்கைக்கும் ஓம் ஐம் க்லௌம் என்ற மூல மந்திரத்துடன் நல்ல சிவப்பு வர்ண ரவிக்கையில் அரளி, ரோஜாப்பூக்கள் வைத்து 108 ரவிக்கைகளால் அர்ச்சனை செய்தார். பக்தியுடன் வாராஹி சகஸ்ரநாமம் வாராஹி மூல மந்திரம் ஓம் ஐம் க்லௌம் சிவசம்பு வாராஹி வா வா ஹீம்பட் ஸ்வாஹா என்று சொல்லி அர்ச்சித்து ஆராதித்து மகிழ்ந்தார். அம்பிகையும் பூஜையில் மகிழ்ந்து காட்சி தந்து அனைவரையும் பிரமிக்க வைத்தார். வந்திருந்த அனைவருக்கும் அந்த அம்பிகை காலில் பதித்த சந்தன உருண்டைகள், ரவிக்கை துணிகளை தாம்பூலத்துடன் தந்து ஆசீர்வதித்தார். வந்த பக்தர்கள் அனைவரும் மெய்மறந்து பூஜையில் கண்டுண்டனர் அருள் பெற்றனர்.

10.03.2017 அன்று ஆசிரமத்தில் அம்பிக்கைக்கு 64 அபிஷேகங்கள் பௌணர்மி அன்று நடைபெற்றது.

ஸ்ரீபுவனேஸ்வரிக்கு பச்சை நிறப்பட்டு சேலை அணிவித்து நகைகளால் அலங்கரித்து துளசி, மல்லிகை, ரோஜா மாலைகளால் ஜோடித்து வெகு ஜோராக அமர்த்தி இருந்தார்கள். ஸ்ரீவாராஹிக்கும் பச்சைவர்ணப்பட்டு சேலை, பச்சை முகம் சுற்றிலும் துளசி மாலைகளுடன் ஊஞ்சலில் அமர்த்தி இருந்தனர். ஊஞ்சல் முழுவதுமே துளசி மாலைகளால் சுற்றி எங்குமே பச்சையாய் பசுமையாய் காட்சி தந்தது. அம்பிகையை, ஓம் ஐம் க்லெளம் தண்டின்யை நம: என்று வாராஹி சகஸ்ரநாம அர்ச்சனையை ஒரு டன் துளசியால் சுவாமிகள் அர்ச்சித்தார். அனைவருக்கும் அர்ச்சித்த துளசியும், சர்க்கரை வள்ளி கிழங்கை குச்சிக் கிழங்கு ஆள்வள்ளிக் கிழங்கு முதலியன நிவேதனம் செய்ததை பக்தருக்கு தந்து அம்பிகையின் அருளுக்கு பாத்திரமாக்கி ஆசி வழங்கினார். அதனை அவரிடமிருந்து பெற்ற பக்தர்களால் பூஜையில் பக்தியில் மயங்கி வணங்கியதோடு, அவர் கையால் பிரசாதம் பெற்றதால் மனம் பூரித்து ஆனந்தம் கொண்டனர். கிருத்தார்த்தர்களானார்கள்.

13.2.2017 அன்று வெள்ளிக்கிழமை பௌர்ணமி அன்று ஆசிரமத்தில் அதி அற்புதமாக வாராஹி பூஜை நடைபெற்றது. ஸ்ரீபுவனேஸ்வரிக்கு கிளிப்பச்சை புடவை கட்டி முத்துமணி நகைகளால் அலங்கரித்து வாசமலர்களால் தோரணங்கள்

கட்டி ரோஜாப் பூ, சாமந்தி பூ மாலைகளால் சுற்றிலும் சாற்றி அலங்கரித்து இருந்தனர். பார்த்தவர் கண்கள் அங்கேயே நிலைத்தன. பக்தியில் கண்கள் ஆனந்த வாரிதியைப் பெருக்கின. ஸ்ரீவாராஹி அம்மனும் மஞ்சள் முகத்துடன் பச்சை சேலையுடன், மல்லிகை ஜெவந்தி மாலைகளுடன் அற்புதமாகக் காட்சி தந்து கண்டவர் கண்களை கவர்ந்து கொண்டனர்.

சுவாமிகள் ஒரு மேடையில் சதுரவடிவில் அரிசியை பரப்பி ஏழு கலசங்களில் தீர்த்தம் வைத்து அவற்றை வர்ண பாவாடை பூக்களால் அலங்கரித்து 108 வலம்புரி சங்குகளை சந்தனம் குங்குமம் இட்டு நீர் நிரப்பி பூக்களால் அலங்கரித்து வைத்தனர். பார்ப்பதற்கே தெய்வலோகம் போல தெய்வீக காட்சிதந்தது. அந்த இடம் 51 வகை மலர் மாலைகளை சுவாமிகள் அம்பிகையின் திருகரங்களிலும் திருப்பாதங்களிலும் சாற்றி அவைகளைப் பக்தர்களுக்குத் தந்தருளினார். 108 மணி மாலைகளை சாற்றி அவைகளை பக்தர்களுக்கு தந்தருளினார். 51 தட்டுகளில் கனிவர்க்கம், காய்கறி வர்க்கம், நவதானியம், காய்கனி கிழங்குகள், உலர்ந்த பழங்கள் அனைத்தும் வைத்து நிவேதனமாய் சமர்ப்பணம் செய்தார். அம்பிக்கைக்கு பின்னர் பலவகையான கலந்த சாதங்கள், பட்சணங்கள், காய்கறி மேல் விளக்குகள், வாராஹி விளக்குகள், கனி விளக்குகள், அம்பிகைக்கு ஆரத்தி செய்து அவைகளைத் திரண்டிருந்த பக்தர்களை அருகே அழைத்து அம்பிகையின் அருளை வாரி அவர்களுக்கு அவற்றுடன் தந்து பூஜித்தார். எத்தனை வகையான தானம் எப்படிப்பட்ட பூஜை என்று கண்டவர் அதிசயித்து போயினர். இத்தனை பிரம்மாண்டமான தேவலோக பூஜையை மணிக்கணக்கில் மக்கள் பக்தியில் மூழ்கிடும் வகையில் செய்திட ஸ்ரீபரத்வாஜ் சுவாமிகளால் மட்டுமே முடியுமெனத் தொழுதனர்.

18.02.2017 அன்று அஷ்டமி பூஜை நடைபெற்றது. ஆசிரமத்தில் ஸ்ரீபுவனேஸ்வரியையும் ஸ்ரீவாராஹியையும் சிவப்பு பட்டு சேலைகள் கட்டி அற்புதமாக வாசம் மிகும் மலர் மாலைகளால் அலங்கரித்து இருந்தனர். சுவாமிகள் 51 வகை சிறிய மலர் மாலைகள் சிறிய கை செண்டுகள் கொண்டு

அம்பிகை வாராஹியின் திருத்தாள்களிலும் திருக்கரங்களிலும் சமர்ப்பித்து அனைவருக்கும் தந்தார். ஸ்ரீவாராஹியின் கமல மலர் பாதங்களில் சமர்ப்பித்த சந்தன உருண்டைகளை பக்தர்களுக்குத் தந்து அனுக்கிரஹித்தார். 108வித மணிமாலைகளை அம்பிகைக்குச் சமர்பித்து அனைவருக்கும் தந்தார். அதனைப் பெற்றவர்கள் தம்மை பாக்கியசாலிகளாக கருதி அம்மனே தன்னுடன் வந்த தாய் நினைந்து பெருமித களிப்பு உற்றனர். லட்டு, கடலை, பொட்டுக் கடலை, பொறி உருண்டைகள், எள்ளுருண்டைகள் வைத்து பூக்களால் அலங்கரித்து பலவகை கலந்த சாதங்களையும் தட்டு தட்டாக அர்ப்பணித்து அம்பிகைக்கு அவர் ஊட்டி விட்ட போது, அம்பிகையும் அதனை சாப்பிட்டதை பலரும் கண்டு மெய் மறந்தனர். ஜெய்வாராஹி ஓம் வாராஹி மகா வாராஹி ஓம் என்று சுவாமிகளோடு சேர்ந்து பாடிக் களித்தனர். அவை அனைத்தும் சுவாமிகள் பக்தர்களுக்குத் தந்து மகிழ்ந்தார். வாராஹியின் பாதங்களில் அர்சித்த பஸ்மத்தை அனைவருக்கும் தந்து அவரவர் ரோகத்தை பிணிகளைப் போக்கினார். தேவலோக பூஜைகளைப் பார்க்க வேண்டுமானால் அம்பத்தூர் ஆசிரமம் வாருங்கள். அத்தகைய பூஜைகளைக் கண்டு பேரின்பம் கொள்ளுங்கள்.

15.3.2017 அனறு சுவாமிகள் ஆசிரமத்தில் ஸ்ரீபுவனேஸ்வரிக்கும் ஹிமாசல் பிரதேசத்திலிருந்து வந்த ஸ்ரீசக்ரஸ்படிலிங்கத்திற்கும் 64 வித அபிஷேகங்கள் செய்து, 5000 ரோஜா மலர்களால் அர்ச்சித்து அம்பிக்கைக்கு ஆராதனை செய்தார். கண்டவர் மயங்கிட கண்டு பணிந்திட அனைவருக்கும் அந்த ரோஜா மலர்களையும் இனிப்புகளையும் பிரசாதமாகத் தந்தருளினார். விசேடமான அன்னதானம் நடந்தது. 1000 பேர்கள் உண்டு மகிழ்ந்தனர்.

16.05.2017 அன்று ஸ்ரீபரத்வாஜ் சுவாமிகள் திருநீர்மலையில் ஒரு பாறையின் மீது அமர்ந்து ஆறு மணி நேரம் இரண்டு நாட்கள் கடுந்தவம் இருந்தார். உணவு அருந்தாமல் நீர் பருகாமல் உலக நலன் வேண்டி, மழை

வேண்டி தவம் புரிந்தார். ஒரு ஆடும் அதன் குட்டியும் சுவாமிகளின் அருகிலிருந்து அவருடன் தவத்தில் தன்னிச்சையாகக் கலந்து கொண்டன. திருநீர்மலையில் சுவாமி தரிசனம் சுவாமிகள் செய்த போது வேத விற்பன்னர்கள் அவருக்கு, சுவாமிக்கு வந்திருந்த பட்டாடை தந்து கௌரவித்து மரியாதை புரிந்தனர். அது தெய்வமே ஸ்ரீபரத்வாஜ் சுவாமிகளைக் கௌரவித்து அனுக்கிரஹம் செய்தது போன்று அமைந்தது.

9.6.2017 அன்று ஸ்ரீபரத்வாஜ் சுவாமிகள் குலுமணாலி சென்று மலை மீது அம்பிகை ராஜராஜேஸ்வரிக்கும், ஸ்ரீசக்ரஸ்படிக லிங்கத்திற்கும் பூஜை செய்தார். மக்கள் மன அமைதியுடன் சுகமாக வாழ்வும், விவசாயிகளும் பயிர்பச்சைகளும் செழிப்புடன் இருக்கவும் பிரார்த்தித்து அபிஷேக அர்ச்சனை செய்து வழிபட்டார். இமயமலையில் சில சக்தி பீடங்களையும் தரிசித்து மக்கள் நலம் வேண்டினார். அங்கு வியாச நதியில் அம்பிகைக்கும் ஸ்ரீசக்ரலிங்கத்திற்கும் அபிஷேகங்களை நதி பூஜையாகச் செய்து பக்தர்களின் நன்மைக்காக வேண்டி பூஜை செய்தார். இரண்டு நாட்கள் ஹிமாசலப் பிரதேசத்தில் மலை மீது *5*மணி நேரம் ஜெபம் இடைவிடாது செய்து பக்தர்களின் நன்மைக்காகவும், ஜனங்கள் தண்ணீர் கஷ்டமின்றி வாழவும் பிரார்த்தனை செய்தார்.

11.6.2017 அன்று சனிக்கிழமை மதியம் பெங்களூரிலிருந்து கிளம்பி தனது சிஷ்யர்களுடன் குடகு மலையில் பாகமண்டலா என்ற இடத்தில் ஒரு மலைச்சரிவைத் தேர்ந்தெடுத்து அங்கு பூஜை செய்தார். ஒரு முக்கோணமாக மஞ்சள் பொடி பரப்பி அதைச் சுற்றி குங்குமம், அரிசி மாவினால் பாத்தி கட்டினார். மூன்று மூலைகளிலும் பெரிய மூன்று சங்குகள் வைத்து நீர்நிரப்பி, சந்தனக் குங்குமம், பூ வைத்தனர். முக்கோணத்தைச் சுற்றிலும் 108 சிறிய வலம்புரி சங்குகளில் நீர் நிரப்பி சந்தன குங்குமம் வைத்தனர். சிவப்பு ரோஜா பூக்களால் அவற்றை அலங்கரித்தனர். அந்த முக்கோணத்தின் நடுவே ஸ்ரீபரத்வாஜ் சுவாமிகள் ஒரு பலகை மீது அமர்ந்தார். அவர் முன் ஒரு

வெள்ளிப் பீடத்தில் ஸ்ரீராஜ ராஜேஸ்வரியும் ஸ்ரீசக்ர ஸ்படிக லிங்கமும் வைத்து பூஜிக்கத் தொடங்கினார். உலகம் மற்றும் உழவர் நலன் கருதி பிரார்த்தித்தார்.

மல்லிகை, ஜாதி, நீலோத்பலம், நீலசாமந்தி சிவப்பு மஞ்சள் ரோஜாக்களாலான மாலை, அரளி, சம்பங்கி, செண்பகமாலை முதலியவற்றை ஒவ்வொரு ஆவரணத்திற்கும் ஸ்ரீசக்ரலிங்கம், அம்பாள் இருவருக்கும் சாற்றி சாற்றி அலங்கரித்து விசேட அர்க்கியத்தாலும் அதிமுக்கிய பிரத்யேக புஷ்பங்களாலும் தர்ப்பணம் செய்து ஆவரண பூஜை செய்தார். அதனைக் காண ஆங்காங்கே மலை மீது இருந்து பக்தர்கள் திரண்டு வந்து கண்டு களித்தனர். கொட்டும் மழை மேகம் வானத்தை பனிப்படலமாக மறைத்தது. அவை மலைகளை சேலையாகி மூடின. இதற்கிடையே சுவாமிகள் பூஜை செய்தது கைலயங்கிரியில் சிவபெருமான் அம்பிகையை ஆராதிப்பதைப் போல் கண்டவரைத் திகைக்க வைத்தது. அக்காட்சியானது பக்தி மணம் பரப்பியது. தூய தீபநைவேத்திய கற்பூரம் காட்டி பூஜை முடிந்ததும் கூடியிருந்த

அனைவருக்கும் சுவாமிகள் விசேட அர்க்கியம் மற்றும் பூஜை செய்த மலர்களை பூ மாலைகளை தந்து ஆசீர்வதித்தார். குழந்தைகளும் பெரியவர்களும் வந்து பக்தியுடன் அவரை நமஸ்கரித்து அவற்றைப் பெற்றுச் சென்றனர். தங்கள் பாக்கியத்தை நினைத்து மனம் பூரித்தனர். கண்களில் ஒற்றிக் கொண்டனர். அதற்குள் அம்பாளின் கருணை வெள்ளமென பெருமழை பெய்தருளியது. அனைவரும் பகுதி வெள்ளத்திலும் மழைநீரிலும் குளித்தோம். மனம் குளிர்ந்தோம். உடல் சிலிர்த்தோம். பிறவிப் பயன் பெற்றோம். நிவேதித்த பால் பாயாசம் அனைவருக்கும் தரப்பட்டது.

பின்னர் மாலையில் குஷால் நகர் என்ற இடத்தில் ஸ்ரீசுவாமிகள் காவிரி நீரினிடையே அமர்ந்து ஸ்ரீராஜராஜேஸ்வரிக்கும், ஸ்ரீசக்ரஸ்படிலிங்கத்திற்கும் பால், தயிர், மஞ்சள், குங்குமம், பன்னீர், சந்தனம் கனிவர்க்கங்களால் அபிஷேகம் செய்தார். வானத்திலிருந்து மழைத்துளிகளும் அபிஷேகம் ஆயின. லலிதா திரிசதி அர்ச்சனை நடந்தது. தூப, தீப நைவேத்தியம் கற்பூர ஆரத்தி முடிந்து பிரசாத விநியோகம் நடந்தது. சுற்றி நின்று பூஜையைப் பார்த்த அந்த இடத்தில் வந்தவர்களும் காவிரி நதியும், அம்பிகையின் அருளை பெற்று பாவனமாயினர். பலரும் சுவாமிகளைத் தரிசித்து, நமஸ்கரித்து அனுக்கிரகம் பெற்றனர். அவர் தம் கஷ்டங்களிலிருந்து விடுதலை பெற்று ஜீவன் முக்தர்களாயினர்.

“ஹேமலதா” என்பவர் பெங்களூரில் வசிக்கிறார். அவரது மகனுக்குத் திருமணம் ஆக வேண்டியும், கணவரது நொடிந்த வியாபாரம் செழிக்கவும் என ஸ்ரீபரத்வாஜ் சுவாமிகளைப் பற்றி கேள்விப்பட்டு சுவாமிகள் பெங்களூர் வந்த சமயம் “ஒடுக்கத்தூர்” மடத்தில் வந்து அவரை தரிசித்தார். தம் குறைகளைக் கூறி முறையிட்டார். சுவாமிகள் அவரை அழைத்துச் சென்று நதி பூஜை செய்தார். நதியின் அலைகளின் நடுவே அம்பிக்கைக்கு அபிஷேகங்கள் கண்ட அவர்கள் பக்தியில் மதி மயங்கிப் போனார். கருடன் வானில் வட்டமிடக் கண்டு பிரமித்தார். சுவாமிகள் பூஜை செய்து முடித்து இருகை நீட்டி அம்பிகையைப் பிரார்த்தித்ததும்

பூக்களும் அம்பிகைக்குச் சாற்றியிருந்த மாலைகளும் அவரது தளிர்மலர் கரங்களில், அம்பிகையே தந்தது போல் வந்து சேர்ந்தன. மலர்கள் சொரிந்தன. அதனைக் கண்ட பக்தர்கள் ஜெய ஜெய புவனேஸ்வரி என்று கோஷமிட்டு கரம் கூப்பி வணங்கினர்.

பின்னர் சுவாமிகள், புவனேஸ்வரி யந்திரம் வேல், சூலம், பஸ்மம், மந்திரம் தந்து கவலைபடாதீர்கள். அம்பிகை அருள்வாள் என்று அருளாசி கூறினார். அவர் கூறியது போல் செய்து வந்தோம். இரண்டே மாதங்களில் நல்ல பெண் அமைந்து மகன் திருமணம் நடந்தது. வியாபாரம் நன்கு விருத்தியானது. இன்று நாங்கள் நன்றாக இருக்க மூலகாரணமே ஸ்ரீபரத்வாஜ் சுவாமிகள்தான் என்று கரம் கூப்புகிறார்.

✦✦✦

11

வாட்டம் போக்கி வளமான வாழ்வை வரமாகத் தந்தருளும் வரமுனி ஸ்ரீபரத்வாஜ் சுவாமிகள்!

09.06.2017 அன்று அம்பத்தூர் ஸ்ரீபரத்வாஜ ஆசிரமம் ஸ்ரீபுவனேஸ்வரி பீடாதிபதி ஸ்ரீபரத்வாஜ் சுவாமிகள் குலுமணாலி சென்று மலைமீது அம்பிகை ராஜ ராஜேஸ்வரிக்கும், ஸ்ரீசக்ர ஸ்படிக லிங்கத்திற்கும் பூஜை செய்து உலக க்ஷேமத்திற்கு வேண்டி பூஜை செய்தார். மக்கள் மன அமைதியுடன் சண்டை சச்சரவு இன்றி சுகமாக வாழவும், விவசாயிகளும் பயிர் பச்சைகளும் செழிப்புடன் இருக்கவும் பிரார்த்தித்து ஸ்ரீ பாலா புவனேஸ்வரி சகஸ்ர நாமங்கள் சொல்லி

அர்ச்சனைகள் செய்து வேண்டினார். அங்கு ஹிமாசல் பிரதேசத்தில் உள்ள சக்தி பீடங்கள் சிலவற்றையும் தரிசித்து மக்கள் நலம் வேண்டி பிரார்த்தித்தார்.

இமயமலையில் இருந்து வரும் பியாஸ் நதியில், வேதவியாசர் ஜப, தவம் செய்த இடத்தில் உலக நலனுக்காகவும், மக்கள் நீங்காத செல்வத்தில் நிலைத்து வாழவும் பரமஹம்ஸ ஸ்ரீபரத்வாஜ் சுவாமிகள் சுமார் 6 மணி நேரம் ஜபம் செய்து பிரார்த்தனை செய்தார். வியாச தீர்த்தத்தில் ஸ்ரீ ராஜ ராஜேஸ்வரி மற்றும் ஸ்ரீசக்ர ஸ்படிக லிங்கத்திற்கும், பால், தேன், தயிர், மஞ்சள், சந்தனம், குங்குமம், பன்னீர், பழவர்க்கங்கள் இவற்றால் அபிஷேகம் செய்து ஆராதனை செய்து தூப, தீப, நைவேத்தியம் கற்பூர ஹாரத்தி செய்து மலைமீதில் மலைமடியில் நதியின் மடியில் அம்பிகையை பூஜித்து அம்பிகை மனத்தை குளிரச் செய்தார்.

பாக மண்டலாவில் பக்தி மிகுந்த பூஜை:

11.06.2017 அன்று சுவாமிகள் பெங்களூர் விஜயம் செய்தார். பின்னர் சனிக்கிழமை மதியம் அங்கிருந்து கிளம்பி குடகு மலையில் காவேரி நதியில் பூஜை செய்திடச் சென்றார். கர்நாடக மாநிலத்திலுள்ள குடகு மலையில் காவேரி நதிநீர் எல்லா மக்களுக்கும் கிடைக்க வேண்டுமென வேண்டி, முக்கோண வடிவத்தில் 108 சங்குகளை அடுக்கி, ஸ்ரீ சக்ர ஸ்படிக லிங்கத்திற்கும், இராஜராஜேஸ்வரி தேவிக்கும் பூஜை செய்தார் ஸ்ரீபரத்வாஜ் சுவாமிகள்.

குடகு மலையில் உள்ள “பாகமண்டலா” என்ற இடத்தில் சீடர்களுடன் சென்றடைந்தார். மலைமீது ஒரு ரம்மியமான இடத்தில் அமர்ந்து பூஜித்தார். அங்கு ஒரு பெரிய முக்கோணம் மஞ்சள் பொடியால் அமைத்தனர். அதனைச் சுற்றி குங்குமம் பட்டை, அரிசி மாவு பட்டையென பாத்தி அமைத்தனர். முக்கோணத்தின் மூன்று மூலைகளிலும், மூன்று பெரிய வெள்ளிக் காப்பிட்ட மூன்று வலம்புரி சங்குகளை வைத்து அவற்றில் நீர் நிரப்பி சந்தன, குங்குமம் இட்டு ரோஜா

மலர்களை அதன்மீது வைத்து பூஜித்தனர். அந்தக் குங்கும பாத்தியின்மீது 108 சிறு வலம்புரி சங்குகளை வரிசையாக வைத்தனர். அவை அனைத்திற்கும் சந்தன, குங்குமமிட்டு அலங்கரித்து ஒவ்வொன்றிலும் சிகப்பு ரோஜா மலர்களை ஒவ்வொன்றாக வைத்து பூஜித்தனர். பின்னர் அவற்றில் நீர் நிரப்பினர். அந்த முக்கோணத்தின் நடு மையத்தில் சுவாமிகள் ஒரு பலகையின் மீது அமர்ந்தார்.

மலைமேகலை அணிந்ததோ:

அவருக்கு முன்பு ஒரு வெள்ளியாலான பெரிய வட்டவடிவ பீடத்தில் ஸ்ரீராஜ ராஜேஸ்வரியையும், ஸ்ரீசக்ர ஸ்படிக லிங்கத்தையும் வைத்து அலங்கரித்தனர். உலக மக்கள், விவசாயிகள் எந்தவிதக் கஷ்டமுமின்றி க்ஷேமமாக வாழவும், பயிர் பச்சைகள் செழிக்கவும், காவிரி நீர் தமிழ்நாடுக்கு அதிகமாகக் கிடைக்கவும், உடனடியாக மக்களது தண்ணீர் பஞ்சம் தீரவும் சுவாமிகள் அம்பிகையைப் பிரார்த்தித்து பூஜை செய்தார். நவாவர்ண பூஜை அதி அற்புதமாக பக்தர் மனத்தைக் கொள்ளை கொள்ளும் விதமாகச் செய்தார்.

மல்லிகை, செவ்வந்தி, ரோஜா, நீலோத்பலம், நீல சாமந்தி, சிகப்பு மஞ்சள், ரோஜா பூக்கள் சேர்த்து கட்டியமாலை, சண்பகம், அரளி, மல்லி, சம்பங்கி, முல்லை, தாமரை முதலிய

மாலைகளை ஒவ்வொரு ஆவரணத்திற்கும் மாலைமாற்றி மாற்றி ஸ்ரீசக்ர ஸ்படிக லிங்கத்திற்கும், ஸ்ரீ ராஜ ராஜேஸ்வரிக்கும் சாற்றி, சாற்றி ஒவ்வொரு ஆவரணத்திற்கும் வெவ்வேறு விசேட பூக்கள் விசேட மாலைகள் அணிவித்து விசேட அர்க்கியம் மற்றும் பூக்களால் தர்ப்பணம் செய்து பூஜித்தார்.

பின்னர் அந்த மாலைகளை ஆங்காங்கே இருந்தவர்கள் சுற்றி நின்று பக்தியுடன் பூஜைகளைப் பார்க்க வந்தவர்களுக்கு பரிவுடன் ஆசியுடன் தந்து அனுக்ரஹித்தார். அதனை பக்தியுடன் பெற்ற அவர்கள் மனம் மகிழ்ந்தனர். தாங்கள் புண்ணியம் பெற்றோம் என அகம் உவந்து நமஸ்கரித்து புன்னகையுடன் கண்களில் ஆனந்தக் கண்ணீர் பெற்று பூரித்துப் போயினர். மலர் மாலைகளை அம்பிகைக்குத் தூக்கி தூக்கி ஆகாயத்தில் காண்பித்து பூஜை செய்த வேளை மலைமீது பனி மண்டலம், மேகலையாய் மலையை சேர்ந்து தவழ்ந்து காற்றில் “பராக்” பாடி, ஆடி, ஆடி நகர்ந்தன. ஆஹா! அதனை பார்க்க பார்க்க அழகாக இருந்தது. பூஜை முடிந்து தூப, தீப, நைவேத்தியம் கற்பூர ஆரத்தி செய்து பூஜை முடிந்த உடனே கனமழை பெய்து அம்பிகையின் அருள் மழை அனைவரையும் நனைத்து பக்தி வெள்ளத்தில் மூழ்கச் செய்தது. சுவாமிகள் அடாது பெய்த மழையிலும் விடாது பக்தர்களுக்கு பூக்களும் விசேட அர்க்கியம் தந்து ஒவ்வொருவரையும் ஆசிர்வதித்தார். பக்தர்கள் அளவற்ற புண்ணியம் பெற்றவராக தம்மை பாக்கியசாலிகளாகக் கருதி பெருமிதம் கொண்டனர். எங்கிருந்தோ வந்த மகான் தாங்கள் காண பூஜைகள் செய்து பிரசாதம் தந்து கௌரவித்ததை எண்ணி எண்ணி ஆனந்தம் கொண்டனர்.

சுவாமிகள் பூஜை செய்யும் போது கருட பகவான் ஆகாயத்தில் வட்டமிட்டார். அம்பிகை அவரது பூஜையில் மகிழ்ந்து உரையாட ஸ்ரீபரத்வாஜ் சுவாமிகளின் முகத்தில் தேஜஸ், ஓஜஸ், சூரிய பிரகாசம் மற்றும் புன்னகை பரவியது. அதனைக் கண்ட பக்தர்கள் அவரது உருவிலேயே அம்பிகையைக் கண்டு மெய் மறந்தனர். “ஜெய ஜெய

புவனேஸ்வரி" என்று பக்தி பிரங்கிட கோஷமிட்டுத் துதித்தனர். விழுந்து நமஸ்கரித்தனர்.

குஷால் நகரில் குளிர குளிர அபிஷேகம்:

பின்னர் மாலையில் சுமார் 5 மணி அளவில், "குஷால்நகர்" என்ற இடத்தில் காவிரி நதியின் நடுவில் ஒரு கற்பாறையின் மீது ஸ்ரீபரத்வாஜ் சுவாமிகள் அமர்ந்தார். அவரது முன்னர் ஒரு வெள்ளிப் பீடத்தில் ஸ்ரீ ராஜ ராஜேஸ்வரியும் ஸ்ரீசக்ரலிங்கமும் வைத்து அபிஷேகம் செய்தார் ஸ்ரீசுவாமிகள். பால், தேன், தயிர், பன்னீர், இளநீர், சந்தனம், குங்குமம், மஞ்சள் பொடி, கனி வர்க்கங்களால் ஸ்ரீ சுவாமிகள் அம்பிகைக்கு அபிஷேகத்தை மிகவும் பிரேமையுடன் செய்தார்.

நதிகளில் அம்பிகைக்குப் பூஜை செய்தால் நதிகள் வற்றாமல் பொங்கிப் பெருகிப் பாய்ந்து பயிர் பச்சைகள் செழிப்புடன் விருத்தியாகும். விளைச்சல் பெருக்கும் என்பதும் ஐதீகம். இதனால்தான் வருடம் ஒருமுறை ஒவ்வொரு கோயிலிலும் கொடியேற்றி 10 (அ) 15 நாள் வருடாந்திர பூஜை செய்து தேரோட்டம் நடந்து, எல்லா தெய்வங்களும் "தீர்த்தவாரி" கொள்கின்றனர்.

தீர்த்தவாரி என்றால் இறை மூர்த்தங்களை அலங்கரித்து கொண்டு வந்து கடலிலும், நதியிலும் நீராட்டி அதனுடன் பக்தர்களும் சேர்ந்து நீராடி கரையிலே தெய்வங்களைச் சில மணி நேரம் அல்லது ஒருநாள் முழுதும் வைத்து பூஜித்து எடுத்துச் சென்று கோவிலில் சேர்ப்பர். அப்படி இறைவன் நீராடிய நீர் உலகெங்கும் பாய்ந்து செழிப்பும் சுபிட்சமும் தரவேண்டும் என்பதே இதன் முக்கிய காரணம்.

சுவாமிகளும் அபிஷேகம் முடித்து பாலா மற்றும் லலிதா திரிசதி அர்ச்சனைகள் செய்தார். பின்னர் தூப, தீபம் காட்டி பால் பாயாசம் நிவேதனம் செய்து கற்பூர ஆரத்தி செய்தார். அனைவருக்கும் அந்தப் பாயாசம் விநியோகிக்கப்பட்டது.

சுவாமிகள் பழங்களையும் பூக்களையும் பக்தர்களுக்கும் அங்கு வந்திருந்த சுற்றுலாப் பயணிகளுக்கும் கொடுத்து ஆசிர்வதித்தார். அனைவரும் அதனைப் பெரும்பாக்கியமெனக் கருதி பெற்று மகிழ்ந்தனர். எங்கெங்கிருந்தோ வந்தவர்களுக்கு மகான் ஒருவர் தம் கையால் பிரசாதம் தந்தால் பெற்றவர்களுக்கு எத்தனை சந்தோஷம் என்று கேட்கவா வேண்டும். துன்பம் போனது. இனி இன்பமே வாழ்வு என்ற ஆனந்தம் கொண்டனர்.

ஸ்ரீபரத்வாஜ் சுவாமிகளின் அற்புதத் தொண்டு:

ஸ்ரீபரத்வாஜ் ஆசிரமம் ஸ்ரீயோகமாயா புவனேஸ்வரி பீடத்தில் எல்லையற்ற அதி சுந்தர பேரழகுடன் வீற்றிருக்கும் ஸ்ரீபுவனேஸ்வரி தேவியின் தரிசனத்தை ஒருமுறை கண்டவர் மறுபடியும் மறுபடியும் வந்து தரிசிக்கத் துடிப்பர்.

அன்னை புவனேஸ்வரி தேவியின் அருளாற்றலைக் குறைவின்றிப் பெற்று அதன்மூலம் பக்தர்களின் குறைகளைப் போக்குவதில் நிகரற்றவராக விளங்குகிறார் ஸ்ரீபரத்வாஜ் சுவாமிகள். இவரது இனிய தொண்டுள்ளம் அனைவராலும் போற்றப்படுவதாகும்.

நம்பிக்கையில்லாமல் செய்திடும் பூஜைகளும் பரிகாரங்களும் முழுமையான பலன் தராது. ஆனால் ஆழ்ந்த நம்பிக்கையுடனும், தீவிர பக்தியுடனும் கோடான கோடி ஜபதபம் வலிமையாலும், ஸ்ரீபுவனேஸ்வரி சுவாமிகளின் கிருபா கடாக்ஷத்தாலும், ஸ்ரீபரத்வாஜ் சுவாமிகள் செய்திடும் ஒவ்வொரு பூஜையும், யாகமும், அபிஷேக ஆராதனைகளும் உடனுக்குடன் நூற்றுக்கு நூறு பலன் தருவனவாக உள்ளன. இங்கு நடத்தப்படும் ஆராதனைகள் அந்தரங்க சுத்தியுடன் செய்யப்படுகின்றன என்பதால் அவற்றின் பலன்களும் உயர்வானவை.

எந்த ஒரு செயலையும் முழுமையாக முழு மனதுடன் திறம்படச் செய்தால் அதற்கான பலன்கள் முழுமையாகக்

கிடைப்பது உறுதி. இதற்கு ஸ்ரீபரத்வாஜ் சுவாமிகள் செய்யும் பூஜைகளே சிறந்த காட்சி. இங்கு வரும் பக்தர்களின் அதிசய அனுபவங்களே அதற்கு உறுதி தருகின்றன.

பஞ்சமி பூஜை:

ஆசிரமத்தில் ஆடி மாதம் பஞ்சமி அன்று ஸ்ரீ வாராஹி பூஜை மிக மிகச் சிறப்பாகக் கொண்டாடப்படும். அம்பாள் வாராஹியை மஞ்சள் முகத்துடன், மஞ்சள் நிற பட்டு புடவை சாற்றி அலங்கரித்திருப்பார். சுற்றிலும் சாமந்திப் பூ மாலை குண்டு குண்டாக சாற்றி இருப்பர்.

ஸ்ரீ சுவாமிகள் சந்தன உருண்டைகளில் அத்தர் புனுகு ஜவ்வாது கலந்து பூஜிப்பார். சந்தன உருண்டைகளை வாராஹியின் திருக்கையிலும் திருப்பாதங்களிலும் சாற்றி அனைவருக்கும் தருவார். சிவப்பு ரவிக்கைகளால் வாராஹி அஷ்டோத்திரம் சொல்லி அர்ச்சனை செய்து அனைவருக்கும் தந்தருள்வார். வண்ண வண்ண முத்து, மணி மாலைகளை அம்பிகைக்குச் சமர்ப்பித்து அனைவருக்கும் தருவார். வண்ண வண்ண பூமாலைகள் சமர்ப்பித்து அவற்றையும் பக்தர்களுக்குத் தந்திடுவார். தட்டு தட்டாக சர்க்கரை வள்ளிக் கிழங்கு, குச்சி

கிழங்கு, கருணை, சேனை கிழங்கு, வாழைத்தண்டு, காய்கறிகள், பழங்கள், பலவகைச் சாதங்கள், எள்ளுருண்டை, கடலை பொறி உருண்டைகள், கனிவர்க்கங்கள் அனைத்தும் அம்பிகைக்கு அர்ப்பணித்து சுமங்கலிகளுக்கு பூஜை செய்து தர்ப்பணம் செய்து பிரத்யட்ச தேவைகளாகப் பாவித்து நிவேதனமான அனைத்து பொருட்களையும் மேற்கூறியவற்றை அவர்களுக்குச் சமர்ப்பணம் செய்து அம்பிகையை ஆனந்தப்படுத்தி அவளருளை அனைவருக்கும் பெற்றுத் தந்து பக்தர் தம் சகல பிணிகளையும், துன்பங்களையும் நீக்கியருள்வார்.

அம்பிகை வாராஹிக்கு "ஸ்ரீ புவனேஸ்வரி பிரிய மகாவாராஹ்யை நம:" என்று அர்ச்சித்தால் மிகவும் நல்லன நம்மைத் தேடி வரும். வேண்டும் வரம் அளிப்பாள் வாராஹி என்கிறார். அம்பிகை வாராஹியின் நாமங்களான "பத்ர கௌமதி", "ஆக்ஞா சக்ரேஸ்வரி", "வாராஹி", "வார்த்தாளி", "வாராஹமுகி" என்று சொல்லிக் கொண்டே இருக்க ஐஸ்வர்யம் கொழிக்கும். துர்நிமித்தம் இராது. வியாபாரம் செழிக்கும். நல்லன தாமே நம்மை நாடி வரும். காலா காலத்தில் கல்யாணம் நடக்கும். நல்ல வரன் கிடைக்கப் பெறுவர்.

தொல்லைகள் நம்மை விட்டுத் தொலைந்து விடும். அம்பிகையோடு பேசுவது போல் ஸ்ரீபரத்வாஜ் சுவாமிகள் பிரேமா பக்தியுடன் சிரத்தையுடன் பூஜிப்பார். நீங்கள் யாவரும் கலங்காதீர்கள். கவலைப்படாதீர்கள். கலங்காது இருங்கள். இந்த வாராஹி உங்கள் கஷ்டங்களைத் தீர்ப்பாள். இதுநாள் வரை நீங்கள் கஷ்டப்பட்டது போதும். அம்பிகை அருளால் உங்கள் துன்பங்கள் தொலைந்தன. மனது தளராதீர்கள். நம்மகதி இவ்வளவுதானா? என்று வருந்தாதீர்கள். வாராஹி நம் கண் கலக்கம் பாத்திராள். வாராஹி வருவாளிங்கு நம்மை வாழ்விக்கவே. இனி பயம் வேண்டாம். நிம்மதி, சுகம் உங்களைத் தேடி வரும் என்று ஆசிர்வதித்தார். "ஜெய் வாராஹி ஜெய் புவனேஸ்வரி" என்று கூறுங்கள். அம்பிகை அருகிருந்து காப்பாள் என்று உறுதி தருகிறார்.

வாராஹி வருவாள், அருள்வாள்:

சில பேருக்கு இந்த மண்விளக்கு (வாராஹி பதித்தது) தீபங்களான வாராஹி விளக்குகளை வாராஹியே சொன்ன சங்கேத மொழிகளுக்கேற்ப மிகுந்த கஷ்டப்படுபவர்களுக்கு தருவேன் என்று கூறி சில பெண்மணிகளை அழைத்து அவற்றை பதினேழு பெண்களுக்கு தந்தருளினார். இத்தனை நாள் இவர்களது வாழ்க்கையிலே இருளாக இருந்தது இல்லையா? அஞ்ஞானம் இருந்தது. மனசு இருக்கமா இருந்தது. மன அழுத்தம் வேதனை இருந்ததல்லவா. இந்த வாராஹி தீபத்தைக் கொண்டுபோய் வீட்டில் விளக்கேற்றி வையுங்கள். உங்களது வாழ்க்கை விடியும். உங்கள் வாழ்விலும் வீட்டிலும் பிரகாசம் வரும். அந்த இடத்தில் என்னென்ன பாபமும் தோஷமும் பாடாய்படுத்தினவோ அவைகள் விலகிவிடும். என்னென்ன மங்கள காரியங்கள் நடக்கணுமோ அவைகள் வெகு சீக்கிரம் நடக்கும்.

“பாப நாசின்யை நம: தோஷ நாநின்னய நம: பக்த வாராஹ்றயை நம: கோ ரக்ஷகாயை நம:” என்றபடி அனைத்தும் காத்து அருள்வாள். கோசாலை, கோபூஜை, கோதானம், கோ சம்ரக்ஷணம், பசுபரிபாலனம் எங்கெங்கு நடக்கிறதோ அங்கு வாராஹி அனுக்ரஹம் கேட்காமலேயே கிடைக்கும். கோ பூஜையால் வாராஹி ப்ரீதி அடைவாள்.

பௌர்ணமி பூஜை

சென்னை அம்பத்தூர் கள்ளிக்குப்பம் கங்கை நகர் ஸ்ரீயோக மாயா புவனேஸ்வரி பீடத்தில் பிரதி மாதம் நடக்கும் பௌர்ணமி பூஜையன்று ஸ்ரீயோக மாயா புவனேஸ்வரி தேவிக்கு 64 விதமான அபிஷேகம் மற்றும் சகஸ்ரநாமம், புஷ்பாஞ்சலி, இரவு நிலா பூஜையும் நடைபெறுகிறது. கல்வியில் அதிக மதிப்பெண் பெற்று தேர்ச்சி பெறவும், கோர்ட் வழக்குகளில் வெற்றி பெறவும், ராஜாங்க காரியங்களில் பதவி உயர்வு பெற்று மேன்மை அடையவும் இல்லங்களில் சண்டை, சச்சரவு இல்லாமல் மன சாந்தியுடன் கூடிய வாழ்வு

கிடைக்கவும், ஆண், பெண் இரு பாலருக்கும் திருமணத் தடை நீங்கி மங்கல வாழ்வு கிடைக்கவும், சுபமங்கள விஷேச சுப சகுன காரியங்கள் நடக்கவும் மூன்று பௌர்ணமி தினங்களில் ஸ்ரீயோகமாயா புவனேஸ்வரியைத் தரிசனம் செய்யுங்கள்.

ஸ்ரீயோகமாயா புவனேஸ்வரி பீடம்
ஸ்ரீபரத்வாஜ ஆசிரமம்

கங்கை நகர், கள்ளிக்குப்பம் பஸ் ஸ்டாப்,
செங்குன்றம் ரோடு, அம்பத்தூர்,
சென்னை - *600 053.*
செல் : *98846 77555* www.hreem.org
E-mail: paramahamsabharadwajswami@gmail.com
Website : www.hreem.org

✦✦✦

www.ingramcontent.com/pod-product-compliance
Lightning Source LLC
LaVergne TN
LVHW060614051026
849519LV00002B/606